ஹருகி முரகாமி

1949இல், ஜப்பானிலுள்ள கியோட்டோவில் பிறந்தவர். இளம் வயதிலிருந்தே பெற்றோரால் ஜப்பானிய இலக்கியம் பயிற்றுவிக்கப்பட்டார். டோக்கியோவின் வசேடா பல்கலைக்கழகத்தில் நாடகம் பயின்ற முரகாமி, மேற்கத்திய இலக்கியங்களில் ஈடுபாடு கொண்டவர். ஃப்ரான்ஸ் காஃப்கா, சார்லஸ் டிக்கன்ஸ், ஃப்யோதர் தஸ்தயேவ்ஸ்கி மற்றும் ஜாக் கெரோவாக் ஆகியோர் தன்னைப் பாதித்த எழுத்தாளர்கள் என்று குறிப்பிடும் முரகாமி, தன்னுடைய முதல் புனைவை 29ஆம் வயதில் எழுதினார். 1985இல் எழுதிய Hard-boiled wonderland and the end of the world மற்றும் 1987இல் வெளிவந்த Norwegian wood ஆகிய புதினங்கள் அவர் மீதான உலகளாவிய கவனத்தை உருவாக்கின. இன்று 50க்கும் மேற்பட்ட மொழிகளில் அவரது படைப்புகள் மொழிபெயர்க்கப்படுகின்றன. இவரது முக்கியமான படைப்புகளாக A wild sheep chase (1982), Norwegian Wood (1987), The wind-up Bird Chronicle (1994-95), Kafka on the shore (2002), 1Q84 (2009-10) ஆகிய புதினங்களைக் குறிப்பிடலாம். The elephant vanishes (1993), After the quake (2002), Blind willow - sleeping woman (2006), Men without women (2017) ஆகியவை இவரது சிறுகதைத் தொகுப்புகள். பல்வேறு நாடுகளின் விருதுகளைப் பெற்றுள்ள முரகாமி, ரேமண்ட் கார்வர், ட்ரூமென் கெபோட், பால் தெராக்ஸ் உள்ளிட்ட பலரது படைப்புகளை ஜப்பானிய மொழியில் மொழிபெயர்த்துள்ளார்.

ஸ்ரீதர் ரங்கராஜ்

மதுரையைச் சேர்ந்தவர். கல்லூரியில் விரிவுரையாளராகப் பணிசெய்தவர். தற்போது வசிப்பது மலேசியாவில். 2006ஆம் ஆண்டு முதல் மொழிபெயர்ப்புத் துறையில் இயங்கிவருகிறார். சிறுகதைகள், கட்டுரைகள், நேர்காணல்கள், கவிதைகள் ஆகியவற்றை மொழிபெயர்த்துள்ளார். அவை பல்வேறு சிறுபத்திரிகைகளில் வெளியிடப்பட்டுள்ளன. இவரது மொழிபெயர்ப்பில் ஹருகி முரகாமியின் சிறுகதைகள் அடங்கிய 'நீர்க்கோழி' என்ற தொகுப்பு வெளிவந்துள்ளது. 'பயணம்' என்கிற சிரியப் போர் குறித்த மொழிபெயர்ப்பு நூலையும், ஹருகி முரகாமி சிறுகதைகளின் தொகுப்பான 'கினோ', கார்லோஸ் ஃபுயந்தஸின் 'ஆர்தேமியோ க்ரூஸின் மரணம்', மிலோராத் பாவிச்சின் 'கசார்களின் அகராதி' மற்றும் 'கரடிகள் நெருப்பைக் கண்டுபிடித்துவிட்டன' (உலகச் சிறுகதைகள்) ஆகிய நூல்களை 'எதிர் வெளியீடு' வெளியிட்டுள்ளது.

பெண்களற்ற ஆண்கள்

ஹருகி முரகாமி

தமிழில்

ஸ்ரீதர் ரங்கராஜ்

எதிர்
வெளியீடு

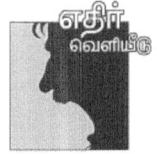

பெண்களற்ற ஆண்கள்
ஹருகி முரகாமி

முதல் பதிப்பு: ஜனவரி 2022
எதிர் வெளியீடு
96, நியூ ஸ்கீம் ரோடு, பொள்ளாச்சி – 642 002
தொலைபேசி: 04259 226012, 99425 11302

விலை: ரூ. 320

Penkalatra Aangal
Haruki Murakami

Translated by Sridhar Rangaraj
First Edition: January 2022

Published by
Ethir Veliyeedu, 96, New Scheme Road, Pollachi – 642 002
email: ethirveliyedu@gmail.com
www.ethirveliyeedu.com

ISBN: 978-93-90811-82-3
Cover Design: Santhosh Narayanan

Printed at Manipal Technologies Limited, Manipal

Copyright © Haruki Murakami

All rights reserved. No part of this book may be reprinted or reproduced or utilised in any form or by any electronic, mechanical or other means, now known or hereafter invented, including Photocopying and recording, or in any information storage or retrieval system, without permission in writing from the Publisher.

உள்ளடக்கம்

1. எங்கள் காலத்து வழக்காறு 07
2. காற்றுக் குகை 37
3. சாரம் 54
4. தாய்லாந்து 74
5. நான் அதை எங்கே காணக்கூடும் 100
6. பீட்டில்ஸுடன் 132
7. பெண்களற்ற ஆண்கள் 173
8. மின்மினி 194

எங்கள் காலத்து வழக்காறு

நான் 1949இல் பிறந்தேன். 1963இல் உயர்நிலைப் பள்ளிக்கும் 1967இல் கல்லூரிக்கும் சென்றேன். எனவே, வேறுவகையில் நன்னிமித்தங்கள் கொண்ட என்னுடைய இருபதாவது வயதை பித்தேறிய, குழப்பமான 1968 கிளர்ச்சிக்கிடையில் பார்க்கநேர்ந்தது. அது, என்னை வழக்கமான அறுபதுகளின் குழந்தையாக ஆக்குமென்று யூகிக்கிறேன். அந்தக் காலகட்டம் அதிகளவில் பாதிப்பை ஏற்படுத்தக்கூடியதாக, வளர்ச்சி சார்ந்ததாக இருந்ததால் என் வாழ்க்கையின் மிகமுக்கியமான காலகட்டமாக இருந்தது, நானோ நுரையீரல் முழுக்க கவலையற்ற மனநிலையைச் சுவாசித்து, மிக இயல்பாக, நடக்கும் விஷயங்களால் பரவசமுற்றிருந்தேன். எனக்குத் தகுதியுள்ள சில வாய்ப்புகளுக்கு முயற்சிசெய்தேன்—அப்படியான முயற்சிகள் பலனளிக்கும்போது கிடைக்கும் பரபரப்பு அலாதியானது, பின்னணியில் ஜிம் மாரிசன், பீட்டில்ஸ், பாப் திலன் போன்றவர்களின் இசை ஒலிக்கும். மொத்தச் சூழ்நிலையும் அவ்வாறாக இருந்தது.

இப்போதுகூட, அவற்றையெல்லாம் நினைத்துப் பார்க்கும்போது அந்த வருடங்களே ஆகச்சிறப்பானவை என்று நினைத்துக் கொள்வதுண்டு. காலத்தின் இயற்பண்புகளை நீங்கள் ஒவ்வொன்றாக ஆராய்ந்து பார்த்தால், கவனிக்கத்தக்கதாக உங்களால் எதையும் கண்டுபிடிக்க முடியாது என்று உறுதியாகச் சொல்வேன். இருப்பதெல்லாம் வரலாற்று இயந்திரம் உருவாக்கும் வெப்பம், குறிப்பிட்ட சில இடங்களில், குறிப்பிட்ட காலத்தில், குறிப்பிட்ட சில விஷயங்கள் விட்டுச்செல்லும் வரையிடப்பட்ட மங்கலான ஒளி மட்டுமே—மேலும், ஒருவகையான இனம்புரியாத பதற்றநிலை, அனைத்தையும்

தொலைநோக்கியின் தவறான முனையிலிருந்து பார்த்துக் கொண்டிருப்பதாகத் தோன்றும். வீரம் மற்றும் போக்கிரித்தனம், பெருமகிழ்ச்சி மற்றும் பெருத்த ஏமாற்றம், தியாகம் மற்றும் திருத்தல்வாதம், மௌனம் மற்றும் நாவன்மை, இன்னபிற இன்னபிற... இவை எந்த வயதினருக்கும் பொருந்தக்கூடிய விஷயங்கள். எங்கள் காலத்தில் மட்டும்—மிகைப்படுத்தப்பட்ட இந்த உணர்ச்சியை மன்னியுங்கள்—அனைத்தும் எப்படியோ வண்ணமயமாக இருந்தன, மிகவும் தொட்டுணரக்கூடியதாக, கையை நீட்டினால் எடுத்துக்கொள்ளலாம் என்பதாக இருந்தன. எந்தவிதமான ஜாலவித்தைகள், தள்ளுபடிக் கூப்பன்கள், மறைமுகமான விளம்பரங்கள், புள்ளிகளைச்-சேகரியுங்கள்-அட்டைத் திட்டங்கள், நயவஞ்சகமான, தப்பிப்பதற்கான ஓட்டைகள் கொண்ட ஆவணங்கள் ஆகியவை இல்லை. காரணமும் விளைவும் கைகுலுக்கிக் கொண்டன; கோட்பாடும் யதார்த்தமும் தன்நிறைவுடன் தழுவிக்கொண்டன. உச்சபட்ச முதலாளித்துவ வரலாற்றுக்கு முந்தைய காலம்: தனிப்பட்ட முறையில் அந்த வருடங்களை நான் இப்படியாக அழைக்கிறேன்.

ஆனால் அந்தச் சகாப்தம் என்பது எங்களுக்கு—அதாவது என்னுடைய தலைமுறைக்கு— ஏதேனும் தனிச்சிறப்பு வாய்ந்த பிரகாசத்தைக் கொண்டுவந்ததா என்றால், எனக்கு அவ்வளவு உறுதியாகத் தெரியவில்லை. இறுதிப் பகுப்பாய்வில், ஒருவேளை நாங்கள் பரபரப்பான திரைப்படத்தைப் பார்ப்பதுபோல அந்தக் காலகட்டத்தை எளிதாகக் கடந்து சென்றுவிட்டோம்: அதை உண்மையென்றே உணர்ந்தோம்—எங்களது இதயங்கள் வேகமாகத் துடித்தன, உள்ளங்கைகள் வியர்த்தன—ஆனால் விளக்குகள் போடப்பட்டதும் திரையரங்கை விட்டு வெளியேறி, விட்ட இடத்திலிருந்து வாழ்க்கையைத் தொடர்ந்தோம். ஏதோ காரணத்தினால் அவற்றிலிருந்து உண்மையிலேயே மதிப்புமிக்க பாடங்களைக் கற்றுக்கொள்ளத் தவறிவிட்டோம். ஏனென்று கேட்காதீர்கள். நான் அளவுக்கதிகமாக அந்த ஆண்டுகளோடு பிணைக்கப்பட்டிருக்கிறேன் என்பதால் இந்தக் கேள்விக்குப் பதில் சொல்லமுடியாது. ஒரேயொரு விஷயத்தை மட்டும் நீங்கள் புரிந்துகொள்ள வேண்டும் என்று விரும்புகிறேன்: அந்தக் காலகட்டத்தில் வளர்ந்து வந்தேன் என்பதுகுறித்து எனக்கு எவ்விதப் பெருமையும் இல்லை; இங்கு வெறுமே நடந்த உண்மைகளைத் தெரிவிக்கிறேன்.

இப்போது பெண்களைப் பற்றிப் பேசலாம். புத்தம்புதிய பிறப்புறுப்புகளுடன் இருந்த இளைஞர்களாகிய எங்களுக்கும் பெண்களுக்கும் இடையிலான குழப்பமான பாலியல் உறவுகள்பற்றிக் கூறுகிறேன். அந்தக் காலத்தில் பெண்கள் எப்படியிருந்தனர் என்றால்—எப்போதும்போல பெண்களாகவே இருந்தனர்.

ஆனால் முதலில் கன்னித்தன்மை குறித்து. அறுபதுகளில், கன்னித்தன்மை என்பது இன்றைக்கு இருப்பதைக் காட்டிலும் அதிக முக்கியத்துவம்வாய்ந்த ஒன்றாக இருந்தது. நானறிந்தவரையில்—இதுகுறித்து கணக்கெடுப்பு எதுவும் நான் நடத்தியதில்லை—என் தலைமுறையைச் சேர்ந்த ஐம்பது சதவீதப் பெண்கள், தங்களது இருபதாவது வயதின்போது கன்னித்தன்மையோடு இருக்கவில்லை. அல்லது குறைந்தபட்சம் பொதுப்பார்வையில் என்னைச்சுற்றி அப்படியாக இருந்தது. அதன் அர்த்தம், உணர்வுபூர்வமாக அல்லது அப்படியில்லாமலும்கூட கிட்டத்தட்ட பாதிப்பெண்கள் இந்தக் கன்னித்தன்மை என்பதை மதித்தார்கள்.

இப்போது அதைப்பற்றி யோசிக்கும்போது, என்னுடைய தலைமுறையைச் சேர்ந்த பெரும்பாலான பெண்கள், அவர்கள் கன்னித்தன்மையோடு இருந்தார்களோ, இல்லையோ, அவரவர் பங்கிற்கு பாலுறவு குறித்த அகப்போராட்டத்தோடு இருந்தனர் என்பேன். அது, அவர்களது சூழ்நிலை மற்றும் இணைசார்ந்து அமைந்தது. ஒப்பீட்டளவில் அமைதியான இப்பெரும்பான்மையைப் பொதியும்விதமாக, உடலுறவை விளையாட்டாக நினைத்த தாராளவாதிகளும், திருமணம் செய்துகொள்ளும் வரையில் பெண்கள் கன்னித்தன்மையோடு இருக்கவேண்டும் என்று பிடிவாதம் பிடிக்கும் பழமைவாதிகளும் இருந்தனர்.

இளைஞர்களிடையே, திருமணம் செய்துகொள்ளப்போகும் பெண் கன்னித்தன்மையோடு இருக்க வேண்டும் என்ற எண்ணம் உள்ளவர்களும் உண்டு.

மனிதர்கள் வேறுபடுகின்றனர், விழுமியங்கள் வேறுபடுகின்றன. எந்தக்காலமாக இருந்தாலும் இது மாறுவதில்லை. ஆனால் வேறு எந்தக் காலகட்டத்தையும்விட அறுபதுகளில்

இருந்த வித்தியாசம் என்னவென்றால், இந்த வேறுபாடுகள் தீர்க்கப்படக்கூடியவை என்று நாங்கள் நம்பினோம் என்பதே.

இது எனக்குத் தெரிந்த ஒருவனின் கதை. நான் கோபேயில் உயர்நிலைப்பள்ளியின் முதுநிலையில் இருந்தபோது என் வகுப்பில் இருந்தவன், வெளிப்படையாகச் சொன்னால் எதையும் சாதிக்கக்கூடிய வகையினன். அவனுடைய மதிப்பெண்கள் சிறப்பாக இருந்தன, விளையாட்டுகளில் ஈடுபடுவான், கனிவானவன், அதேசமயம் அவனிடம் தலைமைப் பண்புகளும் இருந்தன. பெரிய அழகன் அல்ல என்றாலும் பார்வைக்கு நன்றாக இருப்பான். அவனால் பாடவும் முடியும். நல்ல பேச்சாளன், வகுப்பறைக் கலந்துரையாடல்களில் கருத்துகளை முன்வைப்பவனாக இருந்தான். இதன் பொருள், அவன் சுயமாகச் சிந்திக்கக்கூடியவன் என்பதல்ல—ஆனால் வகுப்பறைக் கலந்துரையாடல்களில் அசலான சிந்தனையை யார் எதிர்பார்க்கிறார்கள்? எங்களுக்கு வேண்டியதெல்லாம் அது எவ்வளவு சீக்கிரம் முடிகிறதோ அவ்வளவு நல்லது, மேலும் அவன் வாயைத் திறந்தான் என்றால் அந்த விஷயம் முடிவுக்கு வரப்போகிறது என்பதில் நாங்கள் உறுதியாக இருந்தோம். அந்தவகையில், அவனை உண்மையான நண்பன் என்று சொல்லிக்கொள்ளலாம்.

அவனை நீங்கள் எந்தவிதத்திலும் குறைசொல்ல முடியாது. ஆனால் அதேசமயம் அவன் மனத்தில் எவ்விதமான எண்ணங்கள் இருந்தன என்பதுகுறித்து என்னால் ஒருபோதும் கற்பனை செய்ய முடிந்ததில்லை. சிலசமயம், அவனுடைய தலையைக் கழற்றிக் குலுக்கி அது என்னவிதமான சத்தத்தை உருவாக்கும் என்று பார்க்கத் தோன்றும். இருப்பினும் அவன் பெண்களிடையே மிகவும் பிரபலமாக இருந்தான். வகுப்பில் அவன் எப்போது எழுந்துநின்று ஏதாவது சொல்லத் தொடங்கினாலும் அத்தனை பெண்களும் அவனைப் பாராட்டும்விதமாக பார்த்துக் கொண்டிருப்பார்கள். கணக்குப்பாடத்தில் ஏதாவது சிக்கல், அவர்களுக்குப் புரியவில்லையென்றால் உடனே அதை அவனிடம் எடுத்துச் செல்வார்கள். அவன் என்னைவிட கிட்டத்தட்ட இருபத்தேழு மடங்கு பிரபலமாக இருந்தான். அப்படிப்பட்ட வகையினன்.

எல்லோரும் அவரவர் பங்குக்கு வாழ்க்கையென்னும் பாடப் புத்தகத்திலிருந்து தங்களுக்கான பாடத்தைக் கற்றுக் கொள்கிறோம். அவ்வகையில் நான் கண்டெடுத்த ஞானம் என்னவென்றால், எந்தவொரு கூட்டமைப்பிலும் இவனைப் போன்ற வகைமைகள் இருக்கும், அதை நாம் ஏற்றுக் கொள்ளத்தான் வேண்டும்.

தனிப்பட்டமுறையில் அவனைப்போன்ற வகையினரை நான் விரும்புவதில்லை என்பதைக் குறிப்பிட்டுச்சொல்ல வேண்டியதில்லை. ஒருவேளை, கொஞ்சம் குறைபாடுகள் கொண்ட, சற்று அசாதாரணமான இருப்பாக உள்ளவர்களை விரும்பினேன் என்று நினைக்கிறேன். எனவே, முழுவருடமும் ஒரேவகுப்பில் இருந்தும் ஒருமுறைகூட அவனோடு சேர்ந்து சுற்றியதில்லை. அவனோடு பேசினேனா என்பதுகூட சந்தேகமாக இருக்கிறது. அவனோடு முறையான ஓர் உரையாடலில் முதன்முதலாக ஈடுபட்டது, எனது கல்லூரி முதல் வருடத்தின் கோடைகால விடுமுறையின்போது. நாங்கள் இருவரும் ஒரே ஓட்டுநர் பயிற்சிப்பள்ளியில் சேர்ந்திருந்தோம். அவ்வப்போது பேசிக்கொள்வோம் அல்லது இடைவேளையின்போது சேர்ந்து காஃபி அருந்துவோம். ஓட்டுநர் பயிற்சிப்பள்ளி என்பது மிகவும் சலிப்பூட்டக்கூடியது என்பதால் நேரத்தைக் கொல்வதற்காக யார் கிடைத்தாலும் பேசத் தயாராகயிருந்தேன். எங்களது உரையாடல்கள்பற்றி தெளிவாக ஏதும் நினைவில் இல்லை. எனவே, நாங்கள் என்ன பேசியிருந்தாலும் அது நல்லவிதத்திலோ அல்லது மாறாகவோ எவ்விதத் தாக்கத்தையும் ஏற்படுத்தவில்லை.

அவனைப்பற்றி நினைவிலிருக்கும் இன்னொரு விஷயம், அவனுக்கொரு தோழி இருந்தாள். அவள் வேறுவகுப்பில் இருந்தவள், எங்கள் பள்ளியிலேயே அழகான பெண். அவளிடம் நல்ல மதிப்பெண்கள் இருந்தன, அவளும் விளையாட்டுகளில் ஆர்வம் உள்ளவள், மேலும் தலைமைப் பொறுப்பில் இருந்தாள். வகுப்புக் கலந்துரையாடல்களில் அவளது வார்த்தைகளே இறுதியானவை. சொல்லப்போனால் இவர்கள் இருவரும் ஒருவருக்கொருவர் மிகப் பொருத்தமானவர்கள்: திரு மற்றும் திருமதி பரிசுத்தம், ஏதோ பற்பசை விளம்பரத்திலிருந்து வந்தவர்கள்போல.

அவர்கள் இருவரையும் அவ்வப்போது பார்ப்பேன். மதிய உணவு இடைவேளையின்போது, பள்ளி மைதானத்தின் மூலையில் அமர்ந்து பேசிக்கொண்டிருப்பார்கள். பள்ளி முடிந்தபின் இருவரும் சேர்ந்து ரயிலில் வீட்டுக்குச் செல்வார்கள், இருவரும் வெவ்வேறு நிலையத்தில் இறங்கவேண்டும். அவன் கால்பந்து அணியில் இருந்தான், அவள் ஆங்கில-உரையாடல் கிளப்பில் இருந்தாள். அவர்களுடைய பாடத்திட்டம் சாராத நடவடிக்கைகள் ஒரேநேரத்தில் முடியவில்லை எனும்போது முதலில் முடிந்தவர் நூலகத்திற்குச் சென்று படித்துக் கொண்டிருப்பர். கிடைக்கும் ஓய்வுநேரங்களை இருவரும் சேர்ந்து செலவிட்டனர்.

யாரிடமும்—என்னுடைய கூட்டத்தில்—அவர்களுக்கெதிரான மனநிலை இல்லை. யாரும் அவர்களைக் கிண்டல் செய்வதில்லை, அவர்களுக்கு எந்தத் தொந்தரவும் கொடுப்பதில்லை. சொல்லப்போனால், நாங்கள் அவர்களைக் கவனிப்பதே மிகவும் குறைவு. நாங்கள் பேசுவதற்கு அவர்கள் எந்த விஷயத்தையும் பங்களிக்கவில்லை. வானிலையைப்போல அவர்களும் ஒரு பௌதிக உண்மை — வெறுமனே அங்கே இருந்தார்கள். தவிர்க்க இயலாததாக, எங்களுக்கு அதிக ஆர்வம் இருந்த விஷயங்களையே பேசிக்கொண்டிருந்தோம். உடலுறவு, ராக் & ரோல், ழூான்-லூக் கொடார்ட்டின் சினிமாக்கள், அரசியல் இயக்கங்கள் மற்றும் கென்ஸபுரோ ஓய் நாவல்கள் போன்றவை. ஆனால் குறிப்பாக உடலுறவு.

சரிதான், நாங்கள் அறியாமையில், சுயபெருமிதத்தில் மூழ்கியிருந்தோம். வாழ்க்கைகுறித்த எவ்விதப் புரிதலும் இல்லை. எங்களைப் பொறுத்தவரை, திரு மற்றும் திருமதி பரிசுத்தம் இருவரும் அவர்களுடைய தூய்மையான உலகில் இருப்பவர்கள். இதன்பொருள் அநேகமாக, அந்தக் காலகட்டத்தில் எங்களை மகிழ்வித்த மாயைகளும் அவர்கள் ஏற்றுக்கொண்டிருந்த மாயைகளும் குறிப்பிட்ட அளவிற்குப் பரிமாற்றம் செய்யத்தக்கது என்றிருக்கலாம்.

இது அவர்களின் கதை. இது மகிழ்ச்சியான கதையல்ல. அதுபோல, இந்தக் காலகட்டத்திலிருந்து யோசிக்கும்போது அவ்வளவாக ஒழுக்கநெறிகள் கொண்ட கதையுமல்ல. இருந்தாலும் பரவாயில்லை: இது எந்தளவுக்கு அவர்களின்

கதையோ அந்தளவுக்கு எங்களின் கதையும்கூட. அப்படிப் பார்க்கும்போது இது, ஒருவகையான பண்பாட்டு வரலாறாக இருக்கும் என்று யூகிக்கிறேன். என்னைப்போன்ற நுண்ணுணர்வற்ற நாட்டுப்புறவியலாளன் ஒருவனுக்கு, தொகுத்து மற்றும் விவரித்துச்சொல்லப் பொருத்தமான விஷயம்.

நானும் அவனும் டஸ்கன் மலையடிவாரத்தில் உள்ள இத்தாலிய நகரமான லுக்காவில் எதிர்பாராமல் சந்தித்துக்கொண்டோம். அந்தச் சமயத்தில் நானும் என் மனைவியும் ரோம் நகரத்தில் ஓர் அடுக்கக வீட்டை வாடகைக்கு எடுத்திருந்தோம், ஆனால் அவள் சில வாரங்களுக்கு ஜப்பான் சென்றிருந்தாள், நான் ரயில்மூலமாக சுற்றியலைந்து கொண்டிருந்தேன். வெனிஸ், வெரோனா, மான்டுவா, மோடெனாவுக்குப் பிறகு அமைதியான சிறுநகரமாகிய லுக்காவில் சிலநாள் தங்கல். அங்கே புறநகர்ப்பகுதியில் அற்புதமான காளான் உணவுகளைப் பரிமாறக்கூடிய ஓர் உணவகம் உண்டு. தற்செயலாக, அவனும் நான் தங்கியிருந்த அதே விடுதியில் தங்கியிருந்தான். உலகம் மிகச்சிறியது.

அன்று மாலை உணவகத்தில் ஒன்றாக உணவருந்தினோம். இருவருமே தனியாகப் பயணம் செய்துகொண்டிருந்தோம்; இருவரும் சலிப்புடன் இருந்தோம். உங்களுக்கு வயதாக ஆக தனியே பயணிப்பது உற்சாகக் குறைவானதாக மாறுகிறது. வெளிப்புறக் காட்சிகள் குறைவான ஈர்ப்புடையதாக மாறுகின்றன; மற்றவர்களின் முடிவற்ற உரையாடல்கள் செவிகளைத் துன்புறுத்துவதாக ஆகின்றன. புதிய உணவகங்களை முயற்சி செய்யவேண்டும் என்று நீங்கள் சிரமப்படுவது இல்லை. ரயிலுக்கான காத்திருப்பு முடிவற்றதாக நீள்கிறது, கைக்கடிகாரத்தை மீண்டும் மீண்டும் பார்த்துக்கொள்வீர்கள். நீங்கள் பயணித்துக்கொண்டிருக்கும் நாட்டின் மொழியைப் பேசவேண்டும் என்ற முனைப்பு உங்களிடம் இருப்பதில்லை. கண்ணை மூடினால் உங்கள் நினைவுக்கு வருவதெல்லாம் கடந்தகாலத் தவறுகள் மட்டுமே.

ஒருவேளை, அதனாலேயே நானும் அவனும் ஒருவரையொருவர் பார்த்ததும் ஆறுதலடைந்தோம் என்று நினைக்கிறேன்,

முன்பு ஓட்டுநர் பயிற்சிப்பள்ளியில் சந்தித்துக்கொண்டதைப் போல. கணப்படுப்புக்கு அருகில் உள்ள இடத்தைத் தேர்ந்து கொண்டோம், நல்ல தரமான ரூஸோ ஒயினை கொண்டுவரப் பணித்துவிட்டு ஃபங்கி ட்ரிஃபோலட்டியின் ஆன்டிபாஸ்டோ, அதைத்தொடர்ந்து ஃபெட்டுசின் ஐ போர்ஸினி மற்றும் அர்ரோஸ்டோ டி டார்ட்ஃபோ பியான்கோ போன்ற காளான்களிட்டுச் சமைக்கப்படும் உணவுகளைச் சாப்பிடத் தொடங்கினோம்.

அவன் லுக்காவிற்கு மரச்சாமான்கள் வாங்க வந்திருப்பதாக, ஐரோப்பிய மரச்சாமான்களை வாங்கி-விற்கும் நிறுவனமொன்றை நடத்திக்கொண்டிருப்பதாகக் கூறினான், வழக்கம்போல அதிலும் வெற்றியோடு இருந்தான். அதுகுறித்து பெருமையாக அவன் ஏதும் பேசிக்கொள்ளவில்லை என்றாலும் முதல் பார்வையிலேயே இந்த மனிதன் உலகத்தைத் தன் கைகளில் வைத்திருக்கிறான் என்று என்னால் சொல்லமுடிந்தது. அவனது உடைகள், அவன் பேசியவிதம், மரியாதையாக நடந்துகொண்டவிதம் ஆகியவற்றில் அது தெரிந்தது. வெற்றி அவனுக்குப் பொருத்தமாக, ஒருவகையில் பார்ப்பதற்கு மகிழ்ச்சிதருவதாக இருந்தது.

ஆரம்பத்தில் இத்தாலி குறித்து பேசிக்கொண்டிருந்தோம், நம்பமுடியாத ரயில் அட்டவணைகள், உணவுக்காக ஒதுக்கப்படும் அளவுக்கதிகமான நேரம். பிறகு எந்தப்பேச்சு அதற்கு இட்டுச்சென்றது என்று எனக்கு நினைவில்லை, ஆனால் பணியாள் இரண்டாவது ஒயின் பாட்டிலை எடுத்து வரும்போது அவன் ஏற்னகெவே தனது கதையைச் சொல்லத் தொடங்கியிருந்தான், நான் அவ்வப்போது சரியான இடைவெளியில் எனது கருத்தை வெளிப்படுத்திக் கொண்டிருந்தேன். வெகுகாலமாக இதை யாரிடமாவது பகிர்ந்துகொள்ள வேண்டும் என்று காத்திருந்திருக்கிறான், ஆனால் அதற்கான வாய்ப்பு அவனுக்குக் கிடைக்கவில்லை என்று நினைக்கிறேன். வசதியான அந்த உணவகம் மற்றும் எண்பத்து-மூன்றாம் வருட கோல்டிபுவானோ ஒயினின் நறுமணம் இல்லையென்றால் அந்த விஷயத்திற்குள் நுழைந்திருக்க மாட்டான்.

"நான் எப்போதும் என்னைச் சலிப்பான நபர் என்றே நினைத்திருக்கிறேன்" என்றான். "என்னுடைய சிறுவயதில்கூட கட்டுப்பாடுடன் வளர்க்கப்பட்டேன். என்னைச் சுற்றி வேலிகளே இருந்தன, அவற்றைத் தாண்டக்கூடாது என்பதில் கவனமாக இருந்தேன். நெடுஞ்சாலையில் இருப்பதுபோல வழிகாட்டுதல்கள் இருந்தன: இந்த வழியில் வெளியேறுபவர்கள் மட்டும் வலதுபுறப் பாதையைப் பயன்படுத்தவும், முன்னே சென்று இணைந்துகொள்ளவும், கடந்து செல்லக்கூடாது. நீங்கள் செய்யவேண்டியதெல்லாம் அந்த அறிவிப்புகளைப் பின்பற்ற வேண்டியது மட்டுமே, சேரவேண்டிய இடத்திற்குச் சென்று சேர்ந்துவிடுவீர்கள். அப்படித்தான் எல்லாவற்றையும் செய்தேன்—சரியான வழியில் செய்தேன்—அதன்விளைவாக, பெரியவர்கள் அனைவரும் என்னை ஆர்வத்தோடு கவனித்தனர், பாராட்டினர். இளம்வயதில், எல்லோரும் விஷயங்களை ஒரேவிதத்தில் பார்க்கிறார்கள் என்று நினைத்திருந்தேன். ஆனால் காலப்போக்கில் அப்படியல்ல என்பதை அறிந்து கொண்டேன்."

என்னுடைய ஒயின் கோப்பையை நெருப்புக்கு நேராகப் பிடித்து சிறிதுநேரம் அதை உற்றுப் பார்த்துக்கொண்டிருந்தேன்.

"என் வாழ்க்கை முழுவதும்—அல்லது குறைந்தபட்சம் அதன் முதல் பகுதியில்—விஷயங்கள் சரியாக நடந்தன. சொல்லிக்கொள்ளும்படியாக எந்தச் சிக்கலும் இல்லை. ஆனால் அதேசமயம், வாழ்வது என்ற சொல்லின் அர்த்தம் என்ன என்பதுகுறித்து எனக்குக் கருத்து ஏதும் இருந்ததா? என்ன செய்துகொண்டு இருந்தேன், எதைத் தொடர்ந்து கொண்டிருந்தேன் என்பதே எனக்குத் தெரியாது. சொல்லவருவது என்னவென்றால், நான் கணிதத்தில் சிறந்தவன், ஆங்கிலத்தில் சிறந்தவன், விளையாட்டுகளில் சிறப்பாக இருந்தேன். குறைசொல்ல ஏதுமில்லை. எல்லோரும் என்னைத் தட்டிக்கொடுத்தனர், என்னுடைய ஆசிரியர்கள் நான் கவலைப்படுவதற்கு எதுவுமே இல்லை என்றார்கள். ஆனால் உண்மையில், எது எனக்கானது? நான் என்னவாக விரும்பினேன்? சட்டம் படிக்க வேண்டுமா? பொறியியலா? அல்லது மருத்துவமா? எதுவாக இருந்தாலும் சிறப்பாக இருந்திருக்கும். எனவே, என்னுடைய பெற்றோர் மற்றும்

ஆசிரியர்கள் சொல்படி டோக்கியோ பல்கலைக்கழகத்தில் சட்டம் பயின்றேன்."

இன்னொரு மிடறு ஒயினை அருந்தினான். "உயர்நிலைப் பள்ளியில் இருந்த என்னுடைய தோழியை உனக்கு நினைவிருக்கிறதா?"

"ஃபுஜிஸவா என்று ஏதோ வரும், இல்லையா?" நான் நினைவுகளுக்குள் அவளது பெயரைத் தேடினேன். உறுதியாக தெரியாவிட்டாலும் சரியாகச் சொல்லியிருந்தேன்.

அவன் ஆமோதிப்பாகத் தலையசைத்தான். "சரியாகச் சொன்னாய், யோஷிகோ ஃபுஜிஸவா. அவளுக்கும் அதேதான் நடந்தது. நான் உணர்கின்ற அனைத்தையும் அவளிடம் பகிர்ந்துகொள்ள முடிந்தது, அவள் அவற்றைப் புரிந்துகொண்டாள். எங்களால் தொடர்ந்து பேசிக்கொண்டே இருக்கமுடியும். அதாவது... நான் சொல்ல வருவது, அவளைச் சந்திக்கும்வரை எதையும் பகிர்ந்துகொள்ளக்கூடிய வகையில் எனக்கு நண்பர்களே இல்லை."

அவனும் யோஷிகோ ஃபுஜிஸவாவும் ஆச்சரியப்படுத்தும் விதமாக ஆன்ம இரட்டையர்போல் இருந்தனர். இருவரும் வகுப்பின் தலைமைப் பொறுப்பில் இருந்தனர். பள்ளியின் உச்ச நட்சத்திரங்கள். இருவரும் வசதியான குடும்பத்திலிருந்து வருபவர்கள், இருப்பினும் அவர்களது பெற்றோருக்கிடையில் உண்மையில் ஒத்துப்போகவில்லை. தந்தையருக்கு வேறு பெண் தொடர்புகள் இருந்தன என்பதால் இரவுநேரங்களில் வீட்டுக்கு வருவதில்லை. அவர்கள் விவாகரத்து செய்துகொள்ளாமல் இருந்ததன் காரணம், மற்றவர்கள் என்ன நினைப்பார்கள் என்பதே. அம்மாக்கள் வீட்டை நிர்வகித்தனர், எனவே குழந்தைகள் எதைச்செய்தாலும் அதில் சிறந்து இருக்கும்படி அழுத்தம் கொடுக்கப்பட்டது. இரண்டு குழந்தைகளாலும் யாரிடமும் நெருங்க முடியவில்லை. இருவரும் பிரபலமாக இருந்தனர், அதேசமயம் நண்பர்களற்று இருந்தனர், அது ஏனென்று அவர்களுக்குப் புரியவில்லை.

ஒருவேளை சாதாரண, குறைகளுடைய மனிதர்கள் மற்ற சாதாரண, குறைகளுடைய மனிதர்களின் துணையையே விரும்பினர் என்றிருக்கலாம்.

அவர்கள் எப்போதும் தனிமையில், பதற்றத்தில் இருந்தனர். பிறகு, திடீரென ஒருவரையொருவர் சந்தித்துக் கொண்டனர். ஒருவரையொருவர் ஏற்றுக்கொண்டனர். காதலில் விழுந்தனர். இருவருமே மற்றவரிடம் வெகுஇயல்பாக உணர்ந்தனர். குறிப்பாக, இருவரும் சேர்ந்து தனியாக இருக்கும்போது. பகிர்ந்து கொள்வதற்கு அவர்களிடம் நிறைய ரகசியங்கள் இருந்தன; தங்களது தனிமை, பாதுகாப்பின்மை மற்றும் கனவுகள் குறித்துப் பேசுவதில் அவர்கள் களைப்படைந்ததில்லை.

உடல்ரீதியிலான தொடர்பு என்று வரும்போது, அவர்களுக்குள் சில விதிமுறைகள் இருந்தன: ஒருபோதும் ஆடைகளைக் கழற்றக்கூடாது, ஒருவர் மற்றவரைக் கைகளால் மட்டுமே தொட வேண்டும். வாரம் ஒருமுறை மதியநேரத்தை இருவரில் ஒருவரின் படுக்கையறையில் செலவிட்டனர். இரண்டு வீடுகளுமே அமைதியானவை—தந்தையர் இல்லாதவை, அம்மாக்கள் வேலைநிமித்தமாக வெளியில் சென்றிருப்பர். மேசைக்குப் பக்கத்தில் அருகருகாக இரண்டு நாற்காலிகள், பாடங்களுக்குச் செல்வதற்குமுன்னர் பத்திலிருந்து பதினைந்து நிமிடம் வரை பரபரப்பான வருடல்களுக்குத் தங்களை அனுமதித்துக் கொண்டனர். "சரி, இது போதுமானது இல்லையா? புத்தகங்களுக்குத் திரும்பலாம்," தனது பாவாடையை நேர்செய்தபடி அவள் கூறுவாள்.

இருவரிடமும் நல்ல மதிப்பெண்கள் இருந்தன. படிப்பென்பது அவர்களுக்குச் சிரமமான ஒன்றல்ல, வெகுஇயல்பான ஒன்று. சிக்கலான கணக்குகளுக்கு யார் முதலில் தீர்வு காண்கிறார்கள் என்று இருவரும் போட்டி வைத்துக்கொள்வார்கள். "அது மிக சுவாரசியமாக இருக்கும்," என்றான். ஆமாம், கேட்பதற்கு முட்டாள்தனமாக இருக்கிறது, ஆனால் அவர்களுக்குச் சுவாரசியமாக இருந்தது. நம்மைப்போன்ற குறைகளுடைய மனிதர்களால் ஒருபோதும் புரிந்துகொள்ளமுடியாத சுவாரசியம்.

இருந்தாலும் இந்த உறவுகள் ஏனோ அவனுக்கு முழுமையான நிறைவை அளிக்கவில்லை. ஏதோவொன்று குறைவதாக உணர்ந்தான். அவளோடு படுக்கைக்குச் செல்ல விரும்பினான். உடலுறவு வைத்துக்கொள்ள விரும்பினான். 'உடலால் ஒன்றுபடுதல்' என்பதே அவன் பயன்படுத்திய வார்த்தை. "அது எங்களுக்குள் இன்னமும் நெருக்கமான புரிதலை ஏற்படுத்துமென நினைத்தேன்," என்று என்னிடம் கூறினான். "அது மிகஇயல்பான அடுத்த படி என்பதாகத் தோன்றியது."

இருப்பினும் அவள் அதற்கு ஒப்புக்கொள்ளவில்லை. உதடுகளைக் கடித்தபடி மறுப்பாகத் தலையசைத்தாள். "எனக்கு உன்னைப் பிடித்திருக்கிறது. அதெல்லாம் ஒருபுறம், ஆனால் நான் திருமணம் வரையில் கன்னித்தன்மையோடு இருக்க விரும்புகிறேன்," என்றாள். எவ்வளவு தீவிரமாக அவன் அணுகினாலும் அவள் மனதை மாற்றிக்கொள்ளத் தயாராக இல்லை. "நான் உன்னை விரும்புகிறேன் என்று உனக்குத் தெரியும்," என்பாள். "சந்தேகமின்றி உண்மையாக நேசிக்கிறேன். ஆனால் அது அதுதான், இது இதுதான். என்னை மன்னித்துவிடு. நீ என்னைப் புரிந்துகொள்ள வேண்டும். தயவுசெய். என்னை உண்மையாக நேசிக்கிறாய் என்றால் இதை விட்டுத்தர முடியாதா?"

"அது அப்படியிருக்க வேண்டும் என்று அவள் விரும்பினால் அவளது விருப்பத்தை நான் மதிக்க வேண்டும்," என்றான். "சாத்தியமில்லாத ஒன்றை அவள் கேட்கவில்லை. தனிப்பட்டமுறையில் கன்னித்தன்மை முக்கியமான விஷயமென்று நான் கருதவில்லை. திருமணம் செய்துகொள்ளப்போகும் பெண், கன்னித்தன்மை உடையவளா அல்லது இல்லாதவளா என்பதைப்பற்றி அக்கறைப்பட்டிருப்பேனா என்பதே சந்தேகம். நானொன்றும் புரட்சிகரமான சிந்தனையாளனல்ல, ஆனால் அதேசமயம் அடிப்படைவாதியும் அல்ல. நான் யதார்த்தவாதி. ஆணுக்கும் பெண்ணுக்கும் முக்கியமான விஷயம், அவர்கள் எங்கிருந்து வருகிறார்கள் என்பதை இருவரும் ஒருவருக்கொருவர் தெரிந்துகொள்ள வேண்டும். அப்படித்தான் நினைத்தேன். ஆனால், தான் வாழவேண்டிய வாழ்க்கைகுறித்த சித்திரம் அவளிடம் இருந்தது. அதை மதித்தேன். நாங்கள் தொடர்ந்து

உடைகளுக்குக் கீழே கைகளால் தடவிக்கொள்வதைத் தொடர்ந்தோம்—அது எப்படியென்று உனக்குத் தெரியும்."

"அப்படித்தான் நம்புகிறேன்," என்றேன்.

அவன் முகம் சிவந்து, புன்னகைத்தான். "அது எவ்வளவுதூரம் சென்றதோ அந்தளவுக்கு மோசமில்லை. ஆனால் என்னால் உடலுறவுகுறித்து நினைப்பதை நிறுத்தமுடியவில்லை. என்னைப் பொறுத்தவரை நாங்கள் பாதிதூரமே சென்றிருந்தோம். நான் அவளோடு ஒன்றுபட விரும்பினேன். எதுவும் மூடியிருக்காத, எந்த மறைப்பும் இல்லாத நிலையை விரும்பினேன். இது உரிமைகோரலை முன்வைக்கும் விஷயம். ஏதேனும் அறிகுறி எனக்குத் தேவைப்பட்டது. நிச்சயமாக, பாலியல் உந்துதல் என்பது அதிலொரு பகுதியாக இருந்தது, ஆனால் அது மட்டுமே விஷயமல்ல. நான் வாழ்க்கை முழுவதும் எதனோடும் அல்லது எவரோடும் முழுமையாக இணைந்திருப்பதை உணர்ந்தவனில்லை. எப்போதும் தனியாக இருந்தேன். எப்போதுமே அந்தப் பெட்டிக்குள் திணிக்கப்பட்டு அடைபட்டிருந்தேன் என்பதால் என்னை விடுவித்துக்கொள்ள விரும்பினேன். உண்மையான நான் என்பதைக் கண்டுபிடிக்க விரும்பினேன். அவளோடு படுக்கைக்குச் செல்வதன்மூலம் என்னால் விடுதலையாக முடியும் என்று நம்பினேன்."

அவன் ஒரு திட்டத்தோடு அவளை அணுகினான். அவர்களது கல்லூரிப்படிப்பு முடிந்தவுடன் அவர்கள் திருமணம் செய்துகொள்ளலாம். அவள் விரும்பினால் அதற்கு முன்பாகவேகூட நிச்சயம் செய்துகொள்ளலாம். அது பிரச்சினையே அல்ல. அவள் ஒரு வினாடிக்கு நேரடியாக அவனைப் பார்த்தாள். பிறகு அழகான புன்னகை அவளது முகத்தில் மிதந்தது. உண்மையிலேயே மிக அழகான புன்னகை. அந்த வார்த்தைகளை அவனிடமிருந்து கேட்டதில் அவள் நிச்சயமாக மகிழ்ச்சியடைந்தாள். ஆனால் அதேநேரம் அந்தப் புன்னகை சகிப்புத்தன்மையால் வரையிடப்பட்டது, சோகத்தின் மெல்லிய சாயல் கொண்டது. இணக்கமானது என்று குறிப்பிட்டுச் சொல்லமுடியாது, அதேசமயம் ஊக்கமளிப்பதாகவும் இல்லை—குறைந்தபட்சம் அவன் அப்படி உணர்ந்தான்.

"அதற்குச் சாத்தியமே இல்லை," என்றாள். "நீயும் நானும் ஒருபோதும் திருமணம் செய்துகொள்ள முடியாது. நான் என்னைவிடச் சற்று வயதுகூடிய யாரையேனும் திருமணம் செய்துகொள்வேன், நீ உன்னைவிடச் சற்று வயதுகுறைந்த யாரையேனும் திருமணம் செய்துகொள்ளப்போகிறாய். அப்படித்தான் அது நடக்கும். ஏனெனில் பெண்கள், ஆண்களைக் காட்டிலும் சீக்கிரம் முதிர்ச்சியடைகிறார்கள், அதுபோல, முதுமை அடைவதும் வேகமாக நடக்கும். ஒருவேளை, கல்லூரி முடிந்தபிறகு நாம் திருமணம் செய்துகொண்டால்கூட அது நிலைக்காது. எப்படியிருப்பினும் இதை இப்படியே தொடர அனுமதிக்க முடியாது. நான் உன்னை விரும்புகிறேன் என்று உனக்குத் தெரியும், வேறு எவரையும் இந்தளவுக்கு நான் விரும்பியதில்லை. ஆனால் அது அதுதான், இது இதுதான்,"— இது, அவள் அடிக்கடி பயன்படுத்தும் வாக்கியம். "நாம் இன்னும் உயர்நிலைப் பள்ளியில்தான் இருக்கிறோம். பாதுகாக்கப்பட்ட வாழ்க்கையை வாழ்ந்துகொண்டிருக்கிறோம். உண்மையான உலகம் என்பது மிகப் பெரியது, மிகச் சிக்கலானது. நாம் நம்மைத் தயார்படுத்திக்கொள்ள வேண்டும்."

அவள் என்ன சொல்லவருகிறாள் என்று அவனுக்குத் தெரியும். அவனுடைய தலைமுறை இளைஞர்களைக் காட்டிலும் சிந்தனையில் அவன் அதிகளவு யதார்த்தவாதியாக இருந்தான். இதேவிஷயம் பொதுப்படையாக முன்வைக்கப்பட்டிருந்தால் ஒருவேளை அவன் அதை அங்கீகரித்திருக்கக்கூடும். ஆனால் இது பொதுப்படையாக முன்வைக்கப்பட்டதல்ல; மிகக் குறிப்பாக அவனோடு தொடர்புடையது.

"என்னால் இதை ஏற்றுக்கொள்ள முடியாது," என்று அவளிடம் கூறினான். "உன்னை நேசிக்கிறேன், உன்னோடு இருக்க விரும்புகிறேன். இந்த விஷயத்தில் மிகத்தெளிவாக இருக்கிறேன். எனக்கு இது மிகமுக்கியமானது. யதார்த்த உலகில் சில விஷயங்கள் நிலைக்காது என்பதுபற்றி எனக்குக் கவலையில்லை— உண்மையில், இது நிலைக்கும். நான் உன்னை அந்தளவு நேசிக்கிறேன். உன்மீது பைத்தியமாக இருக்கிறேன்."

அவள் "நான் எவ்விதத்திலும் உதவ முடியாது," என்பதாகத் தலையை அசைத்துக் கொண்டாள். பிறகு அவனுடைய தலைமுடியைக் கோதிவிட்டுக் கேட்டாள், "உண்மையிலேயே

காதலென்றால் என்னவென்று நமக்குத் தெரியுமென நினைக்கிறாயா? நம்முடைய காதல் ஒருபோதும் சோதிக்கப்பட்டதில்லை. நாம் இன்னும் குழந்தைகள்தான், நீயும் நானும்."

அவன் பதில் கூறமுடியாத அளவுக்கு மனமுடைந்து போனான். மீண்டுமொருமுறை அவனைச் சுற்றியுள்ள சுவரை அவனால் உடைக்கமுடியவில்லை, அவன் எவ்வளவு பலவீனமானவன் என்பது புரிந்தது. என்னால் எதையும் செய்யமுடியாது என்று நினைத்துக்கொண்டான். விஷயங்கள் இதுபோலவே தொடர்ந்தால், வாழ்க்கை முழுவதையும் அர்த்தமற்று அந்தப் பெட்டிக்குள்ளேயே ஒவ்வொரு வருடமாக வாழ்வேன்.

உயர்நிலைப்பள்ளி முடிக்கும்வரை இருவரும் ஒன்றாக இருந்தனர். நூலகத்தில் சந்திப்பது, சேர்ந்து படிப்பது, உடைகளுக்குக் கீழே தடவிக்கொள்வது ஆகியவை தொடர்ந்தன. இந்த ஏற்பாட்டில் தவறிருப்பதாக அவள் நினைப்பதுபோல் தெரியவில்லை; சொல்லப்போனால், அதிலுள்ள நிறைவின்மையை அவள் ரசிப்பதாகவே தோன்றியது. அனைவரும் அவர்கள்—திரு மற்றும் திருமதி பரிசுத்தம்—இளமையை அனுபவிப்பதாக நினைத்துக் கொண்டிருக்கையில், அவன் மட்டும் தனியாக ஆறுதலின்றி இருந்தான்.

இறுதியாக, 1967ஆம் வருடத்து வசந்தகாலத்தில் அவன் டோக்கியோ பல்கலைக்கழகத்திற்குப் புறப்பட்டான். அவள் கோபேயிலேயே இருந்து, மிகவும் ஒழுங்குமுறையிலான பெண்கள் கல்லூரி ஒன்றில் சேர்ந்தாள். அந்தவகை கல்வி நிறுவனங்களில் முதல் இடத்தைப் பிடித்த கல்லூரி அது, ஆனால் அவளுக்கு அதுவொரு சவாலே அல்ல. அவள் மிகளிதாக டோக்கியோ பல்கலைக்கழகத்தில் சேர்ந்திருக்க முடியும், ஆனால் அவள் நுழைவுத்தேர்வுக்குக் கூட முயற்சி செய்யவில்லை. அவளது மனதில் அவ்வகையான கல்வி தேவையற்றது என்ற எண்ணம் இருந்தது. "நானொன்றும் நிதியமைச்சகத்தில் வேலைபார்க்கப் போவதில்லை. நானொரு பெண்—எனக்கிது வேறுமாதிரி. ஆனால் உனக்கு, நீ வெகுதூரம் செல்லவேண்டியவன், நான் இந்த நான்கு வருடங்களை எளிதாக எடுத்துக்கொள்ளப் போகிறேன். ஓர்

இடைவேளை, ஒருவகையான ஓய்வு. ஏனெனில் திருமணம் ஆகிவிட்டதென்றால் எனக்கென தொழில்சார்ந்த எதிர்காலம் எதுவும் இருக்காது, இருக்கப்போகிறதா என்ன?"

அவளுடைய மனப்பாங்கு அவனுக்கு ஏமாற்றத்தை அளித்தது. இருவரும் சேர்ந்து டோக்கியோ சென்றதும் தங்களுடைய உறவை வேறுவடிவத்திற்கு எடுத்துச் செல்லலாம் என்று நம்பிக்கொண்டிருந்தான். மறுமுறை சிந்திக்கும்படி அவளை வற்புறுத்தினான், ஆனால் அவள் மறுப்பாகத் தலையசைத்து விட்டாள்.

அவனுடைய முதல்வருடக் கல்லூரிப்படிப்பு முடிந்த கோடைகாலத்தில் கோபேவுக்குச் சென்றான், (அவனும் நானும் ஓட்டுநர் பயிற்சிப்பள்ளியில் சந்தித்துக்கொண்ட அதே கோடைகாலம்) இருவரும் அநேகமாக தினமும் சந்தித்துக்கொண்டனர். அவள் அவனை நீண்டதூரப் பயணங்களுக்கு அழைத்துச்சென்றாள், முன்பைப்போலவே இருவரும் உடைகளுக்குக் கீழே தடவிக்கொண்டனர். ஆனால் இருவருக்கும் இடையில் ஏதோவொன்று மாறிவிட்டதை அவனால் கவனிக்காமல் இருக்கமுடியவில்லை. அந்த மாறுதல் பெரிய அளவிலானது அல்ல. குறிப்பாகச் சொன்னால், அனைத்து விஷயங்களும் அளவுக்கதிகமாக முன்புபோலவே இருந்தன. அவள் பேசுகின்றவிதம், அவள் உடுத்துகின்ற விதம், அவளது கருத்துகள்—அவள்சார்ந்த அனைத்துமே முன்புபோலவே இருந்தன. ஆனால் அவன் மீண்டும் தன்னுடைய பழைய வாழ்க்கையில் கலக்க விரும்பவில்லை. அதுதான் இயக்கவியலின் விதி: செய்ததையே மீண்டும் செய்யச்செய்ய சிறிதுசிறிதாக இருவரும் தங்களுக்குள்ளிருந்த ஒத்திசைவில் இருந்து விலகிச்சென்றனர். எந்தப்பக்கம் திசைமாறுகிறான் என்பது மட்டும் அவனுக்குத் தெரிந்திருந்தால் அது அவ்வளவு மோசமாக இருந்திருக்காது.

டோக்கியோவில் அவன் தனிமையில் இருந்தான், இப்போதும் அவனால் நண்பர்களை உருவாக்கிக்கொள்ள முடியவில்லை. நகரம் நெரிசலாக, குப்பையாக இருந்தது, உணவுகள் சுவையற்று இருந்தன. எந்நேரமும் அவளைப்பற்றி நினைத்துக்கொண்டே இருந்தான். இரவில் தன்னுடைய அறைக்குள் முடங்கிக்கொண்டு அவளுக்குக் கடிதங்கள்

எழுதுவான். அவளும் பதில் எழுதுவாள் (ஆனால் அடிக்கடி அல்ல), அவளுடைய தினசரி நடவடிக்கைகளை விளக்கும் கடிதங்கள், அதை மீண்டும்மீண்டும் படித்துக்கொண்டே இருப்பான்; அந்தக் கடிதங்கள் மட்டும் இல்லையென்றால் அவன் பைத்தியமாகியிருப்பான் என்று அவனுக்கு உறுதியாகத் தெரியும். புகைபிடிக்கத் தொடங்கினான்; மது அருந்தவும் தொடங்கினான். சிலசமயம் வகுப்புகளுக்குச் செல்லமாட்டான்.

கோபேயிலுள்ள வீட்டுக்குச் செல்லும்பொருட்டு கோடை விடுமுறைக்காக அவன் எவ்வளவு ஏங்கினான்! ஆனால் இப்போது இங்கே இருக்கும்போது முன்னைக்காட்டிலும் மனச்சோர்வில் இருக்கிறான். இதில் வேடிக்கையான விஷயம் என்னவென்றால், அவன் இங்கிருந்து சென்று மூன்று மாதங்கள் மட்டுமே ஆகிறது. ஏன், திடீரென அனைத்தும் மிகவும் தூசுபடிந்து மங்கலாகத் தெரிகின்றன? அவன் மிகவும் ஏங்கிய நகரம் இப்போது புறக்கணிக்கப்பட்ட பழைய நகரமாக, மற்றுமொரு சுயநலமிக்க மாகாண நகரமாகத் தெரிந்தது. அவனுடைய அம்மாவோடு பேசுவது என்பது கடும்சோதனையாக இருந்தது. சிறுவயதிலிருந்து அவன் முடிவெட்டிக் கொண்டிருந்த நாவிதரின் கடை இப்போது இருண்டொரு வாய்ப்பாகத் தோன்றியது. அவன் தினமும், தனது நாயுடன் நடைக்குச் சென்ற நீர்நிலை கொண்ட பாதை தற்போது கைவிடப்பட்ட, குப்பைக் கழிவுகள் நிறைந்த பாதையாகத் தெரிந்தது.

அவளைச் சந்திப்பதும்கூட உற்சாகம் தரத் தவறியது. என்னதான் தவறு அவனிடத்தில்? நிச்சயமாக இன்னமும் அவளை நேசிக்கிறான், ஆனால் அது போதுமானதாக இல்லை. கட்டுக்கடங்காத உணர்ச்சிகள் என்றென்றைக்குமாக அடங்கி இருக்காது. அவனுடைய தரப்பிலிருந்து ஏதாவது செய்தாக வேண்டும் அல்லது இந்த உறவானது அழிவைநோக்கிச் சென்றுவிடும்.

உடலுறவு குறித்த கேள்வியை உறைநிலையிலிருந்து எடுத்து மீண்டும் பரிமாறுவதென முடிவெடுத்தான். அவனுக்கிருக்கும் கடைசி வாய்ப்பு அது மட்டுமே.

"இந்த மூன்று மாதங்களாக டோக்கியோவில் தனியாக இருக்கும்போது நான், உன்னைத்தவிர வேறு எதைப்பற்றியும் சிந்திக்கவில்லை. நான் நிச்சயமாக உன்மீது காதலில் இருக்கிறேன். நாம் எவ்வளவுதூரம் விலகியிருந்தாலும் சரி என்னுடைய உணர்வுகள் மாறாமல் இருக்கின்றன. ஆனால் நாம் விலகியிருக்கும்போது மிகவும் பாதுகாப்பற்று உணர்கிறேன். இருண்ட எண்ணங்கள் தோன்றுகின்றன. உனக்கு இது புரியாமல் இருக்கலாம், என் வாழ்நாளில் இவ்வளவு தனிமையை உணர்ந்ததே இல்லை. எவ்வளவுதூரம் விலகியிருந்தாலும் நாம் எப்போதும் இணைப்பில் இருப்போம் என்று உறுதியளிக்கும்வகையில் உன்னுடன் உண்மையான பிணைப்பில் இருக்க விரும்புகிறேன்."

அவள் ஆழமாக மூச்சை இழுத்துவிட்டு, பின் அவனை முத்தமிட்டாள். எப்போதையும்விட மிருதுவாக. "என்னை மன்னித்துவிடு," என்றாள். "என்னுடைய கன்னித்தன்மையை உனக்கு அளிக்கமுடியாது. இது இதுதான், அது அதுதான். உனக்காக எதுவும் செய்வேன், இதைத்தவிர எதையும் செய்வேன். நீ என்னை உண்மையாக நேசிப்பதாக இருந்தால் மீண்டும் இதைப்பற்றி பேசாதே."

மீண்டும் ஒருமுறை அவன் திருமணம்குறித்த பேச்சை முயற்சி செய்தான்.

"என்னுடைய வகுப்பில் இரண்டு பெண்கள் நிச்சயதார்த்தம் முடிந்த பெண்கள்," என்று அவனிடம் கூறினாள். "ஆனால் அவர்களது வருங்காலக் கணவர்கள் ஏற்கெனவே வேலையில் இருக்கிறார்கள். திருமணம் என்பது பொறுப்பேற்றுக் கொள்வது."

"என்னாலும் பொறுப்பேற்றுக்கொள்ள முடியும்," என்று உறுதிபடக் கூறினான். "நல்ல கல்லூரியில் சேர்ந்திருக்கிறேன். என்னால் உனக்கு உறுதியளிக்கமுடியும், நிச்சயம் நல்ல மதிப்பெண்களைப் பெறுவேன். எந்த நிறுவனமாயினும் சரி, எந்த அரசாங்கத் துறையாயினும் சரி, என்னை ஏற்றுக்கொள்ளும். நீ எந்த இடத்தைச் சொன்னாலும் அங்கே என்னால் வேலை பெறமுடியும். மனது வைத்தால் என்னால் எதையும் சாதிக்க முடியும். அதில் என்ன பிரச்சினை இருக்கிறது?"

அவள் கண்களை மூடிக்கொண்டு இருக்கையில் தலையைப் பின்னால் சாய்த்துக்கொண்டாள். "எனக்குப் பயமாக இருக்கிறது," என்று சிறிதுநேரம் கழித்துச் சொன்னாள், பிறகு முகத்தைத் தன் கைகளில் புதைத்துக்கொண்டு தேம்பினாள். "உண்மையில் பயமாக இருக்கிறது. என்னால் என்னைக் கட்டுப்படுத்திக்கொள்ள முடியவில்லை. எனக்கு வாழ்வதே பயமாக இருக்கிறது, எனக்கான புதிய வாழ்க்கையை உருவாக்கிக்கொள்ள வேண்டும் என்பதுகுறித்து பயப்படுகிறேன், இன்னும் சிலவருடங்களில் நான் உண்மையான உலகிற்குள் நுழையவேண்டும், அது என்னை மிகவும் அச்சுறுத்துகிறது. இது, ஏன் உனக்குப் புரியவில்லை? ஏன், என்னை இப்படிச் சித்திரவதை செய்கிறாய்?"

அவன் அவளை அணைத்துக்கொண்டு, "பயப்படுவதற்கு ஒன்றுமில்லை," என்றான். "நான் இருக்கிறேன். என்னைப் பார், எனக்கும் உன் அளவுக்குப் பயமிருக்கிறது. ஆனால் நீயும் நானும் ஒன்றாக இருந்தால் நம்மால் இதைக் கடந்துவிட முடியும் என்று எனக்குத் தெரியும். நம்முடைய திறமைகளை ஒன்றிணைத்தால் பயப்படுவதற்கு எதுவுமில்லை, எதுவுமே இல்லை."

அவள் மறுப்பாகத் தலையசைத்தாள். "உனக்குப் புரியவே இல்லை. நானொரு பெண். உன்னைப்போல் அல்ல. அதைப்பற்றி உனக்கு எதுவும் தெரியாது. ஒன்றும் தெரியாது."

அவன் கூறிய எதுவும் பலனளிக்கவில்லை. அவள் தொடர்ந்து அழுதுகொண்டே இருந்தாள். பிறகு மிகவிநோதமான ஒன்றை அவனிடம் கூறினாள். "கவனி, ஒருவேளை நான் உன்னை விட்டு விலகிவிட்டாலும் உன்னை எப்போதும் நினைத்துக்கொண்டே இருப்பேன். சத்தியமாக, உன்னை எப்போதும் மறக்கவேமாட்டேன். நான் உன்னை எவ்வளவு விரும்புகிறேன் என்று உனக்கே தெரியும். நான் முதன்முதலில் நேசித்த நபர் நீதான், உன்னோடு இருப்பது எனக்கு மகிழ்ச்சி அளிக்கக்கூடியது. என்னைப் புரிந்துகொள். உனக்கு உறுதி அளிக்கக்கூடிய ஏதேனும் ஒன்று வேண்டுமென்றால், உனக்கு ஓர் உறுதியளிக்கிறேன். உன்னோடு படுக்கைக்கு வருவேன். ஆனால் இப்போதல்ல. எனக்குத் திருமணம் ஆனபிறகு உன்னோடு உறவு வைத்துக்கொள்வேன். இது சத்தியம்."

"என்ன பேசிக்கொண்டிருக்கிறாள்? அது என் மனதைத் திடுக்கிட வைத்தது," ஒளிர்ந்துகொண்டிருக்கும் அடுப்பைப் பார்த்தபடி கூறினான். பணியாள், எங்களுக்கான உணவு வரிசையில் *ப்ரிமி பியாட்டி* எனப்படும் முதல் உணவைக் கொண்டுவந்து வைத்துவிட்டு, மற்றொரு கட்டையைக் கணப்படுப்பில் தீப்பொறிகள் பறக்கச் சேர்த்தான். அடுத்த மேசையில் அமர்ந்திருந்த நடுத்தர-வயதிலிருந்த தம்பதியர், உணவின் இறுதியாகச் சாப்பிடவேண்டிய இனிப்புகள் குறித்துத் தீவிரமாக விவாதித்துக் கொண்டிருந்தனர். "என்னால் அதைப் புரிந்துகொள்ளவே முடியவில்லை. வீட்டுக்குச் சென்ற பிறகும் அவள் கூறிய வார்த்தைகள் மீண்டும் மீண்டும் என் மனதில் ஒலித்துக்கொண்டே இருந்தன, என்னால் அவளுடைய தர்க்கத்தைப் புரிந்துகொள்ள முடியவில்லை. உனக்கு இதில் ஏதும் புரிகிறதா?"

"நான் புரிந்துகொள்வது என்னவென்றால், திருமணமான இரவு வரை அவள் கன்னித்தன்மையோடு இருக்க விரும்பினாள், திருமணம் முடிந்தபிறகு, இனிமேல் அவளது கன்னித்தன்மை பிரச்சினையாக ஆகாது எனும்போது உன்னுடன் தொடர்பு வைத்துக்கொள்ள முடிவெடுத்தாள். கிட்டத்தட்ட அதுபோல."

"ஆமாம், நீ கூறியது சரி. அதை அப்படித்தான் புரிந்துகொள்ள முடியும்."

"தனித்தன்மை வாய்ந்த சிந்தனை, அந்தப் பாராட்டை அவளுக்கு அளிக்கவேண்டும். மேலும் ஒருவகையில் தர்க்கபூர்வமானதும் கூட."

அவனது உதட்டில் மெல்லிய புன்னகை. "உண்மை. அதில் தர்க்கம் இருக்கிறது."

"கன்னி மணப்பெண், ஒழுக்கக்கேடான மனைவி. பிரெஞ்சு கிளாசிக் நாவலைப்போல் இருக்கிறது. ஆனால், நடன அரங்குகள் மற்றும் வேலையாட்கள்தான் இல்லை."

"அவளைப் பொறுத்தவரை, அதுதான் யதார்த்தமான தீர்வாக இருந்திருக்கிறது," என்றான்.

"வருத்தமானது," என்றேன்.

ஊடுருவுகின்ற பார்வையோடு மெதுவாகத் தலையசைத்தான். "ஆம், வருத்தமானது. உண்மையைச் சொன்னால் பரிதாபகரமானது. மிகச்சரியான இடத்தை தொட்டுவிட்டாய்," என்றான். "இப்போது நானும் அப்படி நினைக்கிறேன். எனக்கும் வயது கூடியிருக்கிறது. ஆனால் அந்தக் காலகட்டத்தில் என்னால் அதை அப்படிப் பார்க்க முடியவில்லை. நான் சிறுவனாக இருந்தேன், மனிதர்களின் மனதை நிலையற்றதாக்கும் அச்சங்கள்குறித்து அறியாமையில் இருந்தேன். மொத்த விஷயமும் எனக்கு ஆச்சரியத்தை அளித்தது—என்னைக் குழப்பத்தில் தள்ளியது."

"அது அவ்வாறு செய்யும் என்றே அனுமானிக்கிறேன்," என ஒப்புக்கொண்டேன்.

பிறகு மௌன உடன்படிக்கைபோல இருவரும் இத்தாலிய இனிப்பான டார்ட்டூஃபியைச் சுவைத்தோம்.

"**அ**டுத்து என்ன நடந்திருக்கும் என்பதை யூகித்திருப்பாய்," என்று சிறிதுநேரத்துக்குப் பின்பு கூறினான். "நானும் அவளும் பிரிந்தோம். இருவரும் வெளிப்படையாக எதுவும் சொல்லிக் கொள்ளவில்லை. அது, இயல்பாக முடிவுக்கு வந்தது - மிக அமைதியாக. எங்களுடைய உறவைத் தொடர்ந்து நீட்டிப்பதில் இருவருமே சலிப்படைந்திருந்தோம். நான் எப்படிப் பார்க்கிறேன் என்றால், வாழ்க்கைகுறித்த அவளது கருத்துகள்... இதை எவ்வாறு சொல்வது? அவள் அந்த அளவுக்கு நேர்மையாக இல்லை. இல்லை, அப்படிச் சொல்வது சரியில்லை. நான் என்ன சொல்லவருகிறேன் என்றால், அவளால் இன்னமும் சிறப்பாகச் செய்திருக்க முடியும். நான் அவளைக் குறித்து ஏமாற்றமடைந்தேன். கன்னித்தன்மை, திருமணம்—இதுபோன்ற பழமையான விஷயங்களில் தன்னை வருத்திக்கொள்வதைவிட, வாழ்க்கையில் இன்னமும் அதிக முயற்சிகள் எடுத்திருக்க வேண்டும்."

"ஆனால் அது அவளுக்கு அப்பாற்பட்டது," என்றேன்.

அவன் ஆமோதிப்பாகத் தலையசைத்தான். "நானும் அப்படித்தான் நினைக்கிறேன்," என்றபடி இறைச்சியையொத்த காளான் துண்டு ஒன்றை முள்கரண்டியால் எடுத்து வாயில்

இட்டுக் கொண்டான். "அது நடக்கக்கூடியதே. நீங்கள் விரிவாற்றலை இழந்துவிடுகிறீர்கள். ஒருகட்டம் வரும், நீங்கள் உங்கள் வரம்புவரை நீண்டிருப்பீர்கள், அதற்குமேல் உங்களால் செல்லமுடியாது. அது எனக்கும்கூட நடந்திருக்கலாம். குழந்தைப் பருவத்திலிருந்து இருவரும் வழிநடத்தப்பட்டே வந்திருக்கிறோம். உந்தப்பட்டிருக்கிறோம், தூண்டப்பட்டிருக்கிறோம்— முன்னே செல், முந்திச் செல். நீங்கள் சிறப்பாகப் பயிற்றுவிக்கப்பட்ட, பழக்கப்படுத்தப்பட்ட நிலையை அடைகிறீர்கள், உங்களால் சொல்லப்படுவதை மட்டுமே செய்யமுடியும். ஆனால், திடீரென ஒருநாள் கட்டுப்பாட்டை இழப்பீர்கள்."

"நீ ஏன் அந்த நிலைக்குச் செல்லவில்லை?" என்று கேட்டேன்.

"நான் அதை எப்படியோ தாண்டிவிட்டேன்," என்று சிறிதுநேரம் சிந்தித்த பிறகு கூறினான். பிறகு தன்னுடைய கத்தி மற்றும் முள்கரண்டியைக் கீழே வைத்துவிட்டு நாப்கினால் வாயைத் துடைத்துக் கொண்டான். "அவளும் நானும் பிரிந்தபிறகு, டோக்கியோவில் எனக்கொரு தோழி கிடைத்தாள். நல்ல பெண். சிறிதுகாலம் சேர்ந்து வாழ்ந்தோம். உண்மையைச் சொல்லவேண்டுமென்றால் யோஷிகோ ஃபுஜிஸவாவிடம் இருந்த சலசலப்பு, நடுக்கம் எதுவும் இல்லை. அது நேர்மையான உறவு, அவளை மிகவும் விரும்பினேன். மனிதர்கள்குறித்து எனக்கு நிறையக் கற்றுக்கொடுத்தாள், நானும் நண்பர்களை உருவாக்கிக்கொள்ளத் தொடங்கினேன். அரசியலில் ஆர்வம் வந்தது. யதார்த்தம் என்பது பல வடிவங்களில், அளவுகளில் வரும், இந்த உலகம் வெவ்வேறான விழுமியங்கள் ஒன்றுசேர்ந்து வாழப்போதுமான அளவு பெரியது, முதல்தர மாணவனாக இருக்கவேண்டிய பிரபஞ்சத்தேவை ஏதுமில்லை, போன்றவற்றைக் கற்றுக்கொண்டேன். இவ்வாறாக, இந்தச் சமூகத்தில் எனக்கான கால்வைக்கும் இடத்தைக் கண்டு கொண்டேன்."

"வெற்றியும் பெற்றாய்."

"போதுமான அளவு," என்று நிறைவற்ற பெருமூச்சுடன் கூறினான். பிறகு இணைச்சதிகாரனைப் பார்க்கும் பார்வையுடன், "நம்முடைய வயதொத்த பிறரைக்காட்டிலும்

என்னுடைய வருமான அளவு ஒப்பீட்டளவில் மிக உயர்ந்தது என்று ஒப்புக்கொள்கிறேன்," என்று மட்டும் கூறினான்.

ஆனால் அது, கதையின் முடிவல்ல என்று எனக்குத் தெரியும், எனவே எதுவும் பேசாமல் அவன் தொடர்வதற்காகக் காத்திருந்தேன்.

"யோஷிகோ ஃபுஜிஸவாவை அதற்குப்பிறகு வெகுகாலத்திற்குச் சந்திக்கவில்லை," என்று தொடர்ந்தான். "மிகநீண்ட காலத்திற்கு. பல்கலைக்கழகத்தில் இருந்து பட்டம்பெற்று வெளியே வந்து வர்த்தக நிறுவனம் ஒன்றில் வேலைக்குச் சேர்ந்தேன். அங்கே ஐந்து வருடங்கள் வேலை பார்த்தேன், அதில் பகுதிகாலம் வெளிநாடுகளில் வேலைபார்க்க வேண்டியிருந்தது. ஒவ்வொரு நாளும் வேலை நிறைந்தது. நம்பமுடியாத அளவுக்குப் பரபரப்பாக இருந்தேன். கல்லூரி முடிந்து இரண்டு வருடங்கள் கழித்து, அவளுக்குத் திருமணமானதை அவளது தாய் மூலமாகக் கேள்விப்பட்டேன். ஆனால் யாருடன் என்று கேட்டுக்கொள்ளவில்லை. செய்தியைக் கேட்டதும் என் மனதில் தோன்றிய முதல் எண்ணம், திருமண இரவு வரை அவள் கன்னியாக இருந்திருப்பாளா என்பதுதான். பிறகு சற்று வருத்தப்பட்டேன். அடுத்தநாள் வருத்தம் கொஞ்சம் அதிகமானது. சகாப்தம் ஒன்று முடிவுக்கு வந்ததைப்போல, எனக்குப் பின்னால் ஒரு வாசல் என்றென்றைக்குமாக மூடிக்கொண்டுவிட்டது. இயல்பானதுதான். அவள் மட்டுமே நான் உண்மையில் நேசித்த பெண். நான்கு வருடங்கள் காதலில் இருந்தோம், நான் அவளோடு திருமணத்தைப் பற்றிக்கூட சிந்தித்துவிட்டேன். என் இளமைப்பருவத்தில் என்னைப் புரிந்துகொண்டவள் அவள். எனவே, அது என்னை வருத்தியது. பரவாயில்லை, அவள் மகிழ்ச்சியாக இருப்பாள் என்று நம்பிக்கொண்டேன். அவளை மனதார வாழ்த்தினேன். நிச்சயமாக, அவளைப்பற்றி சிறிய கவலை இருந்தது. ஏனெனில் அவளுக்கென்று பலவீனமான பக்கங்கள் இருந்தன."

பணியாள் எங்களுடைய தட்டுகளை எடுத்துச் சென்றான், காஃபி கொண்டுவரும்படி பணித்தோம்.

"நான் சற்றுத் தாமதமாக முப்பத்தியிரண்டு வயதில் திருமணம் செய்துகொண்டேன். எனவே யோஷிகோவிடமிருந்து

தொலைபேசி அழைப்பு வந்தபோது எனக்குத் திருமணம் ஆகியிருக்கவில்லை. எனக்கு அப்போது இருபத்தியெட்டு வயது. இப்போது பத்து வருடங்களுக்குச் சற்று மேலாகிறது. இடைப்பட்ட காலத்தில் நான் வேலைசெய்த நிறுவனத்திலிருந்து விலகி சொந்தத்தொழில் தொடங்கியிருந்தேன். என் தந்தை தேவையான மூலதனத்தைக் கடன்கொடுத்து உதவினார், அதைக்கொண்டு என்னுடைய சிறிய நிறுவனத்தை உருவாக்கினேன். இறக்குமதி செய்யப்படும் மரச்சாமான்களுக்கு மிகப்பெரிய சந்தை வளர்ச்சி சாத்தியம் இருப்பதைக் கண்டுகொண்டு உடனே அதில் இறங்கினேன். எந்தவொரு தொழிலையும்போல இதிலும் தொடக்ககாலம் அவ்வளவு எளிதாக இல்லை. விநியோகத் தாமதங்கள், கையிருப்பு இல்லாமல்போவது, குவியும் கிடங்குக் கட்டணங்கள், பிடரியில் மூச்சுவிட்டுக்கொண்டிருக்கும் வங்கி—உண்மையைச் சொல்லவேண்டுமென்றால், என்னை நானே குறைவாக மதிப்பிட்டு கிட்டத்தட்ட நம்பிக்கை இழந்துவிட்டேன். அநேகமாக, அதுதான் என் வாழ்க்கையில் மிகவும் சிக்கலான காலகட்டம். அதன் நடுவே அவள் என்னை அழைக்கிறாள். என்னுடைய தொலைபேசி எண் அவளுக்கு எப்படிக் கிடைத்தது என்று எனக்குத் தெரியாது. தொலைபேசி ஒலித்தபோது இரவு எட்டு மணி. அவளது குரலை உடனடியாக அடையாளம் கண்டுகொண்டேன். ஒருபோதும் மறக்கமுடியாத குரல். பழைய நினைவுகள் உடனடியாகத் தூண்டப்பட்டன—அதை உறுதியாகச் சொல்லமுடியும். அப்படியொரு காலகட்டத்தில் முன்னாள் காதலியின் குரலைக் கேட்பது அவ்வளவு நன்றாக இருந்தது.”

நினைவுகூர்பவனைப் போல, கணப்படுப்பை வெகுநேரத்திற்கு தீவிரமாகப் பார்த்துக் கொண்டிருந்தான். உணவகத்தின் அனைத்து இருக்கைகளும் நிரம்பியிருந்தன. எல்லா மேசைகளிலும் மனிதர்களின் பேச்சு மற்றும் சிரிப்பொலி, பாத்திரங்கள் மற்றும் கண்ணாடிக் குவளைகளின் ஒலி.

“என்னைப்பற்றிய தகவல்களை யார் அவளுக்கு அளித்து வந்தார்கள் என்று எனக்குத் தெரியாது, ஆனால் என்னைப்பற்றி அந்தநாள் வரையிலான அனைத்தையும் தெரிந்துவைத்திருந்தாள். அதாவது ஒன்றுவிடாமல். எனக்கு

இன்னமும் திருமணம் ஆகவில்லை, வெளிநாட்டில் சிலகாலம் இருந்தேன், வேலையை விட்டுவிட்டு சொந்தத் தொழில் தொடங்கியிருக்கிறேன் என்பதை அறிந்திருந்தாள். அவளுக்கு எல்லாமும் தெரிந்திருந்தது. 'இதைக் கடந்து வந்துவிடுவாய், நீ எதையும் சாதிக்கக்கூடியவன். உறுதியுடன் இரு,' என்று என்னிடம் கூறினாள். அவளுடைய அன்புமிகுந்த வார்த்தைகளைக் கேட்டது எனக்கு எவ்வளவு மகிழ்ச்சியைக் கொடுத்தது என்பதை என்னால் விளக்கமுடியாது. பிறகு நான் அவளைப்பற்றி விசாரித்தேன். எவ்வகையான மனிதரைத் திருமணம் செய்து கொண்டிருக்கிறாள், அவர்களுக்கு குழந்தைகள் இருக்கிறதா, எங்கே வசிக்கிறார்கள். அவளுக்குக் குழந்தைகள் இல்லை. அவளது கணவர் அவளைவிட நான்கு வயது மூத்தவர், தொலைக்காட்சியில் வேலை பார்ப்பவர். அவர் இயக்குனர் என்று என்னிடம் கூறினாள். 'பரபரப்பான மனிதர்போல' என்று கூறினேன். 'ஆமாம், பரபரப்பான மனிதர்தான், குழந்தை பெற்றுக்கொள்ளக்கூட நேரமில்லை,' என்றுகூறிச் சிரித்தாள். அவர்கள் டோக்கியோவில் வசித்துவந்தனர், ஷினாகவாவுக்கு அருகிலுள்ள அடுக்ககம். நான் ஷிரோகனெதாய் பகுதியில் வசித்து வந்தேன். அருகருகே என்று சொல்லமுடியாது, ஆனால் வெகுதூரமில்லை. 'விஷயங்கள் எவ்வாறு செயல்படுகின்றன என்பது விநோதமானது இல்லையா?' நான் சொல்வது— எதுவாக இருந்தாலும், என்னவென்று உனக்கே தெரியும். அவ்வாறான சூழ்நிலையில், மேல்நிலைப்பள்ளி காதலர்கள் பேசக்கூடிய விஷயங்களைப் பேசிக் கொண்டோம். சற்று நெருக்கடியாக மற்றும் சங்கடமாக உணர்ந்தேன் என்றாலும் மொத்தத்தில் நன்றாகயிருந்தது. இரண்டு பழைய நண்பர்கள் நினைவுகளைப் பேசிக்கொள்வதுபோல. பலமணி நேரங்கள் பேசியதுபோலத் தோன்றுமளவு பேசிக்கொண்டிருந்தோம். பிறகு இருவருக்குமே சொல்வதற்கு ஏதுமில்லை எனும்போது இணைப்பில் மௌனம் குடியேறியது. உண்மையிலேயே... அதை எப்படிச் சொல்வது? உண்மையிலேயே... அடர்த்தியான மௌனம். எல்லாவகையான சிந்தனைகளையும் கொண்டுவரக் கூடியது." அவன் மேசைமீதிருந்த தனது கைகளில் கவனத்தை வைத்திருந்தான்; பிறகு நிமிர்ந்து என்னுடைய கண்களைச் சந்தித்தான். "நான் அப்போதே தொலைபேசி அழைப்பைத் துண்டித்திருக்க வேண்டும். 'என்னை அழைத்ததற்கு நன்றி,

உன்னோடு பேசிக்கொண்டிருந்தது மிகவும் மகிழ்ச்சியாக இருந்தது'—க்ளிக். கதை முடிந்தது. நான் சொல்லவருவது புரிகிறதா?"

"அது மிகவும் இயல்பான விஷயமாக இருந்திருக்கும்," என்று ஒப்புக்கொண்டேன்.

"ஆனால், அவள் தொடர்ந்து இணைப்பில் இருந்தாள். என்னை அவளது வீட்டிற்கு அழைத்தாள். 'நீ ஏன் என்னைப் பார்க்க வரக்கூடாது? என் கணவர் வேலை விஷயமாக வெளியூர் சென்றிருக்கிறார், தனியாக இருப்பது சலிப்பாக இருக்கிறது' என்பதுபோல. எனக்கு என்னசொல்வதென்று தெரியவில்லை, எனவே அமைதியாக இருந்தேன். அவளும் அமைதியாக இருந்தாள். நிறைய மௌனம். பிறகு என்ன சொன்னாள் தெரியுமா? 'உனக்குச் செய்துகொடுத்த சத்தியத்தை நான் இன்னும் மறக்கவில்லை' என்றாள்."

"**உ**னக்குச் செய்துகொடுத்த சத்தியத்தை நான் இன்னும் மறக்கவில்லை." அவனது கூற்றுப்படி, முதலில் அவள் எதைப்பற்றி பேசுகிறாள் என்பதே அவனுக்குப் புரியவில்லை— ஒருபோதும் அவன் அதை உண்மையான சத்தியம் என்று நினைத்ததில்லை. ஆனால், நினைவுக்கு வந்தவுடன் அது அவள் வாய்தவறிச் சொல்லிவிட்ட ஒன்று, ஏதோ குழப்பத்தில் இருக்கிறாள் என்று நினைத்தான்.

இல்லை, அவள் குழப்பத்தில் இல்லை. அவளைப் பொறுத்தவரை கொடுத்த சத்தியம், சத்தியம்தான்.

ஒருகணத்துக்கு இவையெல்லாம் எதை நோக்கிச் செல்கின்றன என்று யோசிக்க மறந்தான். இப்போது என்ன செய்தால் சரியாக இருக்கும்? நம்பிக்கையின்றி சுற்றும் முற்றும் பார்த்தான், அவனைச்சுற்றி எந்தச் சுவர்களும் இல்லை, அவனை வழிநடத்தவென்று எதுவுமில்லை. நிச்சயம், அவன் அவளோடு படுக்கைக்குச் செல்ல விரும்பினான், அதில் கேள்வியே இல்லை. அவர்கள் பிரிந்ததிலிருந்து அவளோடு உறவுகொள்வதை கணக்கற்ற முறை கற்பனைசெய்து பார்த்திருக்கிறான். அவன் வேறு பெண்களோடு உறவில் இருக்கும்போதுகூட இருளில் அவனது சிந்தனைகள் அவளைத் தேடியடையும். அவன்

அவளை நிர்வாணமாக எப்போதும் பார்த்ததில்லை என்றாலும் உடைகளுக்குக் கீழேயிருந்த அவளது உடலை அறிவான்.

இந்தக்கட்டத்தில், அவளோடு உறவு வைத்துக்கொள்வதென்பது எவ்வளவு ஆபத்தானது என்பது அவனுக்குத் தெரியும். கடந்தகாலத்தின் நிழலில் அமைதியாக விட்டுவிட்டு வந்த ஒன்றை மீண்டும் கிளறிவிட அவன் விரும்பவில்லை. அவனது உள்ளுணர்வும் இது செய்யக்கூடிய ஒன்றல்ல என்றது. ஆனால் அவனால் மறுக்க முடியவில்லை. ஏன் மறுக்கப் போகிறான்? இது தேவதைக்கதைகளில் வருவதுபோன்ற வாய்ப்பு, வாழ்நாளில் ஒருமுறை மட்டுமே நிறைவேற்றப்பட இருக்கின்ற வரம். அவள், அருகில்தான் வசிக்கிறாள். மேலும் கடந்தகாலத்தின் தொலைதூரக் காடுகளில் அவள் செய்து கொடுத்த சத்தியத்தை நிறைவேற்ற விரும்புகிறாள்.

அவன் கண்களை மூடிக்கொண்டான். அவனால் எதுவும் சொல்ல முடியவில்லை. பேசும் சக்தியை இழந்துவிட்டான். "ஹலோ? நீ இன்னும் இணைப்பில் இருக்கிறாயா?" என்றாள்.

"நான் உடனே வருகிறேன், உன்னுடைய முகவரியைச் சொல்ல முடியுமா?" என்று கேட்டான்.

"**நீ**யாக இருந்தால் என்ன செய்திருப்பாய்?" என்று கேட்டான்.

நான் தெரியாது என்பதாகத் தலையசைத்தேன். இதுபோன்ற கேள்விகளுக்கு எப்போதும் என்னால் பதிலளிக்க முடிந்ததில்லை.

அவன் சிரித்தபடி, மேசைமீது இருந்த காஃபி குவளையைப் பார்த்தான். "நான் அவளது வீட்டிற்குச்சென்று கதவைத் தட்டினேன். ஒருவகையில், அவள் வீட்டில் இருக்கமாட்டாள் என்று எதிர்பார்த்தேன். ஆனால் இருந்தாள், எப்போதும்போல மிக அழகாக. அவள் இருவருக்கும் மதுவை ஊற்றிக்கொண்டு வந்தாள், அருந்தியபடி பழைய நாட்களைப் பற்றி பேசினோம். பழைய இசைத்தட்டுகளைக் கேட்டோம். அடுத்து என்ன நடந்திருக்கும் என்று நினைக்கிறாய்?"

எனக்கு அதுபற்றி ஒன்றும் தெரியாது. எனவே தெரியவில்லை என்றேன்.

"நான் சிறுவனாக இருந்தபோது குழந்தைகளுக்கான கதையொன்றைப் படித்தேன்," என்றான். உணவகத்தில் தொலைவிலிருந்த சுவரைப் பார்த்துப் பேசிக்கொண்டிருப்பது போல் தெரிந்தது. "அந்தக் கதை என்னவென்று மறந்துவிட்டேன், ஆனால் அதன் கடைசி வரி இன்னும் நினைவில் உள்ளது. 'எல்லாம் முடிந்தபிறகு அரசரும் அவரது அவையினரும் பலமாகச் சிரித்தனர்.' என்று முடியும். கதையை முடிப்பதற்கு விநோதமான முறை, நீ என்ன நினைக்கிறாய்?"

"அப்படித்தான் நினைக்கிறேன்," என்றேன்.

"அந்தக் கதை என்னவென்று நினைவில் இருந்தால் நன்றாக இருக்கும். அதற்காக நான் எவ்வளவு முயற்சி செய்தேன் என்பது கடவுளுக்குத் தெரியும். ஆனால் என்னுடைய நினைவில் உள்ளதெல்லாம், அந்த விநோதமான கடைசி வரி மட்டுமே: 'எல்லாம் முடிந்தபிறகு அரசரும் அவரது அவையினரும் பலமாகச் சிரித்தனர்.' எவ்வகையான கதை இவ்வாறு முடியும்?"

அந்நேரம் காபியை அருந்தி முடித்திருந்தோம்.

"நாங்கள் தழுவிக்கொண்டோம்," என்றான், "ஆனால் நான் அவளோடு படுக்கைக்குச் செல்லவில்லை. அவள், தன் உடைகளைக் கழற்றவில்லை. நாங்கள் பழைய நாட்களைப் போலவே எங்கள் கைகளைப் பயன்படுத்திக் கொண்டோம். அது நல்லது என்று நினைத்தேன். அவளும் அப்படி நினைத்ததாகத் தெரிந்தது. வெகுநேரத்திற்கு, மிகநீண்ட நேரத்திற்கு எதுவும் பேசாமல் ஒருவரையொருவர் வருடிக்கொண்டிருந்தோம். பேசுவதற்கு என்ன இருக்கிறது? இத்தனை வருடங்கள் கழித்து நாங்கள் ஒருவரையொருவர் அறிந்துகொள்ள அதுதான் ஒரே வழி. பள்ளியில் படித்துக்கொண்டிருந்த காலமாக இருந்தால் நிச்சயம் அது வேறுமாதிரி இருந்திருக்கும். எளிய, சாதாரண, இயல்பான உடலுறவு எங்களுக்குள் ஏதோ வகையிலான பரஸ்பர புரிதலை உருவாக்கியிருக்கலாம். மேலும், ஒருவேளை நாங்கள் மகிழ்ச்சியாக ஒன்றாக இருந்திருக்கவும் சாத்தியமுண்டு. ஆனால் நாங்கள் அதைக் கடந்துவந்து வெகுகாலமாகிறது. அந்த நாள்கள் பூட்டப்பட்டுவிட்டன, யாராலும் அதைத் திறக்கமுடியாது."

அவனது வெற்றுக்கோப்பையை அதற்குரிய தட்டில் வைத்துச் சுழற்றினான். வெகுநேரம் அதை தொடர்ந்து செய்து கொண்டிருந்ததும் பணியாள் அருகில் வந்து நின்றான். ஆனால் அது, கோப்பையை அதனிடத்தில் வைக்கவும் மற்றுமொரு எஸ்பிரசோ காஃபியை கொண்டுவரும்படி பணிக்கவுமே அவனைத் தூண்டியது.

"அநேகமாக, ஒருமணி நேரம் வரையில் அங்கே இருந்திருப்பேன். அதற்கு அதிகமாக இருந்திருந்தால் ஒருவேளை என் மனம் கட்டுப்பாட்டில் இல்லாமல்போயிருக்கும்," என்று மெல்லிய புன்னகையுடன் கூறினான். "அவளிடத்தில் விடை பெற்றுக்கொண்டு அங்கிருந்து கிளம்பினேன். அவளும் விடைகொடுத்தாள், இம்முறை அது உண்மையாக விடைபெறுதல், ஒட்டுமொத்தமான விடைபெறல். எனக்குத் தெரியும், அவளுக்கும் தெரியும். கடைசியாக அவளைப் பார்த்தபோது, வாசலில் கைகளைக் கட்டிக்கொண்டு நின்றிருந்தாள். ஏதோ சொல்ல நினைப்பவள்போலத் தெரிந்தாள், ஆனால் எதுவும் சொல்லவில்லை. எப்படியிருந்தாலும் அவள் என்ன சொல்லியிருப்பாள் என்று எனக்குத் தெரியும். மிகவும் களைப்பாகயிருந்தது... உள்ளே ஒன்றுமற்று, வெறுமையாக உணர்ந்தேன். இலக்கின்றி நடந்தேன், என்னுடைய மொத்த வாழ்க்கையையும் வீணடித்துவிட்டதாகத் தோன்றியது. மீண்டும் அவள் வீட்டுக்குச் சென்று அவளை நெடுநேரம், முரட்டுத்தனமாகப் புணரவேண்டும் என்று விரும்பினேன். ஆனால் என்னால் முடியவில்லை, மேலும் அது எதையும் நல்லவிதமாக மாற்றியிருக்காது."

தலையை உலுக்கிக் கொண்டான். பிறகு தனது இரண்டாவது எஸ்பிரசோவைக் குடித்தான்.

"இதைச் சொல்வதற்கு சற்று சங்கடமாக இருக்கிறது, ஆனால் நேராக ஒரு வேசியிடம் சென்றேன். என் வாழ்க்கையிலேயே முதல்முறையாக. அதுவே கடைசிமுறையாகவும் இருக்கலாம்."

என்னுடைய காஃபி கோப்பையைப் பார்த்தபடி, பழைய நாட்களில் எவ்வாறு தனித்துவமிக்க முட்டாளாக இருந்தேன் என்று சிந்தித்தேன். நான் சிந்தித்துக் கொண்டிருப்பது குறித்து

அவனிடம் கூற விரும்பினேன், ஆனால் சரியான வார்த்தைகள் கிடைக்கவில்லை.

"என்னுடைய கதையை இப்படிச் சொல்லிக்கொண்டிருக்கையில், வேறு யாரைப் பற்றியோ பேசிக்கொண்டிருப்பதாக உணர்கிறேன்," என்று உச்சுக்கொட்டியபடி கூறிவிட்டு அமைதியானான்.

"எல்லாம் முடிந்தபிறகு அரசரும் அவரது அவையினரும் பலமாகச் சிரித்தனர்," என்றான். "அந்த நாளை நினைக்கும்போதெல்லாம் இந்த வரியையும் சேர்த்து நினைத்துக்கொள்வேன். பழக்கப்படுத்தப்பட்ட அனிச்சைச் செயல் என்று யூகிக்கிறேன். அது என்னவென்று எனக்குத் தெரியவில்லை, ஆனால் சோகம் எப்போதும் விசித்திரமான சிறிய நகைச்சுவையைத் தனக்குள்ளே கொண்டுள்ளதாகத் தெரிகிறது."

நான் முதலில் சொன்னதுபோல, இதில் ஒழுக்கநெறி என்று சொல்லும்படியாக எதுவும் இல்லை. இருப்பினும், இது அவனுடைய கதை, மேலும் இது, நம் எல்லோருடைய வாழ்க்கையின் கதையும்கூட. அதனால்தான் அதைக் கேட்டபிறகு என்னால் சிரிக்க முடியவில்லை, இப்போதும்கூட சிரிக்க முடியவில்லை.

***

காற்றுக் குகை

எனக்குப் பதினைந்து வயதானபோது என் தங்கை இறந்துபோனாள். அது திடீரென்று நிகழ்ந்தது. அவளுக்கு அப்போது பன்னிரண்டு வயது, நடுநிலைப்பள்ளியின் முதலாம் ஆண்டில் இருந்தாள். அவள் இதயக்கோளாறுடன் பிறந்தவள், ஆனால் அறுவை சிகிச்சைகளுக்குப் பிறகு ஆரம்பப்பள்ளியின் உயர்வகுப்புகளில் இருந்தபோது எவ்விதமான அறிகுறிகளும் இல்லாமல் இருந்தாள். எனவே, எங்கள் குடும்பம் இழந்த நம்பிக்கையை மீட்டுக்கொண்டு, அவளது வாழ்க்கை இனி வேறு எந்தச் சிரமங்களும் இல்லாமலிருக்கும் என்ற பலவீனமான நம்பிக்கையோடு இருந்தது. ஆனால், அவ்வருட மே மாதம் அவளது இதயத்துடிப்பு மிகவும் ஒழுங்கற்றுப் போனது. குறிப்பாக, படுத்தால் மோசமடைந்தது. இதனால் பல இரவுகள் தூக்கமின்றித் தவித்தாள். பல்கலைக்கழக மருத்துவமனையில் சோதனைகள் நடத்தப்பட்டன. ஆனால், எவ்வளவு விரிவான சோதனைகள் நடத்தப்பட்டபோதும் மருத்துவர்களால் அவளது உடல்நிலையில் எந்த மாற்றத்தையும் கண்டுபிடிக்க முடியவில்லை. அடிப்படையான சிக்கல், அறுவை சிகிச்சைகளின்மூலம் தீர்க்கப்பட்டுவிட்டது என்பது வெளிப்படை எனும்போது அவர்கள் குழம்பிப் போயினர்.

"கடுமையான நடைமுறைகளைத் தவிர்த்து ஒரேமாதிரியான வழக்கத்தைப் பின்பற்றுங்கள், விஷயங்கள் காலப்போக்கில் சரியாகிவிடும்," என்று அவளது மருத்துவர் கூறினார். அநேகமாக, அவரால் அவ்வளவுதான் கூறமுடிந்தது. மேலும், அவளுக்காகச் சில மருந்துகளை எழுதித் தந்தார்.

ஆனால் அவளது அரித்மியா¹ சரியாகவில்லை. உணவு மேசையில் அவளுக்கு எதிரே அமர்ந்திருக்கும்போது அவளுடைய மார்பைப் பார்த்து அதனுள் இருக்கும் இதயத்தைக் கற்பனை செய்துகொள்வேன். அவளது மார்பகங்கள் அப்போதுதான் கவனிக்கும்படி வளரத் தொடங்கியிருந்தன. இருப்பினும், அந்த மார்புக்குள் என் தங்கையின் இதயம் குறைபாடுடையதாக இருந்தது. மருத்துவ நிபுணர்களால்கூட அதிலுள்ள குறையைக் கண்டுபிடிக்க முடியவில்லை. அந்த உண்மை, என் மூளையை தொடர்ந்து கொந்தளிப்பில் வைத்திருந்தது. என் இளமைப்பருவத்தை பதட்டத்துடன், எந்த நிமிடத்திலும் தங்கையை இழந்துவிடுவேன் என்ற பயத்தில் கழித்துக்கொண்டிருந்தேன்.

அவளது உடல் மிகவும் மென்மையானது என்பதால் எனது பெற்றோர் அவளை கவனமாகப் பார்த்துக் கொள்ளும்படி கூறியிருந்தனர். நாங்கள் இருவரும் ஒரே தொடக்கப்பள்ளியில் படித்தபோது, எப்போதும் அவள்மீது ஒருகண் வைத்திருப்பேன். தேவைப்பட்டால் உயிரைப் பணயம்வைத்து அவளை, அவளது சிறிய இதயத்தைப் பாதுகாக்கத் தயாராகயிருந்தேன். ஆனால் அப்படியான சந்தர்ப்பம் வாய்க்கவில்லை.

ஒருநாள், பள்ளியிலிருந்து வீடு திரும்பிக் கொண்டிருந்தபோது அவள் நிலைகுலைந்தாள். சீய்பு ஷிஞ்சுகு ரயில் நிலையத்தின் படிகளில் ஏறும்போது தனது நினைவை இழந்து, அங்கிருந்து நோயர் ஊர்தி ஒன்றில் அருகிலிருந்த அவசர சிகிச்சை அறைக்கு எடுத்துச் செல்லப்பட்டாள். கேள்விப்பட்டதும் மருத்துவமனைக்கு விரைந்தேன், ஆனால் நான் சென்றுசேர்வதற்குள் அவளது இதயம் ஏற்கெனவே துடிப்பை நிறுத்திக்கொண்டு விட்டது. அனைத்தும் கண்ணிமைப்பதற்குள் நடந்து முடிந்துவிட்டன. அன்றைய காலை உணவை நாங்கள் இருவரும் சேர்ந்து உண்டோம், முன்வாசலில் இருவரும் விடைபெற்றுக் கொண்டோம், நான் மேல்நிலைப்பள்ளிக்குச் சென்றேன், அவள் நடுநிலைப்பள்ளிக்குச் சென்றாள். அடுத்தமுறை அவளைப் பார்த்தபோது அவள் மூச்சுவிடுவதை நிறுத்தியிருந்தாள். அவளது பெரியகண்கள் என்றென்றைக்குமாக மூடிக்கொண்டு விட்டன, ஏதோ சொல்ல விரும்பியவள்போல அவளது வாய் மட்டும் லேசாகத் திறந்திருந்தது.

---

1. ஒழுங்கற்ற அல்லது அசாதாரணமான முறையில் இதயம் துடிக்கும் நிலை.

அதற்கடுத்து, அவளை சவப்பெட்டியில்தான் பார்த்தேன். அவளுக்கு மிகவும் பிடித்தமான கருப்புநிற வெல்வெட் ஆடை அணிந்திருந்தாள், மிகலேசான ஒப்பனை மற்றும் ஒழுங்காக வாரப்பட்டிருந்த கூந்தல்; கருப்புநிற தோல்காலணிகள் அணிந்து நடுத்தரமான அளவுள்ள சவப்பெட்டியில் மல்லாந்து படுத்திருந்தாள். அந்த ஆடையின் கழுத்துப்பட்டி வெண்ணிற ஜரிகை கொண்டது. பளிச்சிடும் வெள்ளை, இயற்கைக்கு மாறானதாகத் தெரிந்தது.

அவள் படுத்திருந்ததைப் பார்க்கும்போது நிம்மதியாக உறங்கிக்கொண்டிருந்ததுபோல் இருந்தது, லேசாக அசைத்தால்போதும் அவள் எழுந்துவிடுவாள் என்பதுபோல. ஆனால் அது மாயை. எவ்வளவு வேண்டுமானாலும் அசைத்துக்கொள்ளலாம்—அவள் மீண்டும் எழப்போவதே இல்லை.

என் தங்கையின் மென்மையான உடல் அந்த ஒடுக்கமான, கட்டுப்படுத்தும்படியான பெட்டிக்குள் அடைக்கப்படுவதை நான் விரும்பவில்லை. அவளது உடல் இன்னும் விசாலமான இடத்தில் வைக்கப்படவேண்டும் என்று நினைத்தேன். உதாரணமாக, பசும் புல்வெளியொன்றின் மத்தியில். அவளைப்பார்க்க, நாங்கள் வழியில் செழித்து வளர்ந்திருக்கும் பச்சைப்புற்களை ஒதுக்கியபடி மௌனமாகச் செல்வோம். காற்று, புற்களை மெதுவாக சலசலக்க வைக்கும், பறவைகள் மற்றும் பூச்சிகள் அவளைச்சுற்றி சத்தமிட்டுக் கொண்டிருக்கும். காட்டுப்பூக்களின் பச்சை வாசனையானது சுழலும் மகரந்தங்களோடு காற்றை நிறைக்கும். இரவு கவிந்ததும் அவளுக்கு மேலேயுள்ள வானம் எண்ணிலடங்கா வெள்ளி நட்சத்திரங்களால் புள்ளியிடப்படும். காலையில், புதிய சூரியன் புற்களின் இதழிலுள்ள பனித்துளிகளை ரத்தினங்களென ஜொலிக்கவைக்கும். ஆனால், யதார்த்தத்தில் அவள் அபத்தமானதொரு சவப்பெட்டியில் திணிக்கப்பட்டாள். அவளது சவப்பெட்டியைச் சுற்றியிருந்த ஒரே அலங்காரம், துண்டிக்கப்பட்டு பூச்சாடிகளில் செருகி வைக்கப்பட்ட கெடுநிமித்தம்போலிருந்த வெள்ளைப்பூக்கள் மட்டுமே. அந்தக் குறுகிய அறையிலிருந்த பாதரச விளக்குகள் வண்ணம் மங்கிப்போயிருந்தன. உட்கூரையில் பொருத்தப்பட்டிருந்த

சிறிய ஒலிபெருக்கிகளின் வழியாக செயற்கையான ஆர்கன் இசையின் இழுவைகள் ஒலித்துக் கொண்டிருந்தன.

அவள் எரியூட்டப்படுவதை என்னால் பார்க்க முடியவில்லை. சவப்பெட்டியின் மூடி பூட்டப்பட்டதும் அறையைவிட்டு வெளியேறினேன். என் குடும்பம் சடங்கு முறைப்படி அவளது எலும்புகளை அஸ்தி கலசத்தில் வைத்தபோது உதவச்செல்லவில்லை. மயானத்தின் முற்றத்திற்குச் சென்று சத்தமில்லாமல் தனியாக அழுதுகொண்டிருந்தேன். என் தங்கையின் அத்தனை சிறிய வாழ்நாளில் ஒருமுறைகூட நான் அவளுக்கு உதவியதில்லை, அந்த எண்ணம் என்னை ஆழமாகப் பாதித்தது.

தங்கையின் இறப்பிற்குப் பிறகு குடும்பம் மாறிப்போனது. அப்பா முன்பைவிட அதிக மௌனமானார், அம்மா இன்னும் அதிகமாக பதற்றம் மற்றும் கவலைமிக்கவராக ஆனார். நான் மட்டும் எப்போதும்போல வாழ்க்கையைத் தொடர்ந்தேன். பள்ளியின் மலையேற்றக் குழுவில் சேர்ந்துகொண்டேன். அது, என்னை எப்போதும் பரபரப்பாக வைத்திருந்தது, அதில் ஈடுபடாதபோது தைல ஓவியங்கள் வரையத் தொடங்கினேன். நல்ல பயிற்சியாளரிடம் சேர்ந்து தீவிரமாக ஓவியத்தைப் பயிலும்படி எனது ஓவிய ஆசிரியர் பரிந்துரைத்தார். ஓவிய வகுப்புகளுக்குச் செல்லத் தொடங்கியதும் என்னுடைய ஆர்வம் தீவிரமடைந்தது. இறந்த தங்கையைப் பற்றி நினைக்காமலிருக்க என்னைத் தொடர்ந்து மும்முரமாக வைத்திருக்க விரும்பினேன் என்று நினைக்கிறேன்.

நீண்டகாலத்திற்கு—எத்தனை வருடங்கள் என்று சரியாக நினைவில்லை—என் பெற்றோர் அவளது அறையை, அது எப்படியிருந்ததோ அப்படியே வைத்திருந்தனர். பாடப்புத்தகங்கள் மற்றும் வழிகாட்டி புத்தகங்கள், பேனாக்கள், அழிப்பான்கள் மற்றும் காகிதக் கிளிப்புகள் அவளது மேசையில் குவிந்துகிடக்கும், அவளது படுக்கையின் விரிப்புகள், போர்வைகள் மற்றும் தலையணைகள், சலவை செய்யப்பட்டு மடித்துவைக்கப்பட்ட பைஜாமாக்கள், அலமாரியில் தொங்கிக்கொண்டிருக்கும் அவளது நடுநிலைப்பள்ளிச் சீருடை — அனைத்தும் அப்படியே இருந்தன. சுவரிலிருந்த நாள்காட்டியில் அவளது கையெழுத்தில் எழுதப்பட்ட

குறிப்புகள் இருந்தன. காலம் அந்தப் புள்ளியில் உறைந்து திடமானதுபோல அது, அவள் இறந்த மாதத்தோடு அப்படியே வைக்கப்பட்டிருந்தது. எந்த நிமிடமும் கதவைத் திறந்துகொண்டு வெளியே வந்துவிடுவாள் என்று தோன்றும். சிலசமயம், வீட்டில் யாரும் இல்லாதபோது அவளது அறைக்குச் செல்வேன், சுத்தமாகப் பராமரிக்கப்பட்டிருக்கும் அவளது படுக்கையில் அமர்ந்தபடி நிதானமாக சுற்றிலும் பார்த்துக் கொண்டிருப்பேன். ஆனால் ஒருபோதும் எதையும் தொட்டதில்லை. அவளால் விட்டுச்செல்லப்பட்ட மௌனமான அப்பொருட்களை சிறிய அளவில்கூட கலைத்துவிட நான் விரும்பவில்லை, அவை என் தங்கை ஒருகாலத்தில் உயிருள்ளவர்களோடு இருந்தாள் என்பதற்கான அடையாளம்.

ஒருவேளை, பன்னிரண்டு வயதில் இறந்திருக்காவிட்டால் என் தங்கை எவ்வகையான வாழ்க்கை வாழ்ந்திருப்பாள் என்று அவ்வப்போது கற்பனைசெய்ய முயற்சிப்பேன், அதைத் தெரிந்துகொள்ள வழியேதுமில்லை என்றாலும். என்னுடைய சொந்த வாழ்க்கையே என்னவாகும் என்று என்னால் கற்பனை செய்ய முடியவில்லை. எனவே, அவளுடைய வாழ்க்கை என்னவாக இருந்திருக்கும் என்பதுகுறித்து எனக்கு எந்த யோசனையும் இல்லை. ஆனால் அவளுடைய இதயத்தின் அடைப்பிதழ்கள் ஒன்றில் மட்டும் பிரச்சினையில்லாமல் இருந்திருந்தால் அவள் வளர்ந்து தகுதியுள்ள, ஈர்க்கக்கூடிய பெண்ணாக ஆகியிருப்பாள். பல ஆண்கள் அவளை விரும்பியிருப்பார்கள் என்று எனக்கு உறுதியாகத் தெரியும்; அவளை, தங்கள் கைகளில் ஏந்தியிருப்பார்கள். ஆனால் அவற்றை என்னால் விவரமாக காட்சிப்படுத்திக்கொள்ள முடியவில்லை. என்னைப் பொறுத்தவரையில் அவள் என்னுடைய செல்லத்தங்கை, என்னைவிட மூன்று வயது சிறியவள், என்னுடைய பாதுகாப்பு தேவைப்பட்டவள்.

அவள் இறந்தபிறகு, சிலகாலத்திற்கு அவளுடைய ஓவியங்களை மீண்டும் மீண்டும் வரைந்துகொண்டிருந்தேன். என்னுடைய ஓவியப்புத்தகத்தில் பல்வேறு கோணங்களில், என் நினைவிலுள்ள அவளது முகத்தை வரைவேன், அவற்றை நான் மறந்துவிடக்கூடாது என்பதற்காக. அவளது முகத்தை நான் மறந்துவிடப்போகிறேன் என்பதற்காக இல்லை. அது என் மனதில் நான் சாகும்வரையில் பதிந்திருக்கும். நான்

விரும்பியது என்னவென்றால், காலத்தின் அந்தப்புள்ளியில் என் நினைவிலிருந்த முகத்தை மறந்துவிடக்கூடாது என்பதே. அதைச் செய்வதற்காக, ஓவியத்தின்மூலம் அதற்கு வடிவம் கொடுக்க வேண்டியிருந்தது. அப்போது எனக்குப் பதினைந்துவயதே ஆகியிருந்தது, அக்காலகட்டத்தில் நினைவுகள், ஓவியம் மற்றும் காலத்தின்போக்கு குறித்து எனக்குத் தெரியாத விஷயங்கள் அதிகம் இருந்தன. ஆனால் என்னுடைய நினைவுகளின் துல்லியமான பதிவுகளைப் பாதுகாக்க ஏதேனும் செய்தாகவேண்டும் என்பது எனக்குப் புரிந்தது. அதைக் கண்டுகொள்ளாமல் விட்டால் எங்கோ காணாமல் போய்விடும். நினைவுகள் எவ்வளவு தெளிவானதாக இருந்தால்தான் என்ன, காலத்தின் வலு அதிகமானது. இதை உள்ளுணர்வாக உணர்ந்திருந்தேன்.

அவளது அறையில், அவளது படுக்கையில் அமர்ந்தபடி, அவளை வரைந்துகொண்டிருப்பேன். எனது மனக்கண்ணிற்கு அவள் எவ்வாறு காட்சியளித்தாள் என்பதை வெற்றுக்காகிதங்களில் மறுவுருவாக்கம் செய்ய முயற்சி செய்துகொண்டிருந்தேன். அப்போது என்னிடம் அனுபவம் குறைவு மற்றும் இன்றியமையா தேவையான தொழில்நுட்பத்திறனும் குறைவு, எனவே, அது சுலபமான செயலாக இல்லை. வரைவேன், பின் அம்முயற்சியைக் கிழித்து எறிவேன், வரைந்து மறுபடி கிழிப்பேன், முடிவின்றி. சேகரித்து வைத்த ஓவியங்களை இப்போது பார்க்கும்போது (அப்போதுள்ள ஓவியப் புத்தகத்தை இன்னமும் பத்திரமாகப் பாதுகாக்கிறேன்) அவை, உண்மையான துயரவுணர்ச்சியால் நிரம்பியிருப்பதைக் காணமுடிகிறது. தொழில்நுட்பரீதியாக அவை முதிர்ச்சியற்றவையாக இருக்கலாம். ஆனால், அவை நேர்மையான முயற்சியின் விளைவுகள். எனது ஆன்மா என் தங்கையின் ஆன்மாவை எழுப்பச்செய்த முயற்சிகள். அந்த ஓவியங்களைப் பார்க்கும்போது என்னால் அழாமல் இருக்கமுடியவில்லை. அதன்பிறகு கணக்கற்ற எண்ணிக்கையில் ஓவியங்களை வரைந்திருக்கிறேன். ஆனால் நான் வரைந்த எதுவுமே என்னை கண்ணீர்விட வைத்ததில்லை.

என் தங்கையின் இறப்பு என்னில் ஏற்படுத்திய மற்றொரு விளைவு: மிகக்கடுமையான கிளாஸ்ட்ரோஃபோபியா. குறுகலான, சிறிய சவப்பெட்டிக்குள் அவள் வைக்கப்பட்டிருந்தது, சவப்பெட்டி

மூடப்பட்டு இறுக்கமாகப் பூட்டப்பட்டு, சுடுகாட்டுக்கு எடுத்துச் செல்லப்பட்டது ஆகியவற்றைப் பார்த்ததினால் என்னால் குறுகலான, மூடப்பட்ட இடங்களில் இருக்க முடியவில்லை. வெகுகாலத்திற்கு மின்தூக்கிகளில் செல்ல முடியவில்லை. மின்தூக்கியின் முன்னால் நிற்கும்போது, அதன் கதவுகள் நிலநடுக்கத்தினால் தானாக மூடிக்கொண்டு அந்தக் குறுகிய இடத்திற்குள் மாட்டிக்கொள்ளப் போகிறேன் என்று தோன்றும். அவ்வாறான சிந்தனையே மூச்சையடைக்கும் பீதியுணர்வைக் கிளப்பப் போதுமானது.

என் தங்கை இறந்தவுடனே இந்த அறிகுறிகள் தோன்றவில்லை. அவை மேலெழுவதற்கு கிட்டத்தட்ட மூன்று வருடங்கள் ஆயின. முதல்முறை பீதித்தாக்குதல் ஏற்பட்டது ஓவியப்பள்ளியில் சேர்ந்தபிறகு, அப்போது பகுதிநேரப் பணியாக சரக்குகளை எடுத்துச்செல்லும் நிறுவனத்தில் வேலை செய்துகொண்டிருந்தேன். சரக்குப்பெட்டக வண்டி ஓட்டுநரின் உதவியாளன் நான், பெட்டிகளை ஏற்றுவது மற்றும் இறக்குவது என் வேலை. ஒருமுறை காலியாக இருந்த சரக்குப்பெட்டகத்தில் வைத்துத் தவறுதலாக பூட்டப்பட்டு விட்டேன். அன்றைய நாளின் வேலைமுடிந்து செல்லும்போது வண்டியில் யாரும் இருக்கிறார்களா என்று ஓட்டுநர் சோதிக்கத் தவறிவிட்டார். பின்பகுதிப் பெட்டகத்தின் கதவை வெளிப்பக்கமாகப் பூட்டிவிட்டார்.

மீண்டும் கதவு திறக்கப்பட்டு நான் தவழ்ந்தபடி வெளிவர இரண்டரை மணி நேரங்கள் ஆனது. அவ்வளவு நேரமும் மூடப்பட்ட, முற்றிலும் இருட்டான இடத்தில் அடைபட்டுக் கிடந்தேன். அது, குளிர்பதனம் செய்யப்பட்ட வண்டியல்ல என்பதால் இடுக்குகள்வழியாக காற்று உள்ளே வந்தது. சற்று நிதானமாக யோசித்திருந்தால் அங்கே மூச்சடைத்துப்போகச் சாத்தியமில்லை என்பது புரிந்திருக்கும்.

ஆனால், பயங்கரமான பீதியின் பிடியில் இருந்தேன். போதுமான அளவு காற்று இருந்தது என்றாலும் எவ்வளவு ஆழமாக சுவாசித்தும் என்னால் அதை உள்ளிழுக்க முடியவில்லை. சுவாசம் மேலும்மேலும் மோசமாகி மூச்சிரைப்பு தொடங்கியது. மயக்கமாக உணர்ந்தேன். "ஒன்றுமில்லை, அமைதியாக இரு" எனக்கு நானே சொல்லிக்கொண்டேன். "சீக்கிரமே

வெளியில் செல்லலாம், இந்த இடத்தில் மூச்சுத்திணற சாத்தியமே இல்லை." ஆனால் தர்க்கம் வேலை செய்யவில்லை. அப்போது என் மனதில் இருந்த ஒரேவிஷயம், என் தங்கை அந்தச் சிறிய சவப்பெட்டிக்குள் திணிக்கப்பட்டு எரியூட்ட எடுத்துச்செல்லப்பட்டது மட்டுமே. பீதியில் வாகனத்தின் பக்கச்சுவர்களை தட்டத் தொடங்கினேன்.

அந்தச் சரக்குவண்டி, நிறுவனத்தின் வாகன நிறுத்தத்தில் இருந்தது, அனைத்து வேலையாட்களும் அவர்களுடைய வேலைநேரம் முடிந்தபின் வீட்டிற்குச் சென்றுவிட்டனர். நான் அவர்களோடு இல்லை என்பதை யாரும் கவனிக்கவில்லை. நான் பைத்தியம்பிடித்ததுபோல தட்டிக்கொண்டிருந்தேன், ஆனால் யாருக்கும் காதில் விழுந்ததாகத் தெரியவில்லை. எனக்குத் தெரியும், ஒருவேளை எனக்கு அதிர்ஷ்டமில்லை என்றால் காலை வரையில் அங்கே அடைபட்டுக் கிடக்கவேண்டியிருக்கும். அந்தச் சிந்தனையிலேயே என்னுடைய தசைகள் அத்தனையும் கரைவதுபோல் உணர்ந்தேன்.

இரவுநேரக் காவலாளி, தனது மேற்பார்வைச் சுற்று நேரத்தில் வாகன நிறுத்தத்திற்கு வரும்போது, நான் உண்டாக்கும் சத்தத்தைக் கேட்டு வண்டியின் கதவைத் திறந்தார். எவ்வளவு பயந்துபோய் சோர்வாக இருக்கிறேன் என்பதைப் பார்த்தவுடன் நிறுவனத்தின் ஓய்வறையிலுள்ள படுக்கையில் படுக்கவைத்து சூடாக கோப்பைத் தேநீரைக் கொடுத்தார். எவ்வளவுநேரம் அங்கே படுத்திருந்தேன் என்று தெரியவில்லை. கடைசியில், ஒருவழியாக சுவாசம் மீண்டும் இயல்பானது. விடியல் நெருங்கிக் கொண்டிருக்க, நான் அந்தக் காவலாளிக்கு நன்றி சொல்லிவிட்டு முதல் ரயிலைப் பிடித்து வீட்டிற்கு வந்துசேர்ந்தேன். எனது சொந்தப் படுக்கையில் படுத்துக்கொண்டு பைத்தியம்போல வெகுநேரத்திற்கு நடுங்கிக் கொண்டிருந்தேன்.

அப்போதிருந்து மின்தூக்கிகளில் பயணம் செய்வது அதேமாதிரியான பீதியைத் தூண்டியது. அந்தச் சம்பவம் எனக்குள் எங்கோ ஆழத்தில் பதுங்கியிருந்த அச்சத்தைக் கிளறிவிட்டிருக்க வேண்டும். அது, என் தங்கை இறந்தபோன நினைவுகளால் தொடங்கியதா என்பதில் எனக்குச் சிறிதளவு சந்தேகமுண்டு. மேலும், மின்தூக்கிகள் மட்டுமின்றி மூடப்பட்ட அனைத்து இடங்களிலும் அதேநிலைதான். நீர்மூழ்கிக்

கப்பல்கள் அல்லது பீரங்கிகள் வரும் திரைப்படங்களைக் கூட என்னால் பார்க்க முடியவில்லை. அதுபோல, குறுகிய இடத்திற்குள் என்னை வைத்து மூடிக்கொள்வதைக் கற்பனை செய்வது—வெறுமனே கற்பனை செய்வது— என்னை மூச்சுவிட முடியாமல் ஆக்கிவிடும். அவ்வப்போது திரையரங்கை விட்டு வெளியேற வேண்டியதாகும். இதனாலேயே வேறு யாருடனும் திரைப்படங்களுக்குச் செல்வது அரிதாகிப் போனது.

நான் பதிமூன்று வயதிலும் என் தங்கை பத்து வயதிலும் இருக்கும்போது, கோடை விடுமுறையில் நாங்கள் இருவரும் சொந்தமாக யமனாஷி மாகாணத்திற்குப் பயணித்தோம். எங்கள் அம்மாவின் சகோதரர், யமனாஷி பல்கலைக்கழக ஆய்வகத்தில் வேலை செய்துகொண்டிருந்தார், நாங்கள் அவரோடு தங்குவதற்காகச் சென்றோம். குழந்தைகளான நாங்கள் தனியாகப் பயணம் செய்தது அதுவே முதல்முறை. என் தங்கை, அப்போது ஒப்பிடத்தக்க அளவில் நல்ல உடல்நிலையில் இருந்ததால் எங்கள் பெற்றோர் தனியாகப் பயணம் செய்ய அனுமதி தந்தனர்.

எங்களது மாமா அப்போது திருமணமாகாதவர் (இப்போதும் அப்படித்தான்), அப்போது அவருக்கு முப்பது வயது ஆகியிருந்தது என்று நினைக்கிறேன். அக்காலகட்டத்தில் மரபணு குறித்த ஆராய்ச்சியில் இருந்தார் (இப்போதும் அதில்தான் இருக்கிறார்), அமைதியானவர் மற்றும் ஒருவிதமான உலகியல் பற்றில்லாத மனிதர், இருப்பினும் நேரடியான, வெளிப்படையான மனிதர். அவருக்கு படிப்பது பிடிக்கும், இயற்கைகுறித்து அனைத்தையும் தெரிந்துவைத்திருந்தார். மலைப்பகுதியில் நடந்துசெல்வது அவருக்கு மிகவும் பிடித்தமானது, அதற்காகத்தான் கிராமப்புற மலைப்பகுதியான யமனாஷியில் பல்கலைக்கழக வேலையை ஏற்றுக்கொண்டேன் என்றார். எனக்கும் என் தங்கைக்கும் எங்கள் மாமாவை மிகவும் பிடிக்கும்.

முதுகுப்பைகளோடு, ஷிஞ்சுகு ரயில் நிலையத்தில் மட்சுமோட்டோ செல்லும் விரைவு ரயிலில் ஏறி கோஃபுவில் இறங்கிக்கொண்டோம். கோஃபு நிலையத்திலிருந்து எங்களை அழைத்துச் செல்ல மாமா வந்திருந்தார். அவர் கவனிக்க வைக்கும்படியானவிதத்தில் உயரமானவர், அவ்வளவு

கூட்டமான ரயில் நிலையத்திலும் அவரை உடனே கண்டுகொண்டோம். அவர் கோஃபுவில் சிறியவீடு ஒன்றைத் தனது நண்பரோடு சேர்ந்து வாடகைக்கு எடுத்திருந்தார், இருப்பினும் அவரது நண்பர் வெளிநாட்டில் இருந்ததால் உறங்குவதற்கு எங்களுக்கென்று தனியறை ஒதுக்கப்பட்டது. அந்த வீட்டில் ஒருவாரம் வரையில் தங்கியிருந்தோம். அநேகமாக, ஒவ்வொருநாளும் மாமாவோடு அருகிலிருக்கும் மலைப்பகுதியில் நடைக்குச் செல்வோம். பலவிதமான மலர்கள் மற்றும் பூச்சிகளின் பெயர்கள்குறித்து எங்களுக்குச் சொல்லித்தந்தார். அந்தக் கோடைகால நினைவுகளை மகிழ்வுடன் நினைத்திருந்தோம்.

ஒருநாள், வழக்கமாகச் செல்லும் தூரத்தைவிட மேலேறி பியூஜி மலையில் இருக்கும் காற்றுக் குகைக்குச் சென்றோம். பியூஜி மலையில் இருக்கும் பல்வேறு காற்றுக் குகைகளில் இதுவே பெரியது. இவ்வகைக் குகைகள் எவ்வாறு உருவாகின்றன என்று மாமா எங்களுக்குக் கூறினார். அவை பசால்ட்[2] பாறைகளால் ஆனவை என்பதால் உள்ளே கிட்டத்தட்ட எதிரொலியே இருக்காது என்றார். கோடையிலும் அதனுள்ளே வெப்பம் குறைவாக இருக்கும்; எனவே கடந்தகாலத்தில் மனிதர்கள் குளிர்காலத்தில் வெட்டி எடுக்கப்பட்ட பனிப்பாளங்களை இந்தக் குகைகளுக்குள் சேமித்து வைப்பர். இரண்டுவகையான குகைகளுக்கு இடையே உள்ள வித்தியாசத்தை அவர் எங்களுக்கு விளக்கினார்: ஃபுகெட்ஸு, அளவில் பெரியவை, மனிதர்கள் உள்ளே செல்லக்கூடியவை மற்றும் காஸா-அனா, மனிதர்கள் உள்ளே செல்லமுடியாத சிறிய வகை. இரண்டு சொற்களும் ஒரே சீன எழுத்துகளின் வெவ்வேறுவிதமான வாசிப்புகள். அதன் பொருள், “காற்று” மற்றும் “துளை” என்பதாகும். எங்கள் மாமாவுக்கு எல்லாமே தெரியும் என்பதுபோல இருந்தது.

அந்தப் பெரிய காற்றுக் குகைக்கு நுழைவுக்கட்டணம் செலுத்தித்தான் உள்ளே செல்லவேண்டும். மாமா எங்களுடன் உள்ளே வரவில்லை. அவர் அங்கே பலமுறை வந்திருக்கிறார். மேலும், அவரது உயரத்திற்கு குகையின் கூரை மிகவும் தாழ்வானது என்பதால் எப்போதும் முதுகுவலியுடன் திரும்பினார். “அது ஆபத்தானது அல்ல,” என்றார், “எனவே, நீங்கள் இருவர் மட்டும் செல்லுங்கள். நான்

2. எரிமலைப் பாறை.

இங்கே நுழைவாயிலில் புத்தகத்தைப் படித்துக்கொண்டு அமர்ந்திருப்பேன்." நுழைவாயிலில் பொறுப்பில் இருந்த ஒருவர், எங்களிடம் கைவிளக்குகள் மற்றும் மஞ்சள்நிறத் தலைக்கவசங்களை அளித்தார். குகையின் கூரையில் விளக்குகள் பொருத்தப்பட்டிருந்தன என்றாலும் உள்ளே இன்னும் இருள் இருந்தது. உள்ளே செல்லச்செல்ல குகையின் கூரை தாழ்வாகிக்கொண்டே போனது. நெட்டையான எங்கள் மாமா, வெளியிலேயே இருந்துகொண்டதில் அதிசயமில்லை.

நானும் என் தங்கையும் நடந்துசெல்லும்போது விளக்கு வெளிச்சத்தை கால்களுக்குக் கீழே காட்டியபடி சென்றோம். வெளியே கோடைகாலத்தின் நடுப்பகுதி—தொண்ணூறு டிகிரி ஃபாரன்ஹீட்—ஆனால் குகைக்குள்ளே ஐம்பதுக்கும் குறைவாக சில்லென்று இருந்தது. மாமாவின் அறிவுரையைப் பின்பற்றி நாங்கள் கொண்டுவந்திருந்த கனமான ஆடைகளை அணிந்திருந்தோம். தங்கை, என் கையை இறுகப் பற்றியிருந்தாள், அவளை நான் பாதுகாக்க வேண்டும் என்பதற்காக இருக்கலாம் அல்லது என்னைப் பாதுகாப்பதாக நம்பியிருக்கலாம் (அல்லது வெறுமனே பிரிந்துபோய் விடக்கூடாது என்பதற்காக அப்படிச் செய்திருக்கலாம்). நாங்கள் குகையிலிருந்த நேரம் முழுக்க அந்தச் சிறிய வெதுவெதுப்பான கை என் கைக்குள் இருந்தது. அங்கிருந்த மற்றொரு பார்வையாளர் மத்திமவயதில் இருந்த தம்பதியினர். ஆனால் அவர்கள் சீக்கிரமே அங்கிருந்து கிளம்பிவிட்டனர், பிறகு நாங்கள் இருவர் மட்டுமே இருந்தோம்.

எனது தங்கையின் பெயர் கோமிச்சி, ஆனால் குடும்பத்தில் அனைவரும் அவளை கோமி என்றுதான் அழைப்போம். அவளது நண்பர்கள் அவளை மிச்சி அல்லது மிச்சான் என்று அழைத்தனர். எனக்குத் தெரிந்தவரை, யாரும் கோமிச்சி என்ற அவளது முழுப்பெயரைச் சொல்லி அழைத்ததில்லை. சிறிய உருவத்துடன் ஒல்லியாக இருப்பாள். சுருளாத கருப்புநிறக் கூந்தல், தோள்பட்டைக்குச் சற்றுமேலே கத்தரிக்கப்பட்டிருக்கும். முகத்தோடு ஒப்பிடுகையில் பெரிய கண்கள் (பெரிய கருவிழிகளோடு). அது, அவளை தேவதையை ஒத்திருக்கச் செய்யும். அன்று வெள்ளைநிற டி-ஷர்ட் அணிந்திருந்தாள், நிறமிழந்த ஜீன்ஸ், இளஞ்சிவப்பு நிறக் காலணிகள்.

குகையின் ஆழத்திற்குச் சென்றபிறகு என் தங்கை, பரிந்துரைக்கப்பட்ட பாதையிலிருந்து சற்றே விலகி அமைந்திருந்த, சிறிய அளவிலான பக்கக்குகை ஒன்றைக் கண்டுபிடித்தாள். அதன் வாசல், பாறைகளின் நிழல்களால் மறைக்கப்பட்டிருந்தது. அந்தச் சிறிய குகைமீது மிகவும் ஆர்வம் கொண்டாள். "அது ஆலிஸின் முயல்வளைபோல இருக்கிறது இல்லையா?" என்று என்னிடம் கேட்டாள்.

அவள், லூயி கரோல் எழுதிய 'அதிசயவுலகில் ஆலிஸின் சாகசங்கள்' கதையின் மிகப்பெரிய விசிறி. அந்தப் புத்தகத்தை எத்தனைமுறை படித்துக்காட்டச் சொல்லிக் கேட்டிருப்பாள் என்று எனக்கே தெரியாது. குறைந்தது நூறு முறையாவது இருக்கும். சிறுவயதிலிருந்தே அவளுக்குப் படிக்கத் தெரியும் என்றாலும் அந்தப் புத்தகத்தை அவளுக்காக நான் படிப்பதுதான் அவளுக்குப் பிடிக்கும். அந்தக் கதை அவளுக்கு மனப்பாடம் ஆகியிருந்தது. இருந்தாலும், ஒவ்வொருமுறை படிக்கும்போதும் மகிழ்ச்சியடைவாள். அவளுக்கு மிகவும் பிடித்தபகுதி இறால் நடனம். இப்போதும்கூட அந்தப்பகுதி சொல்லுக்குச் சொல் என் நினைவிலிருக்கிறது.

"ஆனால் முயல் இருக்காது" என்றேன்.

"நான் உள்ளே சென்று பார்க்கப் போகிறேன்" என்றாள்.

"கவனமாக இரு" என்றேன்.

அது உண்மையிலேயே மிகச்சிறிய குகை (எங்கள் மாமா சொன்னதுபோல காஸா-அனா). ஆனால் என் தங்கையால் எந்தச் சிரமமுமின்றி உள்ளே நுழைய முடிந்தது. அவளது உடலின் பெரும்பகுதி உள்ளே சென்றுவிட கீழ்பாதிக் கால்கள் மட்டும் வெளியே நீட்டிக் கொண்டிருந்தன. கைவிளக்கின் வெளிச்சத்தைக்கொண்டு உள்ளே பார்க்கிறாள் என்பதுபோலத் தெரிந்தது. பிறகு நிதானமாக வெளியேறினாள்.

"உள்ளே இன்னும் ஆழமாகச் செல்கிறது," என்றாள். "தரைப்பகுதி திடீரென சரிகிறது. ஆலிஸின் முயல்வளையைப் போலவே. அதன் கடைசிமுனையில் என்ன இருக்கிறது என்று பார்க்கப்போகிறேன்."

"வேண்டாம் அப்படிச் செய்யாதே, அது மிகவும் ஆபத்தானது," என்றேன்.

"ஒன்றும் ஆகாது. நான் உருவத்தில் சிறியவள், என்னால் பாதிப்பின்றி வெளியே வந்துவிட முடியும்."

சட்டை மட்டும் அணிந்திருப்பதற்காக மேலங்கியைக் கழற்றினாள். அவளது மேலங்கி மற்றும் தலைக்கவசத்தை என்னிடம் கொடுத்தாள். நான் மறுத்துப்பேசத் தொடங்குமுன் கைவிளக்கோடு தன்னை அந்தத் துளைக்குள் நுழைத்துக்கொண்டு, கணத்தில் காணாமல் போனாள்.

வெகுநேரமானது, ஆனால் அவள் வெளியே வரவில்லை. எந்தச் சத்தமும் கேட்கவில்லை.

"கோமி" அந்தத் துளைக்குள் கூப்பிட்டேன். "கோமி, நீ நன்றாக இருக்கிறாயா?"

பதிலேதும் இல்லை. எதிரொலியின்றி என் குரல் அந்த இருளுக்குள் உறிஞ்சிக் கொள்ளப்பட்டது. நான் கவலைகொள்ளத் தொடங்கினேன். ஒருவேளை, அவள் அந்தத் துளைக்குள் சிக்கிக்கொண்டு முன்னே செல்ல அல்லது பின்னால் வர இயலாமல் இருக்கலாம். அல்லது வலிப்பு ஏற்பட்டு அவள் உள்ளே நினைவிழந்திருக்கலாம். அப்படி ஏதும் நடந்திருந்தால் என்னால் அவளுக்கு எவ்வகையிலும் உதவமுடியாது. அனைத்துவிதமான பயங்கரக் காட்சிகளும் எனக்குள் உருவாகின, என்னைச் சுற்றியிருந்த இருள் என்னை நெறிப்பதுபோல் இருந்தது.

ஒருவேளை, என் தங்கை அந்தத் துளைக்குள் காணாமல்போய், ஒருபோதும் இந்த உலகத்திற்கு வரமாட்டாள் என்றால் அதை என் பெற்றோருக்கு எப்படி விளக்குவேன்? ஓடிச்சென்று நுழைவாயிலில் காத்துக்கொண்டிருக்கும் மாமாவிடம் சொல்லவேண்டுமா? அல்லது அவள் வருவதற்காக இங்கேயே அமர்ந்தபடி காத்திருக்க வேண்டுமா? குனிந்தமர்ந்து துளைக்குள் எட்டிப் பார்த்தேன். கைவிளக்கின் வெளிச்சம் அதிகதூரம் செல்லவில்லை. அது மிகச்சிறிய துளை, இருள் மிக அதிகமாக இருந்தது.

"கோமி" என்று மீண்டும் ஒருமுறை கூப்பிட்டேன். எந்தப் பதிலும் இல்லை. "கோமி" என்று இன்னும் சத்தமாகக் கூப்பிட்டேன். அப்போதும் பதிலில்லை. குளிர்ந்த காற்றலையொன்று உள்ளே வரை சில்லிடவைத்தது. என் தங்கையை நான் எப்போதைக்குமாக இழந்துவிடக்கூடும். ஒருவேளை அவள், அந்த ஆலிஸின் துளைக்குள் இழுக்கப்பட்டு விட்டாள், மாக் ஆமை, செஷையர் பூனை மற்றும் ஹார்ட்ஸ் ராணி இருக்கும் உலகத்திற்கு. தர்க்கங்கள் வேலை செய்யாத ஓர் உலகம். நாங்கள் இங்கு வந்திருக்கவே கூடாது என்று நினைத்தேன்.

கடைசியில், என் தங்கை திரும்பிவந்தாள். ஆனால் முன்புபோல் அல்லாமல் தலை முதலில் வெளியே வரும்படி வந்தாள். அவளது கருநிறக் கூந்தல் துளையிலிருந்து முதலில் வெளிப்பட்டது. பிறகு, அவளது தோள்பட்டை மற்றும் கைகள். கடைசியாக, அவளது இளஞ்சிவப்பு நிறக் காலணி. அவள் என்முன்னே எதுவும் பேசாமல், நிமிர்ந்து, மெதுவாக ஆழ்ந்து மூச்சுவிட்டாள். தனது ஜீன்ஸில் இருந்த தூசுகளைத் தட்டிவிட்டுக் கொண்டாள்.

என் இதயம் வேகமாகத் துடித்துக் கொண்டிருந்தது. முன்னே சென்று கலைந்திருந்த அவளது கூந்தலைச் சரிசெய்தேன். அந்தக் குகைக்குள் வெளிச்சம் குறைவாக இருந்ததால் என்னால் அதைச் சரியாகச் செய்யமுடியவில்லை, ஆனால் தூசு மற்றும் அழுக்குகள் அவளது வெள்ளைநிறச் சட்டையில் ஒட்டிக்கொண்டிருப்பதுபோல் தெரிந்தது. மேலங்கியை அணிவித்து மஞ்சள் நிறத் தலைக்கவசத்தைக் கொடுத்தேன்.

"நீ திரும்பி வருவாய் என்று நான் நினைக்கவில்லை," என்று அவளை அணைத்தபடி கூறினேன்.

"நீ கவலைப்பட்டாயா?"

"மிக அதிகமாக."

என் கைகளை இறுக்கமாகப் பற்றிக்கொண்டாள். பிறகு குதூகலமான குரலில் கூறினாள், "குறுகலாக இருந்த பகுதியில் எப்படியோ உடலைத் திணித்து நுழைந்துவிட்டேன். அதன் பிறகு ஆழத்தில் அது திடீரெனச் சரிகிறது, கீழ்ப்பகுதியில் சிறிய அறைபோல இருந்தது. வட்டமான அறை, பந்தைப் போல. கூரை வட்டமாக இருந்தது, சுவர்களும் வட்டமாக இருந்தன, தரைகூட அப்படியே இருந்தது. மேலும் அங்கே

மிகமிக அமைதியாக இருந்தது. உலகம் முழுக்க நீ தேடினாலும் அப்படியொரு அமைதியான இடத்தைக் கண்டுபிடிக்க முடியாது என்பதுபோல. கடலுக்கடியில் இன்னும் ஆழமாகச் செல்லும் பள்ளத்திற்குள் நான் இருப்பதுபோல. கை விளக்கை அணைத்ததும் மையிருட்டாக இருந்தது, ஆனால் எனக்குப் பயமாக இல்லை அல்லது தனிமையாக உணரவில்லை. அந்த அறை, நான் மட்டுமே அனுமதிக்கப்பட்டுள்ள சிறப்பான இடம். எனக்காக மட்டுமே உள்ள ஓர் அறை. வேறு யாரும் அங்கே வரமுடியாது. நீ கூட போகமுடியாது."

"ஏனென்றால் நான் மிகவும் பெரிதாக இருக்கிறேன்."

என் தங்கை ஆமோதிப்பாகத் தலையசைத்தாள். "ஆமாம். நீ உள்ளே செல்லமுடியாத அளவுக்குப் பெரிதாகிவிட்டாய். உண்மையில், அந்த இடத்தைப்பற்றி ஆச்சரியமான விஷயம் என்னவென்றால், அதைப்போல இருண்ட இடம் இன்னொன்று இருக்கமுடியாது. எவ்வளவு இருட்டு என்றால் விளக்கை அணைத்தபின் இருளைக் கைகளால் அள்ளமுடியும் என்பதுபோலத் தோன்றும். உனது உடல் சிறிதுசிறிதாகச் சிதைந்து காணாமல்போகிறது. ஆனால், நீ இருளில் இருப்பதால் அதை உன்னால் பார்க்க முடிவதில்லை. உனக்கு உடல் இன்னமும் இருக்கிறதா இல்லையா என்பதே தெரியாது. ஒருவேளை, உடல் முழுவதுமாக மறைந்துவிட்டது என்று வைத்துக்கொண்டாலும், அப்போதும் நான் அங்கு இருப்பேன். செஷையர் பூனை மறைந்தபிறகும் அதன் இளிப்பு அங்கிருப்பது போல. மிகவும் விசித்திரமானது இல்லையா? ஆனால், அங்கே இருக்கும்போது நான் அதை விசித்திரம் என்று நினைக்கவில்லை. என்றென்றைக்குமாக அங்கேயே இருக்க விரும்பினேன். ஆனால் நீ கவலைப்படுவாய் என்று தோன்றியது, எனவே வெளியே வந்தேன்."

"இங்கிருந்து வெளியே போகலாம்" என்றேன். அவள் மிகவும் உணர்ச்சிவயப்பட்டு இருக்கிறாள் என்றென்றைக்குமாக அதைப்பற்றியே பேசிக்கொண்டிருப்பாள், அதற்கு முற்றுப்புள்ளி வைக்கவேண்டும் என்று தோன்றியது. "என்னால் இங்கே சரியாக மூச்சு விடமுடியவில்லை."

"நீ நன்றாக இருக்கிறாயா?" என் தங்கை அக்கறையுடன் கேட்டாள்.

“நன்றாக இருக்கிறேன், எனக்கு வெளியே போகவேண்டும் அவ்வளவுதான்.”

கைகளைப் பற்றியபடி வெளியேறத் தொடங்கினோம்.

“உனக்கொன்று தெரியுமா?” நடந்துகொண்டிருக்கும்போது யாரும் கேட்டுவிடக்கூடாது என்பதுபோல மெல்லிய குரலில் என் தங்கை பேசினாள் (இருப்பினும் எங்களுக்கு அருகே யாருமில்லை). “ஆலிஸ் உண்மையில் இருக்கிறாள். அது கற்பனையல்ல, உண்மை. அந்த மார்ச் முயல், மேட் ஹாட்டர், செஷையர் பூனை, சீட்டுக்கட்டு வீரர்கள்—அவர்கள் அனைவரும் உண்மையிலேயே இருக்கிறார்கள்.”

“ஒருவேளை, இருக்கலாம்...” என்றேன்.

காற்றுக் குகையிலிருந்து, மீண்டும் வெளிச்சமான உண்மையுலகத்திற்கு வெளியே வந்தோம். அன்று மதியநேரத்தில் மெல்லிய படலமாக மேகங்கள் வானத்தில் இருந்தன, ஆனால் சூரியஒளி எவ்வளவு பயங்கரமான ஒளிரும் வெளிச்சமாகத் தெரிந்தது என்பது இன்னும் நினைவிலுள்ளது. வலுவான புயலொன்று அனைத்தையும் மூழ்கடிப்பதுபோல சில்வண்டுகளின் கிறீச்சொலி மிதமிஞ்சியதாக இருந்தது. நுழைவாயிலுக்கு அருகிலிருந்த மேசையில் தனது புத்தகத்தில் மூழ்கி அமர்ந்திருந்த மாமா, எங்களைப் பார்த்தவுடன் புன்னகைத்தபடி எழுந்து நின்றார்.

இரண்டு வருடம் கழித்து என் தங்கை இறந்துபோனாள். சிறியதொரு சவப்பெட்டியில் வைக்கப்பட்டு எரிக்கப்பட்டாள். அப்போது எனக்குப் பதினைந்து வயது, அவளுக்குப் பன்னிரண்டு. அவள் எரிக்கப்படும்போது குடும்ப உறுப்பினர்களிடமிருந்து விலகி மயானத்தின் முற்றத்திலிருந்த இருக்கையில் அமர்ந்து அந்தக் காற்றுக்குகையில் நடந்தவற்றை நினைத்துக்கொண்டேன்: என் தங்கை வெளியே வருவதற்காகக் காத்திருந்தபோது உணர்ந்த காலத்தின் சுமை, என்னைப் பொதிந்திருந்த இருளின் அடர்த்தி, நான் உணர்ந்த ஆழமான குளிர். துளையிலிருந்து வெளிப்பட்ட அவளது கருநிறக் கூந்தல், அதன்பின் வெளிவந்த தோள்கள். அவளது

வெள்ளைச்சட்டையில் ஒட்டிக்கொண்டிருந்த ஏதேதோ தூசுகள் மற்றும் அழுக்குகள்.

அந்த நேரத்தில், திடீரென ஒரு சிந்தனை எனக்குள் உருவானது: ஒருவேளை, இரண்டு வருடங்களுக்குப் பின் மருத்துவமனையிலிருந்த மருத்துவர்கள் அதிகாரபூர்வமாக அவளது இறப்பை அறிவிப்பதற்கு முன்னமே, அந்தக் குகையின் ஆழத்திற்குள் இருந்தபோதே அவளது வாழ்க்கை அவளிடமிருந்து பறிக்கப்பட்டிருக்கலாம். இது சாத்தியம் என்று நம்பினேன். அவள் அந்தத் துளைக்குள் ஏற்கெனவே காணாமல் போய்விட்டாள். மேலும், இந்த உலகைவிட்டுச் சென்றுவிட்டாள். ஆனால் நான், அவள் இன்னமும் உயிரோடு இருப்பதாகத் தவறாக நினைத்துக்கொண்டு அவளது கையை இறுக்கமாகப் பற்றியபடி அவளை என்னோடு ரயிலில் அமரவைத்து மீண்டும் டோக்கியோவிற்கு அழைத்து வந்திருக்கிறேன். அதன்பிறகு மேலும் இரண்டு வருடங்களுக்கு சகோதர-சகோதரிகளாக வாழ்ந்திருக்கிறோம். ஆனால் அது விரைவாகக் கடந்து சென்றுகொண்டிருக்கும் சலுகைக்காலமன்றி வேறில்லை. இரண்டு வருடம் கழித்து, அந்தக் குகையிலிருந்து மரணம் ஊர்ந்து வந்து என் தங்கையின் ஆன்மாவைப் பற்றிக்கொண்டது. அவளது காலம் முடிந்துவிட்டது என்பதுபோல. எங்களுக்குக் கடனாக அளிக்கப்பட்டதற்கு உரியதைச் செலுத்தவேண்டியது கட்டாயம். அதன் சொந்தக்காரர் அதைத் திருப்பி எடுத்துக்கொள்ள வந்துவிட்டார்.

பல வருடங்கள் கழித்து வளர்ந்த மனிதனாக ஒன்றை உணர்ந்தேன். என் தங்கை, அந்தக் காற்றுக்குகையில் ரகசியமான குரலில் நம்பிக்கையுடன் தெரிவித்த விஷயங்கள் உண்மைதான். ஆலிஸ் உண்மையில் இவ்வுலகத்தில் இருக்கிறாள். மார்ச் முயல், மேட் ஹாட்டர், செஷையர் பூனை—இவையனைத்தும் உண்மையிலேயே இருக்கின்றன.

***

சாரம்

எனது இளம் நண்பன் ஒருவனுக்கு என்னுடைய பதினெட்டு வயதில் நடந்த விநோத சம்பவத்தைச் சொல்லிக்கொண்டிருந்தேன். எதனால் அந்தப் பேச்சு வந்தது என்று நினைவில்லை. நாங்கள் பேசிக்கொண்டிருந்தபோது எப்படியோ வந்துவிட்டது. அது, எப்போதோ வெகுகாலத்துக்கு முன்பு நடந்த விஷயம். புராதன வரலாறு. அதற்கும் மேலாக, அந்தச் சம்பவம்குறித்து எப்போதும் என்னால் எந்தவொரு முடிவுக்கும் வரமுடிந்ததில்லை.

"அப்போது மேல்நிலைப்பள்ளி முடித்திருந்தேன், ஆனால் இன்னும் கல்லூரிக்குச் செல்லவில்லை" என்று விளக்கினேன். "கல்லூரி ரோனின்[1] என்பார்களே அதுவாக இருந்தேன். அதாவது, பல்கலைக்கழக நுழைவுத்தேர்வில் தோல்வியுற்று மறுமுறை முயற்சிசெய்யக் காத்திருப்பவன். விஷயங்கள் நிச்சயமற்றதன்மையில் இருப்பதுபோல் இருந்தன" என்று தொடர்ந்தேன். "ஆனால் அது என்னை அதிகம் தொந்தரவு செய்யவில்லை. நான் விரும்பினால் ஏதாவது நடுத்தரமான தனியார் கல்லூரியில் இடைப்பருவத்தில் சேர்ந்துகொள்ளலாம் என்று எனக்குத் தெரியும். ஆனால் என் பெற்றோர், நான் தேசியப் பல்கலைக்கழகத்தில் சேர முயற்சி செய்யவேண்டும் என்று வற்புறுத்தினர். எனவே தேர்வு எழுதினேன், அதில் தேர்ச்சி பெறப்போவதில்லை என்று எனக்கு முன்னமே தெரியும். எதிர்பார்த்ததுபோலவே தோல்வியடைந்தேன். அப்போதெல்லாம் தேசியப் பல்கலைக்கழக நுழைவுத்தேர்வில் கட்டாய கணிதப்பிரிவு ஒன்று இருக்கும், எனக்கு

---

1. (நிலப்பிரபுத்துவ ஜப்பானில்) பிரபு அல்லது எஜமானர் இல்லாது அலைந்து திரியும் சாமுராய்.

நுண்கணிதத்தில் சுத்தமாக ஆர்வமில்லை. அடுத்து வந்த வருடத்தை அயலிடச்சான்று உருவாக்கிக் கொண்டிருப்பதைப் போல பொழுதைக் கொன்று கடத்தினேன். மீண்டும் தேர்வு எழுதுவதற்காக நுழைவுத்தேர்வு வகுப்புகளுக்குச் செல்வதற்குப் பதில், உள்ளூர் நூலகத்தில் தடிமனான நாவல்களைப் படிப்பதில் பொழுதைப் போக்கினேன். என் பெற்றோர் அநேகமாக, நான் பாடங்களைப் படிப்பதாக நம்பிக்கொண்டு இருந்திருப்பார்கள். ஆனால், ஹேய், அதுதானே வாழ்க்கை. பல்சாக்கின் நாவல்களைப் படிப்பது, நுண்கணிதக் கொள்கைகளைப் படிப்பதைக் காட்டிலும் சுவாரஸ்யமாக இருந்தது."

அந்த வருடத்தின் அக்டோபர் மாதத் தொடக்கத்தில், ஒரு பெண்ணிடமிருந்து பியானோ இசை நிகழ்ச்சிக்கான அழைப்பிதழ் வந்தது, அவள் பள்ளியில் என்னைவிட ஒரு வருடம் பின்னாலிருந்தவள், நான் பியானோ கற்றுக்கொண்ட ஆசிரியரிடமே அவளும் கற்றுக்கொண்டாள். ஒருமுறை, நாங்கள் இருவரும் சேர்ந்து நான்கு கைகளால் வாசிக்கவேண்டிய மொஸார்ட்டின் பியானோ இசைத்துணுக்கு ஒன்றை வாசித்தோம். இருப்பினும் எனக்குப் பதினாறு வயது ஆகும்போது, பியானோ வகுப்புக்குச் செல்வதை நிறுத்திக்கொண்டேன். அதன்பிறகு அவளைப் பார்க்கவில்லை. எனவே, எனக்கு ஏன் அழைப்பிதழ் அனுப்பியிருக்கிறாள் என்று புரியவில்லை. ஒருவேளை, என்மீது ஆர்வம் இருக்கிறதா? வாய்ப்பே இல்லை. தோற்றத்தின் அடிப்படையில் எனக்குப் பிடித்த வகையைச் சேர்ந்தவள் அல்லவென்றாலும் ஈர்க்கும்படியாகத்தான் இருந்தாள், நிச்சயமாக; எப்போதும் நவநாகரிகமாக உடுத்தியிருப்பாள். விலையுயர்ந்த தனியார் பெண்கள் பள்ளியொன்றில் படித்தாள். என்னைப்போல சாதுவான, வெகு சாதாரணனை விரும்பக்கூடியவள் அல்ல.

இருவரும் சேர்ந்து அந்த இசைத்துணுக்கை வாசித்தபோது, நான் தவறாக வாசிக்கும்போதெல்லாம் என்னை எரிச்சலான பார்வை பார்ப்பாள். என்னைவிட நன்றாக வாசிக்கக் கூடியவளாக இருந்தாள், நான் அதிகப் பதற்றங்கொள்பவனாக இருந்தேன். எனவே, நாங்கள் இருவரும் அருகருகே அமர்ந்து வாசிக்கும்போது சுரங்களில் அதிகம் தவறு செய்தேன். என்

முழங்கைவேறு அவளுடைய முழங்கையுடன் சிலமுறை இடித்தது. அது அவ்வளவு சிரமமான இசைக்கோர்வையல்ல. மேலும், எனக்குக் கொடுக்கப்பட்டிருந்தது மிகவும் சுலபமான பகுதி. ஒவ்வொருமுறையும் நான் தவறவிடும்போது மறுபடியுமா என்பதுபோல முகத்தை வைத்துக்கொள்வாள். அதேசமயம், நாக்கினால் 'உச்' கொட்டுவாள்—சத்தமாக அல்ல; எனக்குக் கேட்குமளவு மட்டும். இப்போதும்கூட அந்தச் சத்தத்தை என்னால் கேட்கமுடியும். அந்தச் சத்தம், பியானோவைக் கைவிடவேண்டும் என்ற என்னுடைய முடிவோடு ஏதேனும் ஒருவகையில் சம்பந்தப்பட்டிருக்கலாம்.

எப்படியிருந்தாலும், அவளுடனான உறவு என்பது நாங்கள் இருவரும் ஒரே பியானோ பள்ளியில் படிக்க நேர்ந்தது என்பது மட்டுமே. ஒருவரையொருவர் பார்த்துக்கொள்ள நேர்ந்தால் முகமன் கூறிக்கொள்வோம், ஆனால் சொந்த விஷயங்கள் எதையும் பரிமாறிக் கொண்டதாக நினைவில்லை. எனவே திடீரென அவளது பியானோ நிகழ்ச்சிக்கு (அவள் மட்டும் வாசிக்கும் நிகழ்ச்சி அல்ல, இன்னும் மூன்று பியானோ வாசிப்பாளர்களுடன் குழு நிகழ்ச்சி) அழைப்பிதழ் அனுப்பியது எனக்கு மிகுந்த ஆச்சரியத்தை ஏற்படுத்தியது—உண்மையில், குழப்பத்தில் ஆழ்த்திவிட்டது. அந்த வருடம் என்னிடம் அளவுக்கதிகமாக ஏதேனும் ஒன்று இருந்தது என்றால் அது நேரம் மட்டுமே. எனவே, நிகழ்ச்சிக்கு வருகிறேன் என்று பதில் தபாலட்டையொன்றை அனுப்பினேன். அதைச் செய்ததற்கான காரணங்களில் ஒன்று அந்த அழைப்பிதழை எனக்கு ஏன் அனுப்பினாள் என்று தெரிந்துகொள்ளும் ஆர்வம்-ஒருவேளை, அதில் ஏதும் உள்நோக்கம் இருக்குமா என்ற எண்ணம். ஏன், இவ்வளவு நாட்களுக்குப்பிறகு எதிர்பாராத அழைப்பு ஒன்றை எனக்கு அனுப்பவேண்டும்? ஒருவேளை, அவள் முன்பைக்காட்டிலும் பியானோ வாசிப்பதில் மிகுந்த தேர்ச்சி பெற்றுவிட்டாள் என்பதை எனக்குக் காட்டுவதற்காக இருக்கலாம் அல்லது தனிப்பட்டமுறையில் என்னிடம் ஏதேனும் சொல்ல விரும்பியிருக்கலாம். வேறுவார்த்தைகளில் சொல்வதானால், என்னுடைய ஆர்வ உணர்வை இன்னும் சிறப்பாக எப்படியெல்லாம் பயன்படுத்தலாம் என்று ஆராய்ந்து கொண்டிருந்தேன், அதே சிந்தனையில் அனைத்துவகையான விஷயங்களையும் யோசித்துக் குழம்பிக் கொண்டிருந்தேன்.

நிகழ்ச்சி நடக்கும் இடம் கோபேயில் உள்ள மலைகளில் ஒன்றின்மீது அமைந்திருந்தது. ஹான்க்யூ ரயில் பாதை வழியாக அந்த இடத்துக்கு எவ்வளவு அருகில் முடியுமோ அவ்வளவு அருகில் பயணப்பட்டு, அங்கிருந்து செங்குத்தாக, வளைந்து செல்லும் சாலைவழியாகப் பேருந்தில் பயணித்தேன். மலையுச்சிக்கு மிக அருகிலிருந்த நிறுத்தத்தில் இறங்கிக் கொண்டேன். சிறிதுதூரம் நடந்தபிறகு நடுத்தர-அளவில் அமைந்திருந்த, நிகழ்ச்சி நடக்கும் இடத்துக்கு வந்து சேர்ந்தேன். அது மிகப்பெரிய வியாபாரக் குழுமம் ஒன்றுக்குச் சொந்தமான, அவர்களாலேயே நிர்வகிக்கப்படும் இடம். இதுபோன்ற வசதிக்குறைவான இடத்தில், மலையுச்சியில், அமைதியான, உயர்மட்டக் குடியிருப்புப் பகுதியில் அரங்கமொன்று இருப்பதே எனக்குத் தெரியாது. நீங்கள் நினைப்பதுபோலவே, உலகில் எனக்குத் தெரியாத விஷயங்கள் ஏராளமாக இருந்தன.

என்னை அழைத்ததற்கு நன்றி தெரிவிக்கும்விதமாக ஏதாவது கொடுக்கவேண்டும் என்று தோன்றியது. ரயில் நிலையத்துக்கு அருகிலிருந்த பூக்கடையில், இந்த நிகழ்வுக்குப் பொருத்தமானதென நினைத்த மலர்களைத் தேர்ந்தெடுத்து அவற்றை பூங்கொத்துபோல கண்ணாடித்தாளில் சுற்றித் தரச் சொன்னேன். சரியாக அதேநேரத்தில் பேருந்து வந்தது என்பதால் உடனே அதில் ஏறிக்கொண்டேன். அது, குளிரான ஞாயிற்றுக்கிழமை மதியம். வானம் அடர்சாம்பல் நிற மேகங்களால் மூடப்பட்டிருந்தது, எந்த நிமிடத்திலும் குளிரான மழை இறங்கச் சாத்தியம் இருப்பதுபோல இருந்தது. இருப்பினும் காற்று வீசவில்லை. சாம்பல் நிறத்தில் நீலநிறத் திட்டுகள் உள்ள ஹெரிங்போன்[2] மேலங்கிக்குள் மெல்லிய கம்பளிச்சட்டை ஒன்றை அணிந்திருந்தேன், தோளின் குறுக்காக ஒரு கேன்வாஸ் பை. அந்த மேலங்கி புத்தம் புதியது, அந்தப் பை பழையதாகி நைந்துபோயிருந்தது. கையில் பளீரிடும் சிவப்பு நிறத்தில் கண்ணாடித்தாளில் சுற்றப்பட்ட பூங்கொத்து. இந்தத் தோற்றத்தோடு பேருந்துக்குள் ஏறியதும் மற்ற பயணிகள் என்னைப் பார்த்துக்கொண்டேயிருந்தனர். அல்லது அவர்கள் பார்ப்பதாக எனக்குத் தோன்றியது. கன்னங்கள்

---

2. இணையான நீள்செவ்வகங்களின் வரிசைகளால் ஆன வடிவம், அடுத்தடுத்த வரிசைகள் எதிரெதிர் திசையில் சாய்ந்து V போல ஒன்றோடொன்று பிணைந்திருக்கும். ஹெரிங் வகை மீன்களின் எலும்புபோலிருப்பதே பெயர்க்காரணம்.

சிவப்பேறுவதை என்னால் உணரமுடிந்தது. அப்போதெல்லாம் சிறிய தூண்டலுக்குக்கூட என் கன்னங்கள் சிவந்துவிடும். மேலும், அந்தச் சிவப்பு மறைய வெகுநேரம் ஆகும்.

"நான் எதற்காக இங்கே வந்திருக்கிறேன்?" பேருந்து இருக்கையில் குறுகியமர்ந்து, சிவந்த கன்னங்களை உள்ளங்கைகளால் குளிர்வித்தபடி என்னை நானே கேட்டுக்கொண்டேன். அந்தப் பெண்ணைப் பார்ப்பது அல்லது பியானோ வாசிப்பைக் கேட்பது என்னுடைய நோக்கமல்ல எனில், என்னுடைய செலவுக்குக் கொடுக்கப்படும் பணத்தை பூங்கொத்துக்காகச் செலவுசெய்து, நவம்பர் மாதத்தின் மந்தமான ஞாயிற்றுக்கிழமை மதிய நேரத்தில் இந்த மலையுச்சிக்கு எதற்காகப் பயணப்பட்டு வருகிறேன்? பதில் அஞ்சலட்டையைத் தபால் பெட்டியில் போட்டபோது என்னிடம் ஏதோ சிக்கல் இருந்திருக்க வேண்டும்.

மலையின்மேல் செல்லச்செல்ல பேருந்தில் பயணிகளின் எண்ணிக்கை குறைந்துகொண்டே வந்தது. இறங்கவேண்டிய நிறுத்தத்தின்போது ஓட்டுநரும் நானும் மட்டுமே இருந்தோம். பேருந்திலிருந்து இறங்கி அழைப்பிதழில் கொடுக்கப்பட்டிருந்த வழிகாட்டுதலின்படி, மெதுவாகச் சரியும் தெருவில் மேலேறத் தொடங்கினேன். ஒவ்வொரு திருப்பத்திலும் துறைமுகம் கணநேரத்திற்குத் தெரிந்து பின் மறைந்தது. மந்தாரமான வானம் மங்கலான நிறத்தில், காரீயத்தால் போர்த்தப்பட்டது போல இருந்தது. கீழே துறைமுகத்தில் அளவில் பெரிய பாரந்தூக்கிகள், கடலிலிருந்து ஊர்ந்து வெளிவரும் அருவெறுப்பான விலங்கொன்றின் உணர்கொம்புகள்போல காற்றில் துருத்திக்கொண்டிருந்தன.

சரிவின் உச்சியிலிருந்த வீடுகள் பெரியவை மற்றும் ஆடம்பரமானவை. மாபெரும் கற்சுவர்கள், கவரும்படியான முன்கதவுகள் மற்றும் இரண்டு வாகன நிறுத்துமிடங்கள் ஆகியவற்றோடு இருந்தன. அசேலியா புதர்வேலிகள் அனைத்தும் ஒழுங்காகக் கத்தரிக்கப்பட்டிருந்தன. மிகப்பெரிய நாய் ஒன்று குரைக்கும் ஒலி எங்கோ கேட்டது. பலமாக மூன்றுமுறை குரைத்து, பிறகு யாரோ கடுமையாக அதட்டியதுபோல் உடனடியாக நிறுத்திக்கொண்டது, சூழ்நிலையில் மீண்டும் அமைதி.

அழைப்பிதழில் இருந்த எளிமையான வரைபடத்தை தொடர்ந்து சென்றுகொண்டிருக்கும்போது, தெளிவற்ற, குழப்பமான முன்னுணர்வால் தாக்கப்பட்டேன். ஏதோ சரியாக இல்லை. முதலாவதாக, சாலையில் மனிதர்கள் இல்லை. பேருந்திலிருந்து இறங்கியது முதல் பாதசாரிகள் யாரையும் பார்க்கவில்லை. இரண்டு கார்கள் என்னைக் கடந்து சென்றன. ஆனால், அவை சரிவிலிருந்து கீழே இறங்கின, மேலே செல்லவில்லை. உண்மையிலேயே, இங்கு ஏதேனும் இசைநிகழ்ச்சி நடக்கப்போகிறதென்றால், அதிகமான அளவில் மனிதர்களை எதிர்பார்ப்பேன். ஆனால் மேலேயிருக்கும் அடர்ந்த மேகங்கள் அத்தனை ஓசைகளையும் விழுங்கிவிட்டதுபோல மொத்தச் சுற்றுப்புறமும் சலனமற்று, அமைதியாக இருந்தது.

ஏதும் தவறாகப் புரிந்துகொண்டுவிட்டேனா?

மேலங்கியின் பையிலிருந்து மீண்டும் அழைப்பிதழை வெளியில் எடுத்து விபரங்களைச் சரிபார்த்தேன். ஒருவேளை, தவறாகப் படித்திருக்கலாம். மீண்டும் ஒருமுறை கவனமாகப் படித்தேன், ஆனால் எந்தத் தவறும் இருப்பதாகத் தெரியவில்லை. சரியான தெருவுக்குத்தான் வந்திருக்கிறேன். இறங்கியதும் சரியான பேருந்து நிறுத்தம், தேதி மற்றும் நேரமும் சரி. என்னை அமைதிப்படுத்திக்கொள்ள மூச்சை ஆழமாக உள்ளிழுத்தேன், பிறகு மீண்டும் நடக்கத் தொடங்கினேன். இப்போது செய்யக்கூடியது, அந்த இசை அரங்கிற்குச் சென்று பார்ப்பது மட்டுமே.

ஒருவழியாக, அந்தக் கட்டடத்துக்கு வந்து சேர்ந்தபோது பெரிய இரும்புக்கதவு இறுக்கமாகப் பூட்டப்பட்டிருந்தது. தடித்த சங்கிலியொன்று கதவில் சுற்றப்பட்டு அசையாமல் இருக்க, கனமான கொண்டிப்பூட்டு போடப்பட்டிருந்தது. அக்கம்பக்கம் யாருமே இல்லை. கதவிலிருந்த சிறிய இடுக்கின் வழியாக குறிப்பிடத்தகுந்த அளவிலான வாகன நிறுத்துமிடம் உள்ளே இருப்பதைப் பார்க்கமுடிந்தது, ஆனால் உள்ளே வாகனங்கள் ஏதும் நிறுத்தப்பட்டிருக்கவில்லை. தரையில் பாவியிருந்த கற்களுக்கிடையே களைச்செடிகள் முளைத்திருந்தன. வாகன நிறுத்துமிடம் சிறிதுகாலமாக பயன்படுத்தப்படாத நிலையில் இருப்பதுபோல் இருந்தது. இருந்தாலும் நுழைவாயிலில்

இருந்த பெரிய பெயர்ப்பலகை நான் தேடிவந்த இசையரங்கம் அதுதான் என்று உறுதிப்படுத்தியது.

நுழைவாயிலுக்கருகே இருந்த உள்ளிடப்பேசியின் அழைப்புப் பொத்தானை அழுத்தினேன், ஆனால் யாரும் பதிலளிக்கவில்லை. சிறிதுநேரம் காத்திருந்து மீண்டும் பொத்தானை அழுத்தினேன், ஆனால் மீண்டும் எந்தப் பதிலும் இல்லை. கடிகாரத்தைப் பார்த்தேன். நிகழ்ச்சி இன்னும் பதினைந்து நிமிடங்களில் தொடங்கப்படவேண்டும். ஆனால் அந்த இரும்புக்கதவு திறக்கப்படும் என்பதற்கான அறிகுறியே இல்லை. அதிலிருந்த வண்ணப்பூச்சு பல இடங்களில் உரிந்து துருவேறத் தொடங்கியிருந்தது, வேறென்ன செய்வது என்று தோன்றாமல் மீண்டும் பொத்தானை அழுத்தினேன். இம்முறை வெகுநேரத்துக்கு அழுத்திக் கொண்டிருந்தேன், ஆனால் முடிவு என்னவோ முன்புபோலத்தான்—ஆழ்ந்த அமைதி.

என்னசெய்வதென்று புரியாததால் இரும்புக் கதவின்மீது சாய்ந்தபடி பத்து நிமிடங்கள் வரையில் காத்திருந்தேன். சீக்கிரமே யாராவது வரக்கூடும் என்ற மெல்லிய நம்பிக்கை எனக்குள் இருந்தது. ஆனால் யாரும் வரவில்லை. இரும்புக் கதவுக்கு உள்ளேயும் அல்லது வெளியேயும் எந்தவித அசைவுக்கான அறிகுறியும் இல்லை. காற்றுகூட வீசவில்லை. பறவைகளின் ஒலியில்லை, நாய்கள் குரைக்கவில்லை. முன்புபோலவே இடைவெளியற்ற போர்வையாக மேலே சாம்பல்நிற மேகம் மூடியிருந்தது.

இறுதியில், முயற்சியைக் கைவிட்டேன்—வேறு என்னதான் செய்வது?—என்ன நடக்கிறது என்பதுகுறித்த எந்தப் புரிதலும் இல்லாமல் கனத்த கால்களோடு மீண்டும் பேருந்து நிறுத்தத்தை நோக்கிச் சரிவில் நடக்கத் தொடங்கினேன். இதில் தெளிவாகப் புரிந்த ஒரேவிஷயம், பியானோ இசை நிகழ்ச்சியோ அல்லது வேறேதும் நிகழ்ச்சியோ இன்று இங்கே நடக்கப்போவதில்லை.

இப்போது செய்யக்கூடிய ஒரேவிஷயம், சிவப்புநிறப் பூங்கொத்தை கையில் ஏந்தியபடி வீட்டுக்குத் திரும்புவது மட்டுமே. சந்தேகமில்லாமல் அம்மா கேட்பார்: "இந்தப் பூக்கள் எதற்காக?" நம்பத்தகுந்தவகையில் ஏதேனும் பதில் தரவேண்டும். அவற்றை ரயில் நிலையத்தின் குப்பைத்தொட்டியில் எறியலாம்

என்று நினைத்தேன், ஆனால் அவை—குறைந்தபட்சம் என்னால் தூக்கியெறிய முடியாத அளவு விலை அதிகமானவை.

சரிவில் சற்றுத்தொலைவு நடந்தபின் வசதியான, சிறிய பூங்கா ஒன்றைப் பார்த்தேன், வீட்டுமனையின் அளவு. பூங்காவின் கோடியில் தெருவிலிருந்து விலகி சாய்வான, இயற்கையாக அமைந்த பாறைச்சுவர் தென்பட்டது. அது வெறும் பூங்கா நீரூற்று அல்லது விளையாட்டு மைதானக் கருவிகள் ஏதுமில்லை. நடுவில், தாழ்வான சிறிய மரவளைவு மட்டுமே அங்கிருந்தது. மரவளைவின் சுவர்கள் சாய்வான பின்னல்வலை வேலைப்பாடு கொண்டவை, அதில் படர்ந்திருந்த கொடிகள் மிகஅடர்த்தியாக வளர்ந்திருந்தன. அதைச்சுற்றிலும் புதர்கள், தட்டையான சதுரக் கற்படிகள் தரையிலிருந்தன. அந்தப் பூங்காவின் நோக்கமென்ன என்று சொல்வது சற்றுக் கடினம். ஆனால், யாரோ தொடர்ந்து அதைப் பராமரித்துக் கொண்டிருந்தார்கள்; மரங்கள் மற்றும் செடிகள் அழகாக வெட்டப்பட்டிருந்தன, களைச்செடிகள் அல்லது குப்பைகள் இல்லை. மலைப்பாதையில் ஏறும்போது அந்தப் பூங்காவை கவனிக்காமல் கடந்து சென்றிருக்கிறேன்.

சிந்திப்பதற்காக மற்றும் மரவளைவின் அருகிலிருந்த நீண்ட இருக்கையில் சிறிதுநேரம் அமர்வதற்காக பூங்காவுக்குள் நுழைந்தேன். சூழலில் ஏதேனும் மாற்றம் நிகழ்கிறதா என்று தெரிந்துகொள்ள (திடீரென்று சிலர் அங்கே வரலாம் என்பது என் எதிர்பார்ப்பு) அந்தப் பகுதியில் இன்னும் சிறிதுநேரம் காத்திருக்கவேண்டும் என்று நினைத்தேன், உட்கார்ந்தபிறகே எவ்வளவு களைப்பாக இருந்தேன் என்று தெரிந்தது. விநோதமான சோர்வு, வெகுநேரமாக களைப்பாக இருக்கிறேன் என்பதையே கவனிக்கவில்லை, இப்போதுதான் உணர்கிறேன். வளைவுக்கு அருகிலிருந்து துறைமுகத்தின் பரந்த தோற்றத்தைக் காணமுடிந்தது. பெரும் எண்ணிக்கையிலான சரக்குப் பெட்டகங்கள் உள்ள கப்பல்கள் இடைகரையில் நிறுத்திவைக்கப்பட்டிருந்தன. மலையுச்சியிலிருந்து பார்க்கும்போது அடுக்கப்பட்டிருக்கும் சரக்குப் பெட்டகங்கள், காகித கிளிப்புகள் மற்றும் நாணயங்களைப் போட்டுவைக்க மேசையில் வைத்திருக்கும் தகரப்பெட்டிகளைப் போல இருந்தன.

சிறிதுநேரம் கழித்து, தொலைவில் மனிதக்குரல் கேட்டது. இயற்கையான குரல் அல்ல, ஒலிபெருக்கிமூலம் வெளிப்படும் குரல். என்ன சொல்லப்படுகிறது என்பதை என்னால் புரிந்துகொள்ள முடியவில்லை, ஆனால் ஒவ்வொரு வாக்கியத்துக்குமிடையே குறிப்பிடத்தகுந்த இடைவெளி இருந்தது, அக்குரல் நிதானமாகப் பேசியது, அதில் உணர்வுகளுக்கான தடயம் ஏதுமில்லை. மிகவும் முக்கியமான ஒன்றை முடிந்தவரை உணர்ச்சி கலவாமல் சொல்ல முயற்சி செய்வதுபோல இருந்தது. ஒருவேளை, இந்தச் செய்தி எனக்காக மட்டுமே அனுப்பப்படும் தனிப்பட்ட செய்தியாக இருக்குமோ என்று தோன்றியது. எங்கே தவறு செய்தேன், எதைக் கவனிக்காமல் தவறவிட்டேன் என்பதை யாரோ சிரமப்பட்டு எனக்குத் தெரிவிக்க முயல்கிறார்கள். வழக்கமாக, நான் இப்படி யோசிக்கமாட்டேன். ஆனால் ஏதோ காரணத்தால் அப்படித் தோன்றியது. கவனமாகக் கேட்டேன். அந்தக் குரல் எளிதில் புரிந்துகொள்ளும்படியாக மெதுமெதுவாக உரத்துக்கொண்டே வந்தது. அது, மலைப்பாதையில் எந்த அவசரமும் இல்லாமல் நிதானமாக மேலேறிக் கொண்டிருக்கும் வாகனத்தின்மேல் அமைக்கப்பட்டுள்ள ஒலிபெருக்கியிலிருந்து வந்துகொண்டிருக்க வேண்டும். இறுதியில், அது என்னவென்று எனக்குத் துலங்கியது: கிறிஸ்தவச் செய்தியை ஒலிபரப்பும் வாகனம்.

"எல்லோரும் இறந்துவிடுவார்கள்" அக்குரல் நிதானமாக உணர்ச்சியற்றுக் கூறியது. "ஒவ்வொரு நபரும் இறுதியில் மரணம் அடைவார்கள். மரணத்திலிருந்தோ அதற்குப்பின்னர் வரும் தீர்ப்பிலிருந்தோ யாரும் தப்பமுடியாது. மரணத்துக்குப் பிறகு அனைவரும் அவரவர் பாவங்களுக்காக கடுமையாகத் தீர்ப்பிடப்படுவார்கள்."

இச்செய்தியைக் கேட்டபடி அந்த இருக்கையில் அமர்ந்திருந்தேன். யாருமற்ற இந்த மலையுச்சியின் குடியிருப்புப் பகுதியில் மதப் பிரச்சாரம் செய்வது வித்தியாசமாக இருந்தது. இப்பகுதியில் வசிக்கும் மனிதர்கள் அனைவரும் சொந்தமாக பல கார்களை வைத்துள்ள வசதிபடைத்தவர்கள். அவர்கள் இரட்சிப்பைத் தேடுவார்கள் என்பதில் எனக்குச் சந்தேகம் இருந்தது அல்லது ஒருவேளை, அவர்கள் தேடுகிறார்களோ

62

என்னவோ? வருமானம் மற்றும் அந்தஸ்து ஆகியவை பாவம் மற்றும் இரட்சிப்பிற்குத் தொடர்பில்லாததாக இருக்கலாம்.

"ஆனால், இயேசு கிறிஸ்துவில் இரட்சிப்பை நாடி, தங்கள் பாவங்களினின்றும் மனந்திரும்புகிறவர்கள் அனைவரின் பாவங்களையும் கர்த்தர் மன்னிப்பார். அவர்கள் நரகத்தின் நெருப்பிலிருந்து தப்பிப்பார்கள். கடவுளை நம்புங்கள், ஏனென்றால் அவரை விசுவாசிக்கிறவர்கள் மட்டுமே மரணத்துக்குப் பிறகு இரட்சிப்பை அடைந்து நித்திய ஜீவனைப் பெறுவார்கள்."

அந்தக் கிறிஸ்தவ மதப்பிரச்சார வண்டி, தெருவில் எனக்கு முன்பாக வந்து இறப்புக்குப் பின்பான தீர்ப்பிடல் பற்றி மேலும் கூறக் காத்திருந்தேன். மறுவுறுதி அளிக்கும், திடமான குரலில் பேசப்படும் வார்த்தைகளைக் கேட்கவேண்டுமென எதிர்பார்த்தேன் என்று நினைக்கிறேன், அது எதுவாக இருந்தாலும் சரி. ஆனால் அந்த வாகனம் வரவேயில்லை. ஒருகட்டத்தில், அக்குரல் மெலியத் தொடங்கி தெளிவற்றுப் போனது, சீக்கிரமே முற்றிலுமாகக் கேட்பது நின்றுபோனது. வண்டி வேறுதிசையில், அதாவது எனக்கு எதிர்த்திசையில் சென்றிருக்க வேண்டும். அந்த வண்டி மறைந்ததும் உலகத்தில் தனித்துவிடப்பட்டதுபோல உணர்ந்தேன்.

திடீரென்று தோன்றியது: ஒருவேளை, இம்மொத்த விஷயமும் அந்தப் பெண் உருவாக்கிய ஏமாற்றுவேலையாக இருக்கலாம். இந்த யோசனை அல்லது சந்தேகம் என்று சொல்லவேண்டும், எங்கிருந்தோ வெளிப்பட்டது. என்னால் தெரிந்துகொள்ள முடியாத ஏதோ காரணத்திற்காக அவள், வேண்டுமென்றே தவறான தகவலைக் கொடுத்து, ஆளரவமற்ற மலையுச்சிக்கு இந்த ஞாயிற்றுக்கிழமை மதியநேரத்தில் இழுத்தடித்திருக்கிறாள். ஒருவேளை, என்மீது தனிப்பட்ட வெறுப்பை உருவாக்கிக்கொள்ள நான் ஏதேனும் செய்திருக்கலாம். அல்லது குறிப்பிட்ட காரணங்கள் ஏதுமின்றி மிகவும் விரும்பத்தகாதவனாக இருந்து அவளால் அதைப் பொறுத்துக்கொள்ள முடியாது இருந்திருக்கலாம். அதற்காக, இல்லாத இசை நிகழ்ச்சிக்கு அழைப்பிதழ் அனுப்பிவிட்டு இப்போது—அடக்கமுடியாமல் சிரித்தபடி என்னைப் பார்த்து (அல்லது மாறாக கற்பனை செய்து) எவ்வளவு சாமர்த்தியமாக

என்னை ஏமாற்றிவிட்டாள், நான் எப்படிப் பரிதாபகரமாக, ஏளனத்திற்கிடமாகக் காட்சியளிக்கிறேன் என மகிழ்ச்சியுடன் இருக்கலாம்.

சரிதான். ஆனால் ஒருவரைத் துன்புறுத்துவதற்காக யாரும் இவ்வளவு சிக்கலான திட்டத்தைச் சிரமப்பட்டு உருவாக்குவார்களா, வெறும் வெறுப்பின் காரணமாக மட்டுமா? இந்த அஞ்சலட்டையை அச்சிடுவதற்குக்கூட சற்று முயற்சி வேண்டும். யாரும் அவ்வளவு சுயநலத்துடன் இருப்பார்களா? என்னை அந்தளவுக்கு வெறுக்கவைக்கக்கூடிய எதையும் செய்துவிட்டதாக எனக்கு நினைவில்லை. ஆனால் சிலசமயம் உணராமலேயே கூட நாம் மற்றவர்களின் உணர்வுகளை நசுக்கிவிடுகிறோம், அவர்களின் கர்வத்தைக் காயப்படுத்தி விடுகிறோம், அவர்களை மோசமாக உணரவைக்கிறோம். இந்தச் சிந்திக்க முடியாததாக அல்லாது இருக்கும் வெறுப்பின் சாத்தியம், நடந்திருக்கக்கூடிய தவறான புரிதல்கள் குறித்து யோசித்தேன், ஆனால் ஏற்றுக்கொள்ளும்படியாக எதுவும் கிடைக்கவில்லை. இந்த உணர்ச்சிகளின் புதிருக்குள் பலனின்றி அலைந்து திரியும்போது மனம், அதன் வழியைத் தவறவிடுவதை உணர்ந்தேன். சுதாரிப்பதற்குள் மூச்சுத்திணறல் ஏற்பட்டது.

வருடத்துக்கு ஒருமுறை அல்லது இருமுறை இவ்வாறு ஏற்படும். இது, மன அழுத்தத்தால் உண்டாகும் மூச்சிரைப்பு என்றே நினைக்கிறேன். ஏதாவது ஒருவிஷயம் என்னை படபடப்புக்கு உள்ளாக்கும், தொண்டை சுருங்கி நுரையீரலுக்குப் போதுமான காற்றை உள்ளிழுக்க முடியாது. விரைந்து செல்லும் நீரோட்டத்தால் இழுத்துச் செல்லப்படுகிறேன், சீக்கிரமே மூழ்கப்போகிறேன் என்பதுபோல பதட்டத்துக்குள்ளாவேன், உடல் விரைத்துப் போகும். அந்தநேரத்தில் என்னால் செய்ய முடிந்ததெல்லாம், உடலைக் குறுக்கிக்கொண்டு கண்களை மூடி உடல் தன் இயல்பான இயக்கத்துக்கு வரும்வரை பொறுமையாகக் காத்திருப்பது மட்டுமே. வயது முதிர்ந்தபின் இந்த அறிகுறிகள் இல்லாமல் போயின. (மேலும் ஒருகட்டத்தில், உடனே என் கன்னங்கள் சிவந்துபோவதும் நின்றுவிட்டது) ஆனால் பதின்மவயதில் இந்தப் பிரச்சினைகளால் சிக்கலுக்கு உள்ளானேன்.

மரவளைவுக்கு அருகிலிருந்த இருக்கையில் இறுக்கமாகக் கண்களை மூடிக்கொண்டு, குனிந்து, இந்த அடைப்பிலிருந்து விடுபடக் காத்திருந்தேன். அது ஐந்து நிமிடமாக இருக்கலாம், பதினைந்தாகவும் இருக்கலாம். எவ்வளவுநேரம் என்று எனக்குத் தெரியாது. அந்த நேரத்தில், மூச்சை மீண்டும் கட்டுப்பாட்டுக்குள் கொண்டுவருவதற்கு என்னாலான முயற்சிகளைச் செய்துகொண்டு, இருளில் விநோதமான வடிவங்கள் உருவாகி மறைவதைப் பார்த்துக்கொண்டு, நிதானமாக அவற்றை எண்ணத் தொடங்கினேன். பீதியடைந்த எலி ஓடுவதுபோல இதயம் அதிவேகத்தில் விலா எலும்புகளுக்குள் துடித்துக் கொண்டிருந்தது.

எண்ணிக்கையில் மிகுந்த கவனத்தோடு இருந்தேன் என்பதால் மற்றொரு நபரின் இருப்பை உணர்வதற்குச் சற்று நேரமானது. யாரோ எனக்கெதிரில் நின்று என்னைக் கவனிப்பதுபோல் உணர்ந்தேன். ஜாக்கிரதையாக, மிகமிக மெதுவாக, கண்களைத் திறந்து ஒரு டிகிரி அளவுக்கு தலையை உயர்த்தினேன். இருதயம் இன்னமும் வேகமாகத் துடித்துக்கொண்டிருந்தது.

நான் கவனிக்காத நேரத்தில் முதியவர் ஒருவர் இருக்கையின் இன்னொரு மூலையில் அமர்ந்து நேராக என்னைப் பார்த்துக்கொண்டிருந்தார். இளம்வயதில் இருப்பவர்களுக்கு முதியவர்களது வயதைக் கணிப்பது கடினம். என்னைப் பொறுத்தவரை, அவர்கள் அனைவருமே முதியவர்களைப்போலக் காட்சியளிக்கிறார்கள். அறுபதோ, எழுபதோ என்ன வித்தியாசம் இருக்கிறது? அவர்கள் இனிமேல் இளம்வயதில் இல்லை, அவ்வளவுதான் விஷயம். இந்த மனிதர் நீல-சாம்பல்நிறக் கம்பளிச் சட்டை, பழுப்புநிற பருத்திக் கால்சராய் மற்றும் அடர்-நீல நிறத்தில் காலணி அணிந்திருந்தார். இருந்தாலும் உடைகள் புதியதாக இருந்து வெகுகாலமாகிறது என்பதுபோல் தோன்றின. அதற்காக பஞ்சடைந்த அல்லது மோசமான தோற்றத்தில் இருந்தார் என்றில்லை. அவரது நரைத்தமுடி அடர்த்தியாக மற்றும் விரைப்பாகத் தோற்றமளித்தது, குளிக்கும் பறவையின் இறக்கைகள்போல முடிக்கற்றைகள் காதுக்குமேலே நீட்டிக் கொண்டிருந்தன. கண்ணாடி அணிந்திருக்கவில்லை. அவர் எவ்வளவுநேரமாக அங்கேயிருந்தார் என்று எனக்குத் தெரியாது,

ஆனால் வெகுநேரமாக அங்கிருந்து என்னை கவனித்துக் கொண்டிருக்கிறார் என்று உணர்ந்தேன்.

நிச்சயமாக, அவர் என்னிடம் "நீ நன்றாக இருக்கிறாயா?" என்று அல்லது அதைப்போல ஏதோவொன்றை கேட்கப் போகிறார் என்று எனக்கு உறுதியாகத் தெரியும், ஏனெனில் அவருக்கு, நான் ஏதோ சிக்கலில் இருப்பவன்போலக் காட்சியளித்திருப்பேன் (உண்மையில் சிக்கலில்தான் இருந்தேன்). அதுதான், அந்த வயதான மனிதரைப் பார்த்தவுடன் என் மனதில் உருவான முதல் விஷயம். ஆனால் அவர் எதுவும் பேசவில்லை, என்னை எதுவும் கேட்கவில்லை, அவர் வைத்திருந்த, கைத்தடியைப் போல இறுக்கமாகச் சுற்றப்பட்ட கருப்புநிறக் குடையை இறுக்கமாகப் பற்றினார். அந்தக் குடை, நிமிளை-நிற மரக்கைப்பிடியைக் கொண்டிருந்தது, தேவைப்பட்டால் உறுதியான ஆயுதமாகவும் அது பயன்படும், அவர் அந்தப் பகுதியில் வசிப்பவர் என்று யூகித்தேன். ஏனெனில் அவருடன் வேறுபொருட்கள் எதுவும் இல்லை.

மூச்சை அமைதிப்படுத்தும் முயற்சியில் அமர்ந்திருந்தேன், அம்முதியவர் அமைதியாக என்னைக் கவனித்துக் கொண்டிருந்தார். ஒரு கணம்கூட அவருடைய பார்வை விலகவில்லை. அது, என்னைச் சங்கடப்படுத்தியது— மற்றவரது கொல்லைப்புறத்தில் அனுமதி இல்லாமல் நான் அலைவதுபோல—மேலும் அந்த இருக்கையிலிருந்து எழுந்து பேருந்து நிறுத்தத்தை நோக்கி எவ்வளவு சீக்கிரம் முடியுமோ அவ்வளவு சீக்கிரம் செல்ல விரும்பினேன். ஆனால் ஏதோ காரணத்தால் என்னால் எழுந்து நிற்க முடியவில்லை. நேரம் கடந்தது, திடீரென அம்முதியவர் பேசினார்:

"பல மையங்களைக் கொண்ட வட்டம்."

அவரை நிமிர்ந்து பார்த்தேன். கண்கள் சந்தித்துக் கொண்டன. அவருக்கு அகன்ற நெற்றி, கூர்மையான மூக்கு. பறவையின் அலகுபோல கூர்மையானது. என்னால் எதுவும் பேசமுடியவில்லை, அந்த முதியவர் நிதானமாக வார்த்தைகளை திரும்பச் சொன்னார். "பல மையங்கள் கொண்ட வட்டம்."

இயல்பாக, அவர் என்ன சொல்லவருகிறார் என்பது எனக்குப் புரியவில்லை. ஒரு சிந்தனை உருவானது — இவர்தான் அந்தக்

கிறிஸ்தவ ஒலிபெருக்கி வண்டியை ஓட்டிக் கொண்டிருந்தவர். ஒருவேளை, அந்த வண்டியைப் பக்கத்தில் எங்கோ நிறுத்திவிட்டு ஓய்வெடுக்கிறாரா? இல்லை, அப்படியிருக்க முடியாது. நான் முன்புகேட்ட குரலிலிருந்து அவரது குரல் வேறுபட்டிருந்தது. அந்த ஒலிபெருக்கியிலிருந்து வந்த குரல் இவரைக்காட்டிலும் மிக இளமையான ஆணுடைய குரல். அல்லது அது பதிவு செய்யப்பட்ட குரலாக இருக்கலாம்.

"வட்டங்கள் என்றா சொன்னீர்கள்?" நான் தயக்கத்துடன் கேட்டேன். அவர் என்னைவிட வயதில் பெரியவர், எனவே அவருக்குப் பதிலளிப்பதுதான் மரியாதை.

"பல மையங்கள் இருக்கின்றன—இல்லை, சிலசமயம் முடிவில்லா எண்ணிக்கையில் இருக்கும்—மேலும் அந்த வட்டத்துக்குச் சுற்றளவு கிடையாது." இதைச் சொல்லும்போது முகத்தைச் சுருக்கிக்கொண்டார், அவரது நெற்றியிலிருந்த சுருக்கங்கள் ஆழமாகின. "அப்படியான வட்டத்தை மனதில் காட்சிப்படுத்த முடிகிறதா?"

என் மூளை இன்னமும் வேலைசெய்யும் நிலையில் இல்லை ஆனாலும் அதுகுறித்து யோசித்துப் பார்த்தேன். பல மையங்கள்கொண்ட வட்டம், ஆனால் அதற்குச் சுற்றளவு கிடையாது. எவ்வளவு யோசித்தாலும் அதை என்னால் காட்சிப்படுத்திக்கொள்ள முடியவில்லை.

"எனக்குப் புரியவில்லை" என்றேன்.

அம்முதியவர், அமைதியாக என்னை வெறித்துப் பார்த்தார். அவர் இதைக்காட்டிலும் நல்லதொரு பதிலுக்காகக் காத்திருந்ததுபோல் இருந்தது.

"இப்படியான வட்டம்குறித்து கணித வகுப்பில் எங்களுக்குச் சொல்லிக் கொடுக்கப்பட்டதாக நினைவில்லை" என்று பலவீனமாக சேர்த்துச் சொன்னேன்.

அவர் மெதுவாகத் தலையை ஆட்டினார். "நிச்சயமாக இருக்காது. அது எதிர்பார்க்கக்கூடியதே. ஏனெனில், இதுபோன்ற விஷயங்களை பள்ளிகளில் கற்பிப்பதில்லை. அது உனக்கே நன்றாகத் தெரியும்."

எனக்கே நன்றாகத் தெரியுமா? இவர் எப்படி இந்த அனுமானத்துக்கு வந்தார்?

"அப்படியான வட்டம் உண்மையில் இருக்கிறதா?" என்று கேட்டேன்.

ஆமோதிப்பாக சிலமுறை தலையை அசைத்துக்கொண்டே "நிச்சயமாக இருக்கிறது" என்றார், அம்முதியவர். "அந்த வட்டம் உண்மையில் இருக்கிறது. ஆனால் அதை எல்லோராலும் பார்க்க முடியாது."

"உங்களால் பார்க்க முடியுமா?"

அம்முதியவர் பதில் அளிக்கவில்லை. எனது கேள்வி பொருத்தமற்று ஒரு கணத்துக்குக் காற்றில் நின்று, பிறகு மங்கலாகி மறைந்துபோனது.

முதியவர் மீண்டும் பேசத் தொடங்கினார்: "கேள், நீ உன் சொந்த ஆற்றலால் அதைக் கற்பனை செய்யவேண்டும். உன்னிடம் உள்ள அத்தனை அறிவையும் பயன்படுத்தி அதைக் காட்சிப்படுத்து. பல மையங்கள்கொண்ட ஆனால் சுற்றளவில்லாத வட்டம். உன் ரத்தமே வியர்வையாக வெளிவருவதுபோல தீவிரமாக முயற்சி செய்யவேண்டும்—அப்போதுதான் அந்த வட்டம் என்னவென்பது மெதுவாக புலப்படத் தொடங்கும்."

"மிகவும் கடினம்போலிருக்கிறது" என்றேன்.

"நிச்சயமாக" என்றார் அம்முதியவர், கெட்டியான ஏதோ ஒன்றை வெளியில் துப்புவதுபோல. "இந்த உலகத்தில் எளிதாகக் கிடைக்கும் எதற்கும் எவ்வித மதிப்பும் கிடையாது." பிறகு புதிய பத்தி ஒன்றைத் தொடங்கப்போவதுபோல் சுருக்கமாக தனது தொண்டையை செருமிக் கொண்டார். "ஆனால் அவ்வளவு காலம் மற்றும் உழைப்பை அதில் செலுத்தி, அதை அடைந்து விட்டால் அந்தக் கடினமான விஷயம் உன் வாழ்வின் சாரம் ஆகிவிடும்."

"சாரமா?"

"பிரெஞ்சு மொழியில் பழஞ்சொல் ஒன்றுண்டு. Crème De La Crème. கேள்விப்பட்டிருக்கிறாயா?"

"கேள்விப்பட்டதில்லை" என்றேன். எனக்கு பிரெஞ்சு மொழியில் எதுவும் தெரியாது.

"சாரத்தின் சாரம். அதன் பொருள், சிறந்ததிலும் சிறந்தது. மிக முக்கியமான வாழ்வின் சாராம்சம் அதுதான் Crème De La Crème. புரிந்ததா? மற்றவை அனைத்தும் சலிப்பானவை, மதிப்பற்றவை."

முதியவர் என்ன சொல்லவருகிறார் என்பது உண்மையில் எனக்குப் புரியவில்லை. Crème De La Crème- என்றால்?

"அதைச் சிந்தித்துப் பார்" என்றார். "மீண்டும் கண்களை மூடிக்கொள், அதுகுறித்த அனைத்தையும் யோசித்துப் பார். பல மையங்கள்கொண்ட ஆனால் சுற்றளவு இல்லாத வட்டம். உன்னுடைய மூளை சிக்கலான விஷயங்களைச் சிந்திக்க உருவாக்கப்பட்டது. தொடக்கத்தில் புரிபடாமல் இருக்கும் விஷயத்தைப் புரிந்துகொள்ளும் புள்ளிக்கு வருவதற்கு உதவுவது. நீ சோம்பேறித்தனமாக அல்லது அலட்சியமாக இருக்கக்கூடாது. இது மிகமுக்கியமான காலம். ஏனெனில் இதுதான் உன் மூளை மற்றும் இதயம் இரண்டும் உருவாகி திடப்படும் காலகட்டம்."

மீண்டும் கண்களை மூடிக்கொண்டு வட்டத்தைக் காட்சிப்படுத்த முனைந்தேன். நான் சோம்பேறித்தனமாக அல்லது அலட்சியமாக இருக்க விரும்பவில்லை. ஆனால் அம்மனிதர் சொல்வது பற்றி எவ்வளவு தீவிரமாக யோசித்தாலும் அக்காலகட்டத்தில் என்னால் அதன் பொருளைப் புரிந்துகொள்வது இயலாத ஒன்றாக இருந்தது. எனக்குத் தெரிந்த வட்டங்கள் ஒரு மையம் கொண்டவை மற்றும் வளைவான சுற்றளவு கொண்டவை, அவற்றின் இணைக்கும் புள்ளிகள் அதிலிருந்து சமதொலைவு உள்ளவை. கவராயத்தினால் வரையக்கூடிய எளியதொரு வடிவம். இம்முதியவர் சொல்வது வட்டம் என்பதற்கு முற்றிலும் எதிரானதில்லையா?

அந்த முதியவர் மனநிலை பாதிக்கப்பட்டவர் என்று நான் நினைக்கவில்லை. அவர் என்னைக் கேலி செய்கிறாரென்றும் எனக்குத் தோன்றவில்லை. முக்கியமான விஷயத்தை எனக்குச் சொல்ல விரும்புகிறார். எனவே, மீண்டும் புரிந்துகொள்ள முயற்சிசெய்தேன். ஆனால் மனம் சுற்றிச்சுற்றி வந்ததே தவிர

எந்த முன்னேற்றமும் இல்லை. பல மையங்கள்கொண்ட (அல்லது ஒருவேளை எண்ணற்ற எண்ணிக்கையில்) வட்டம் எப்படி வட்டமாக இருக்கமுடியும்? இது, ஏதேனும் மேம்பட்ட தத்துவ உருவகமா? நான் முயற்சியைக் கைவிட்டு கண்களைத் திறந்தேன். எனக்கு இன்னமும் தகவல்கள் தேவை.

ஆனால் அம்முதியவர் அங்கில்லை. சுற்றுமுற்றும் பார்த்தேன் பூங்காவுக்குள் யாரும் இருப்பதாகத் தெரியவில்லை. அவர் ஒருபோதும் இருந்ததேயில்லை என்பதுபோல இருந்தது. விஷயங்களைக் கற்பனை செய்துகொள்கிறேனா? இல்லை, நிச்சயமாக அது அதீதக்கற்பனை இல்லை. அவர் என்னெதிரே இருந்தார். தனது குடையை இறுகப் பற்றியபடி நிதானமாகப் பேசி, விநோதமான கேள்வியைக்கேட்டு, பிறகு அங்கிருந்து சென்றுவிட்டார்.

இப்போது மூச்சு நிதானமாக மற்றும் சீராக இயல்புக்கு வந்திருப்பதை உணர்ந்தேன். விரையும் மூச்சிரைப்பு காணாமல் போய்விட்டது. துறைமுகத்துக்கு மேலே கனத்த மேகங்களின் அடுக்கில் அங்குமிங்குமாக இடைவெளிகள் தோன்றியிருந்தன. அதன்வழி ஒளிக்கற்றை நுழைந்து ஓரிடத்தை மட்டும் துல்லியமாகக் குறிவைப்பதுபோல, பாரந்தூக்கியின் உச்சியிலிருந்த அலுமினியப் பட்டைகளை ஒளியூட்டியது. கற்பனைக் காட்சியென இருந்ததை நிலைகுத்திய பார்வையோடு வெகுநேரம் பார்த்துக்கொண்டிருந்தேன். எனக்கு நிகழ்ந்த இந்த விநோதமான சம்பவங்களின் சாட்சியைப்போல கண்ணாடித்தாள் கொண்டு சுற்றப்பட்டு சிவப்புநிறப் பூக்களுடன் சிறிய பூங்கொத்து அருகில் இருந்தது. அதை என்ன செய்வது என்று எனக்குள் விவாதித்தேன். கடைசியில், பூங்காவின் வளைவுக்கு அருகேயிருந்த அந்த இருக்கையில் விட்டுச்செல்வதென முடிவுசெய்தேன். என்னைப் பொறுத்தவரை அது, சிறப்பான தேர்வு என்று தோன்றியது. எழுந்துநின்று முன்பு இறங்கிய பேருந்து நிறுத்தத்தை நோக்கி நடக்கத் தொடங்கினேன். மேலே அசைவற்றிருந்த மேகங்களைச் சிதறடித்து காற்று வீசத் தொடங்கியது.

இந்தக் கதையைச் சொல்லி முடித்ததும் சிறிதுநேரத்துக்கு அமைதி, பிறகு எனது இளம் நண்பன் கேட்டான்: "எனக்கு உண்மையில் புரியவில்லை. அன்று உண்மையில் என்னதான்

நடந்தது? இதில் ஏதேனும் நோக்கம் அல்லது தத்துவம் செயல்படுகிறதா?"

இலையுதிர் காலத்தின் முடிவில் அந்த ஞாயிற்றுக்கிழமை மதியநேரத்தில், கோபே மலையுச்சியில் நான் அனுபவித்த வெகுவிநோதமான சூழ்நிலைகள்—அழைப்பிதழில் கொடுக்கப்பட்டிருந்த வழியைப் பின்பற்றி இசைநிகழ்ச்சி எங்கே நடக்கவிருந்ததோ அங்கே சென்றது, அந்த இடம் ஆளரவமற்றுக் கிடந்தது—இதற்கெல்லாம் என்ன அர்த்தம்? இவை ஏன் நடந்தன? என்பதைத்தான் நண்பன் கேட்கிறான். மிகவும் இயல்பான கேள்விகள், ஏனெனில் நான் சொல்லிக்கொண்டிருந்த கதை எந்தவொரு முடிவுக்கும் வரவில்லை.

"இப்போதும்கூட அது எனக்குப் புரியவில்லை" என்று ஒப்புக் கொண்டேன்.

அது, நிரந்தரமாக தீர்க்கப்படாது போய்விட்டது, புராதனமான புதிரைப்போல. அன்று என்ன நடந்தது என்பது புரிந்துகொள்ள முடியாதது, விவரிக்க முடியாதது, பதினெட்டு வயதில் அது என்னைக் குழப்பியது மற்றும் திகைப்புக்கு உள்ளாக்கியது. எந்தளவுக்கு என்றால், ஒரு கணத்துக்கு கிட்டத்தட்ட என் வழியைத் தொலைத்துவிட்டேன்.

"ஆனால் எனக்குத் தோன்றுகிறது - உண்மையில், நோக்கம் அல்லது தத்துவம் என்பதல்ல இங்கே விஷயம்" என்றேன். எனது நண்பன் குழப்பத்திலிருப்பது தெரிந்தது. "இதெல்லாம் என்னவென்று தெரிந்துகொள்ளவேண்டிய அவசியமில்லை என்கிறாயா?"

நான் ஆமோதிப்பாகத் தலையசைத்தேன்.

"ஆனால் அதுவே நானாக இருந்திருந்தால், இப்படி முடிவில்லாமல் இருப்பதுகுறித்து கவலைப்படுவேன். ஒருவேளை, நான் உன்னிடத்தில் இருந்திருந்தால் ஏன் இப்படியொன்று நடந்தது என உண்மையைத் தெரிந்துகொள்ள விரும்புவேன்," என்றான்.

"ஆமாம், உண்மைதான். அந்தக் காலகட்டத்தில் அது என்னையும் துன்புறுத்தியது, அதிகமாகவே. மேலும், என்னைக்

காயப்படுத்தியது. ஆனால், காலங்கள் கடந்தபின், சற்றுத் தொலைவிலிருந்து அதைப்பற்றி யோசிக்கும்போது அது முக்கியமற்றதாகத் தோன்றியது, கவலைப்படும் அளவுக்கு மதிப்புமிக்கதல்ல. வாழ்வின் சாரத்தோடு எவ்விதத் தொடர்பும் இல்லாதது என்பதாக உணர்ந்தேன்."

"வாழ்வின் சாரம்" அவன் மறுபடியும் கூறினான்.

"சிலசமயம் இதுபோன்ற விஷயங்கள் நடக்கும்" என்று அவனிடம் கூறினேன். "விவரிக்கமுடியாத, தர்க்கமற்ற நிகழ்வுகள், ஆனாலும் நம்மை ஆழமாகத் தொந்தரவு செய்பவை. அவற்றைக் குறித்து நாம் சிந்திக்க வேண்டியதில்லை என்று யூகிக்கிறேன், வெறுமனே நம் கண்களை மூடிக்கொண்டு அவற்றினூடாகக் கடந்து சென்றுவிட வேண்டும். மிகப்பெரிய அலையொன்றின் அடியில் செல்வதுபோல."

என் இளம் நண்பன், அந்தப் பெரும் அலைகுறித்துச் சிந்தித்தபடி சிறிதுநேரம் அமைதியாக இருந்தான். அவன் அனுபவமிக்க நீர்ச்சறுக்கு விளையாட்டுக்காரன், அலைகளைப் பொறுத்தவரையில், அவன் நிறைய விஷயங்களை, முக்கியமான விஷயங்களைக் கவனிக்க வேண்டியதிருக்கும்.

இறுதியாக அவன் பேசினான்: "ஆனால் எதுகுறித்தும் யோசிக்காமலிருப்பது சிரமமாக இருக்கும்."

"நீ சொல்வது சரிதான், அது சிரமமாக இருக்கக்கூடும்."

இந்த உலகத்தில் எளிதாகக் கிடைக்கும் எதற்கும் எவ்வித மதிப்பும் கிடையாது என்று பிதாகரஸ், தன்னுடைய தேற்றத்தை விளக்குவதுபோல, அசைக்கமுடியாத நம்பிக்கையுடன் அம்முதியவர் கூறியிருந்தார்.

"அந்தப் பல மையங்கள்கொண்ட ஆனால் சுற்றளவு இல்லாத வட்டம், எப்போதாவது அதற்கான விடையைக் கண்டுபிடித்தாயா?" என் நண்பன் கேட்டான்.

"நல்ல கேள்வி" என்றேன். மெதுவாக தலையசைத்துக் கொண்டேன். கண்டுபிடித்தேனா?

விவரிக்கமுடியாத, தர்க்கமற்ற, பாதிக்கக்கூடிய சம்பவங்கள் என் வாழ்க்கையில் எப்போதெல்லாம் நடக்கிறதோ (அது

அடிக்கடி நடக்கும் என்று சொல்லவில்லை, ஆனால் சிலமுறை நடந்திருக்கிறது) அப்போதெல்லாம் நான் மீண்டும் அந்த வட்டத்துக்கு வந்திருக்கிறேன்—பல முகங்கள்கொண்ட ஆனால் சுற்றளவில்லாத வட்டம். பதினெட்டு வயதில் அந்த மரவளைவுக்கு அருகில் உள்ள இருக்கையில் செய்ததுபோல கண்களை மூடிக்கொண்டு என் இதயத்துடிப்பைக் கேட்பேன்.

சிலசமயம், கிட்டத்தட்ட அந்த வட்டத்தைப் புரிந்துகொண்டதுபோல் உணர்வேன், ஆனால் ஆழ்ந்த புரிதல் என்பது பிடிகொடாமல் ஏய்த்துவிடும். அந்த வட்டம் அநேகமாக, ஸ்தூலமான உண்மையான வடிவுள்ள வட்டம் அல்ல. அதற்குமாறாக, நம் மனதுக்குள் உள்ள ஒன்று. நாம் யாரையேனும் ஆழமாக நேசிக்கும்போது அல்லது ஆழ்ந்த கருணையை உணரும்போது அல்லது இந்த உலகம் எப்படி இருக்கவேண்டும் என்று லட்சியவாத உணர்வுகொள்ளும்போது அல்லது நம் நம்பிக்கையைக் கண்டுகொள்ளும்போது *(அல்லது நம்பிக்கைக்கு அருகிலான ஒன்றை)*—அந்த வட்டத்தை இருப்புள்ள ஒன்றாகக் கொண்டு நம் இதயத்தில் ஏற்றுக்கொள்கிறோம். இருப்பினும், ஒப்புக்கொள்ளும்விதமாக இது, அதற்கு விளக்கம் அளிப்பதற்கான என்னுடைய தெளிவற்ற முயற்சிதான்.

உன்னுடைய மூளை சிக்கலான விஷயங்களைச் சிந்திக்க உருவாக்கப்பட்டது. தொடக்கத்தில் உனக்குப் புரிபடாமல் இருக்கும் விஷயத்தைப் புரிந்துகொள்ளும் புள்ளிக்கு வருவதற்கு உதவுவது. அதுவே, உன் வாழ்வின் சாரமாகும். மற்றவை அனைத்தும் சலிப்பானவை, மதிப்பற்றவை. இதுதான் அந்தத் தலைநரைத்த முதியமனிதர் இலையுதிர்காலத்தின் பிற்பகுதியில், மேகங்கள் சூழ்ந்த ஞாயிற்றுக்கிழமை மதிய நேரத்தில், கோபே மலையுச்சியில், சிவப்புநிறப்பூக்கள் கொண்ட சிறிய பூங்கொத்தைக் கையில் பற்றியிருந்தபோது எனக்குச் சொன்னது. இப்போதும்கூட என்னைப் பாதிக்கிற ஏதாவது நடக்கும்போது, அந்தச் சிறப்பான வட்டம் மற்றும் சலிப்பானவை மற்றும் மதிப்பற்றவை குறித்துச் சிந்திக்கிறேன். அந்தத் தனித்துவமுள்ள சாரம் எனக்குள்ளேதான் எங்கோ ஆழத்தில் இருக்கவேண்டும்.

***

தாய்லாந்து

ஓர் அறிவிப்பு வந்தது: *பெண்கள் மற்றும் கனவான்களின் கவனத்திற்கு. காற்றுக் கொந்தளிப்பை எதிர்நோக்குகிறோம். தயவுசெய்து உங்கள் இருக்கைக்குத் திரும்பி இருக்கை வார்ப்பட்டையை அணிந்துகொள்ளவும்.* சாட்ஸுகி சிந்தனைகளில் மனதை அலையவிட்டிருந்ததால் தாய்லாந்து விமான-பணிப்பெண்ணின் தடுமாற்றமான ஜப்பானிய மொழியைப் புரிந்துகொள்ளச் சிறிதுநேரம் ஆனது.

உடல்சூடு அதிகமாகி வியர்த்துப்போயிருந்தாள். நீராவிக் குளியலுக்குள் இருப்பதுபோலிருந்தது, மொத்த உடலும் தீப்பிடித்து எரிவதுபோல, அவளது நைலான் ஆடைகள் மற்றும் உள்ளாடை மிகவும் வசதிக்குறைவாக இருந்தன, அனைத்தையும் கழற்றியெறிந்துவிட்டுத் தன்னை விடுவித்துக்கொள்ள விரும்பினாள். கழுத்தை நீட்டி மற்ற முதல் வகுப்புப் பயணிகளை எட்டிப் பார்த்தாள். இல்லை, வெப்பத்தால் சிரமப்படுவது அவள் மட்டும்தான். அனைவரும் சுருண்டு, தூங்கியபடி, காற்றுப்பதனத்தைச் சமாளிக்க போர்வையைத் தோள்மீது சுற்றிக்கொண்டிருந்தனர். இது, மற்றொரு வெப்பத்தாக்குதலாக இருக்கவேண்டும். சாட்ஸுகி, உதட்டைக் கடித்துக்கொண்டு வேறெதாவது ஒன்றில் கவனத்தைச் செலுத்தி வெப்பத்தை மறக்க நினைத்தாள். புத்தகத்தைத் திறந்து, விட்ட இடத்திலிருந்து படிக்கத் தொடங்கினாள், ஆனால் மறப்பதற்குச் சாத்தியமே இல்லை. இது, வழக்கமான வெப்பமல்ல. பாங்காக்கில் தரையிறங்க இன்னும் பலமணி நேரம் உள்ளது. கடந்துசென்ற பணிப்பெண்ணிடம் குடிக்கத் தண்ணீர் கேட்டு, பைக்குள்ளிருந்த மாத்திரைப்புட்டியை

தேடியெடுத்தாள், எடுத்துக்கொள்ள மறந்துவிட்ட ஹார்மோன் மாத்திரைகளை விழுங்கினாள்.

மெனோபாஸ்: செயற்கையாக வாழ்நாளை நீட்டிப்பதற்கு எதிராகக் கடவுள் தரும் முரணான எச்சரிக்கை (அல்லது மோசமான தந்திரம்) என்று தனக்குத்தானே எத்தனையாவது முறையாகவோ சொல்லிக்கொண்டாள். நூறு வருடங்களுக்கு முன்பு, சராசரி வாழ்நாள் என்பது ஐம்பதுக்கும் குறைவு, மாதவிடாய் நின்றபிறகு இருபது அல்லது முப்பது வருடங்கள் வாழும் பெண்கள் விதிவிலக்கு. சூலகங்கள் அல்லது தைராய்டு சுரப்பிகள் வழக்கமாகச் சுரக்கும் ஹார்மோன்கள் கிடைக்காமல் இருக்கும் திசுக்களோடு வாழ்வைத் தொடரவேண்டியதில் உள்ள சிக்கல்; மாதவிடாய் நின்றபிறகு ஈஸ்ட்ரோஜென் அளவுகளில் ஏற்படும் பற்றாக்குறை மற்றும் அல்சைமர் ஏற்படுவதற்கான வாய்ப்பு இரண்டுக்குமிடையே உள்ள சாத்தியமான தொடர்பு: இவற்றைக் குறித்துச் சிந்தித்து மனதை வருத்திக்கொள்ளக்கூடிய அளவுக்கு இவை முக்கியமானவை அல்ல. பெரும்பாலான மனிதர்களுக்கு ஒருநாளைக்கு வேண்டிய உணவைப் பெறுவதும் மிகப்பெரிய சவாலாக இருக்கிறது என்பதே முக்கியமானது. மருத்துவத்துறையின் முன்னேற்றங்கள் என்பவை, மனித இனம் எதிர்கொள்ளும் பிரச்சினைகளை வெளிப்படுத்துதல், உட்பிரிவுகளை உருவாக்குதல், அவற்றை மேலும் சிக்கலாக்குதல் என்பதைத்தாண்டி வேறெதுவும் செய்யவில்லையா?

சீக்கிரமே இன்னொரு அறிவிப்பு வந்தது, இந்தமுறை ஆங்கிலத்தில். விமானத்தில் மருத்துவர் எவரேனும் இருந்தால் தயவுசெய்து தங்களை கேபின் உதவியாளர் ஒருவரிடம் அடையாளப்படுத்திக் கொள்ளவும்.

யாரோ பயணிக்கு உடல்நலமில்லாமல் போயிருக்கலாம். ஒருகணம், சாட்ஸுகி முன்வருவது குறித்து யோசித்தாள், ஆனால் உடனே மனதை மாற்றிக்கொண்டாள். இதற்குமுன்பு இருமுறை அவள் முன்வந்தபோது விமானத்திலிருந்த பிற மருத்துவர்களோடு கிட்டத்தட்ட வாக்குவாதத்தில் முடிந்தது. இந்த ஆண்கள், போர்முனையில் துருப்புகளை வழிநடத்தும் படைப்பெருந்தலைவர் ஒருவரது அனுபவம் மற்றும் ஒருகணத்தில் சாட்ஸுகி போர்முனை அனுபவமில்லாத தொழில்முறை நோயியல் நிபுணர் என்பதைக் கண்டுகொள்ளும்

பார்வை ஆகியவற்றை ஒருங்கே பெற்றிருந்ததாகத் தோன்றியது. “பரவாயில்லை டாக்டர்,” என்று புன்னகையுடன் அவளிடம் சொல்லப்பட்டிருக்கிறது, “என்னால் தனியாக இதைக் கையாளமுடியும். நீங்கள் நிதானமாக இருங்கள்.” அவள் முட்டாள்தனமாக மன்னிப்பை முணுமுணுத்துவிட்டு அபத்தமான திரைப்படத்தைப் பார்ப்பதற்காக இருக்கைக்குத் திரும்பியிருக்கிறாள்.

இருப்பினும், இந்த விமானத்தில் நான் மட்டுமே மருத்துவராக இருக்கலாம் என்று நினைத்தாள். மேலும் அந்த நோயாளி தைராய்டு நோயெதிர்ப்பு அமைப்பில் பெரிய சிக்கலுடன் இருக்கலாம். ஒருவேளை அப்படியிருந்தால், அப்படி இருப்பதற்கான சாத்தியம் அதிகமாகத் தோன்றவில்லை, நானும்கூடப் பயன்படமுடியும். ஆழ்ந்து மூச்சை இழுத்துவிட்டு கேபின் உதவியாளர்களை அழைப்பதற்கான பொத்தானை அழுத்தினாள்.

உலகத் தைராய்டு மாநாடு என்பது, பாங்காக்கின் மேரியட்டில் நான்கு நாட்களுக்கு நடக்கும் நிகழ்ச்சி. உண்மையில், அதை மாநாடு என்பதைவிட உலகளாவிய குடும்ப ஒன்றுகூடல் எனலாம். அதில் பங்குகொள்பவர்கள் அனைவரும் தைராய்டு நிபுணர்கள், ஒருவருக்கொருவர் அறிமுகமானவர்கள் அல்லது உடனடியாக அறிமுகம் செய்துவைக்கப்பட்டனர். அது சிறிய உலகம். பகலில் விரிவுரைகள் மற்றும் குழு விவாதங்கள் நடக்கும், இரவுநேரங்களில் தனிப்பட்ட விருந்துகள். நண்பர்கள் ஒன்றுசேர்ந்து பழைய நட்பைப் புதுப்பித்துக்கொள்வர். ஆஸ்திரேலிய ஒயினை அருந்தி, தைராய்டு கதைகளைப் பகிர்ந்து, வம்புகளைக் கிசுகிசுத்து, ஒருவருக்கொருவர் தங்களது தொழில் முன்னேற்றத்தைப் பேசி, மருத்துவர்கள் பற்றிய அசிங்கமான நகைச்சுவைகளைச் சொல்லிக்கொண்டு, கரோக்கே மதுவிடுதிகளில் “சர்ஃபர் கேர்ள்” பாடுவர்.

பாங்காக்கில் சாட்ஸுகி, தனது டெட்ராய்ட் நண்பர்களுடன் மட்டுமே அதிகம் இருந்தாள். அவர்களோடு மட்டுமே அவளால் இயல்பாக உணரமுடிந்தது. அவள் டெட்ராய்ட் பல்கலைக்கழக மருத்துவமனையில் கிட்டத்தட்ட பத்து வருடங்கள் வேலை செய்தவள், தைராய்டு சுரப்பியின் நோயெதிர்ப்புச்

செயல்பாடுகள் குறித்த ஆராய்ச்சியில் இருந்தாள். இறுதியில், பாதுகாப்பு ஆய்வாளராக இருந்த அவளது கணவனுடனான உறவு சிக்கலாகத் தொடங்கியது, அவனது குடிப்பழக்கம் வருடத்திற்கு வருடம் மோசமாகிக்கொண்டே சென்றது. உடன், வேறொரு பெண்ணுடனான பழக்கமும் சேர்ந்துகொண்டது— சாட்ஸுகிக்கு அவளை நன்றாகத் தெரியும். வழக்கறிஞர்கள் சம்பந்தப்பட்டு, ஒரு வருடம் இழுபட்ட கசப்பான வழக்கு நடைமுறைகளுக்குப் பின் அவர்கள் பிரிந்தனர். "நீ குழந்தை பெற்றுக்கொள்ள விரும்பாததுதான் இதற்கெல்லாம் காரணம்," என்று அவள் கணவன் கூறினான்.

மூன்று வருடங்களுக்குமுன்பு அவர்கள், இறுதியாக தங்களது விவாகரத்துத் தீர்வுகளை முடித்துக் கொண்டனர். சிலமாதங்கள் கழித்து மருத்துவமனை வாகன நிறுத்துமிடத்தில் நிறுத்திவைக்கப்பட்டிருந்த அவளது ஹோண்டா அக்கார்ட் வண்டியின் முகப்பு விளக்குகள் உடைக்கப்பட்டிருந்தன, வண்டியின் பின்புறம் "JAP¹ CAR" என வெள்ளை எழுத்தில் எழுதப்பட்டிருந்தது. காவல்துறையினரை அழைத்தாள். பெரிய உருவத்துடனிருந்த கருப்பினக் காவலர் வந்து சேதாரம் குறித்த விஷயங்களைக் குறித்துக்கொண்டபின் அவளிடம், "பெண்மணி இது டெட்ராய்ட். அடுத்தமுறை ஃபோர்டு டாரஸ் வாங்குங்கள்," என்று கூறிச்சென்றார்.

நடக்கும் சம்பவங்கள் ஒவ்வொன்றாலும் சாட்ஸுகிக்கு அமெரிக்க வாழ்க்கை வெறுத்துப்போனது, ஜப்பானுக்குத் திரும்ப முடிவுசெய்தாள், டோக்கியோ பல்கலைக்கழக மருத்துவமனையில் வேலை கிடைத்தது. "நீ இப்படிச் செய்யக்கூடாது," அவளது ஆராய்ச்சிக் குழுவில் இருந்த இந்திய உறுப்பினர் வலியுறுத்தினார். "நம்முடைய வருடக்கணக்கான ஆய்வுகள் பலனளிக்கும்நிலையில் இருக்கின்றன. ஒருவேளை, நாம் நோபல் பரிசுக்குக்கூட பரிந்துரைக்கப்படலாம்—இந்தச் சம்பவங்களெல்லாம் விஷயமே அல்ல" என, அவளை அங்கேயே தங்கும்படி மன்றாடினார். ஆனால் சாட்ஸுகி ஏற்கனவே முடிவு செய்துவிட்டாள். அவளுக்குள் ஏதோ ஒன்று முனைமுறிந்தாற்போல ஆகிவிட்டது.

---

1. ஜப்பானியர்களை இழிவான முறையில் குறிக்கும் சொல்.

மாநாடு முடிந்ததும் பேங்காக்கில் விடுதி அறையில் தனியாகத் தங்கியிருந்தாள். "இதையடுத்து, எனக்காக ஓய்வுக்காலம் ஒன்றை ஏற்பாடு செய்திருக்கிறேன்," என்று நண்பர்களிடம் கூறினாள். "முழுமையான ஓய்வுக்காக அருகிலிருக்கும் சொகுசு விடுதிக்குச் செல்லப்போகிறேன்—முழு வாரமும் படிப்பது, நீந்துவது, மற்றும் நீச்சல்குளத்திற்கு அருகிருந்து அற்புதமான குளிர்ந்த காக்டெயில்களை அருந்துவது தவிர வேறெதுவும் கிடையாது."

"அருமையான யோசனை," என்று அவர்கள் கூறினர். "எல்லோருக்கும் அவ்வப்போது சற்று ஓய்வு தேவை—அது, உன் தைராய்டுக்கும் நல்லது!" கைகுலுக்கல்கள், தழுவல்கள் மற்றும் மறுமுறை சந்திப்பதற்கான வாக்குறுதிகளுடன் சாட்ஸுகி தனது நண்பர்களுக்கு விடைகொடுத்தாள்.

மறுநாள் அதிகாலையில், திட்டமிட்டிருந்தபடி லிமோஸின் ரக வண்டி அவள் தங்கியிருந்த விடுதிவாசலில் வந்துநின்றது. அடர் நீலநிறத்தில் பழைய மெர்சிடிஸ், விலையுயர்ந்த கல்போல கச்சிதமாக மெருகூட்டப்பட்டு புதிய வண்டிகளைக் காட்டிலும் மிகஅழகாக இருந்தது. வேறொரு உலகில் இருந்து வந்த பொருள்போல, ஒருவரின் கற்பனையில் இருந்து முழுமையாக உருவாகி உதித்த ஒன்றைப்போலத் தோன்றியது. ஒல்லியான உருவம்கொண்ட, அநேகமாக தனது அறுபதுகளின் தொடக்கத்தில் இருக்கக்கூடிய தாய்லாந்து ஆண் ஒருவர் அவளுக்கு ஓட்டுநர் மற்றும் வழிகாட்டியாக இருக்கப்போகிறார். அவர் அளவுக்கதிகமாகக் கஞ்சியிட்ட வெள்ளை அரைக்கைச் சட்டை, கருப்புநிறப் பட்டினால் ஆன டை மற்றும் கருப்புக் கண்ணாடி அணிந்திருந்தார். சாட்ஸுகியின் முன்னால் வந்துநின்று, கைகுலுக்குவதற்குப் பதிலாக கைகளைச் சேர்த்து கிட்டத்தட்ட ஜப்பானிய முறையில் குனிந்து முகமன் கூறினார்.

"தயவுசெய்து என்னை நிமிட் என்று பெயர்சொல்லி அழையுங்கள். வரும் வாரத்திற்கு உங்களுடன் துணையாக இருக்கப்போகும் கௌரவம் எனக்குக் கிடைத்திருக்கிறது."

"நிமிட்" என்பது அவரது பெயரின் முன்பாதியா பின்பாதியா என்பது தெரியவில்லை. எப்படியிருந்தாலும் அவர் "நிமிட்", இதை அவர் மிகமரியாதையுடன், அமெரிக்கர்களின் அலட்சியம் அல்லது பிரிட்டிஷாரின் வெற்றுப்பகட்டு இல்லாமல் புரிந்துகொள்ளச் சுலபமான ஆங்கிலத்தில்

கூறினார். அதில் குறிப்பிடத்தகுந்த எந்தவிதப் பேச்சுவழக்கும் இல்லை. சாட்ஸூகி இதற்குமுன் இவ்வாறு ஆங்கிலம் பேசப்படுவதைக் கேட்டிருக்கிறாள். ஆனால் எங்கே என்பது நினைவுக்கு வரவில்லை.

"எனக்கும் அது கௌரவம்தான்," என்றாள்.

இருவரும் பாங்காக்கின் மோசமான, இரைச்சலான, மாசு நிறைந்த தெருக்களின் வழியே பயணித்தனர். போக்குவரத்து ஊர்ந்துகொண்டிருந்தது, மனிதர்கள் ஒருவரையொருவர் திட்டிக் கொண்டனர், வாகனங்களின் ஹார்ன் ஒலி வளிமண்டலத்தைக் கிழித்து அபாயச்சங்கு போல அலறியது. போதாததற்கு, தெருக்களில் யானைகள் மெதுவாக நகர்ந்துகொண்டிருந்தன— ஒன்றிரண்டு அல்ல. இதுபோன்ற நகரத்தில் யானைகள் என்ன செய்து கொண்டிருக்கின்றன? என்று நிமிட்டைக் கேட்டாள்.

"அதன் உரிமையாளர்கள் அவற்றை கிராமத்திலிருந்து இங்கே அழைத்துவருகின்றனர்," என்று விளக்கினார். "அவற்றை மரம் வெட்டும் தொழிலில் பயன்படுத்திக் கொண்டிருந்தனர், ஆனால் அவ்வகையில் இப்போது வேலைவாய்ப்பு அதிகம் இல்லை. எனவே, இந்த விலங்குகளை நகரத்திற்குக் கொண்டுவந்து சுற்றுலாப் பயணிகளுக்கு வேடிக்கைகாட்டிப் பணம் சம்பாதிக்கின்றனர். இங்கே அளவுக்கதிகமான யானைகள் இருக்கின்றன. அது, நகரத்து மக்களுக்கு மிகவும் சிரமத்தை உண்டாக்குகிறது. சிலசமயம், யானை பதற்றமடைந்து ஓடத் தொடங்கும். சிலநாட்களுக்கு முன், இதுபோன்ற சம்பவத்தில் ஏகப்பட்ட வாகனங்கள் சேதமடைந்தன. காவல்துறையினர் இதற்கு முற்றுப்புள்ளி வைக்க முயற்சி செய்தனர். ஆனால், நிச்சயமாக யானைகளை உரிமையாளர்களிடமிருந்து பறிமுதல் செய்யமுடியாது. அப்படிச்செய்தால் அவற்றை வைத்துக்கொள்வதற்கு இடமில்லை, மேலும் அவற்றுக்கு உணவளிப்பதற்கான செலவும் மிகஅதிகம். அவர்களால் செய்ய முடிந்ததெல்லாம், அவற்றை கண்டுகொள்ளாமல் இருப்பது மட்டுமே."

ஒருவழியாக, வண்டி நகரத்தைவிட்டு வெளியேறி விரைவுப்பாதையில் வடக்குநோக்கிச் சென்றது. நிமிட், கேசட் ஒன்றை எடுத்து ஸ்டீரியோவில் செருகி ஒலியளவைக் குறைத்து

வைத்தார். அது, ஜாஸ் இசை. அந்த இசை, சாட்ஸுகிக்கு சில உணர்வுகளோடு தொடர்புடையது.

"ஒலியளவை அதிகரிப்பதில் உங்களுக்கு மறுப்பேதும் இல்லையே?" என்று கேட்டாள்.

"நிச்சயமாக டாக்டர், இதோ..." என்றபடி, ஒலியளவைக் கூட்டினார், நிமிட். முன்பொருகாலத்தில் அவள் அடிக்கடி கேட்டுக்கொண்டிருந்த அதே பதிப்பில் "ஐ கான்ட் கெட் ஸ்டார்ட்டட்" பாடல்.

"டிரம்பெட்டில் ஹோவர்ட் மெக்கீ, பாடுவது லெஸ்டர் யங்," என்று தனக்குத்தானே கூறிக்கொள்வதுபோல முணுமுணுத்தாள். "*JATP*[2]."

நிமிட், பின்புறம் பார்க்கும் கண்ணாடிமூலமாக அவளைப் பார்த்தார். "மிக அற்புதம் டாக்டர், உங்களுக்கு ஜாஸ் இசை பிடிக்குமா?" என்று கேட்டார்.

"என் அப்பா ஜாஸ் பைத்தியம்," என்றாள். "நான் சிறுமியாக இருந்தபோது எனக்காக இசைத்தட்டுகளைப் போடுவார், ஒரே இசைத்தட்டை மீண்டும் மீண்டும் கேட்கவைப்பார், அதோடு அதிலுள்ள இசைக்கலைஞர்களின் பெயரையும் மனப்பாடம் செய்ய வைப்பார். சரியாகச் சொல்லிவிட்டால் எனக்கு மிட்டாய் கிடைக்கும். அவற்றில் பெரும்பாலானவற்றை இன்னமும் நினைவில் வைத்திருக்கிறேன். ஆனால் எல்லாம் பழைய இசை. இப்போதுள்ள புதிய ஜாஸ் இசைக்கலைஞர்கள் பற்றி எனக்கு எதுவும் தெரியாது. லியோனல் ஹாம்ப்டன், பட் பவல், ஏர்ல் ஹைன்ஸ், ஹாரி எடிசன், பக் கிளேட்டன் போன்றவர்கள்..."

"நானும் பழைய ஜாஸ் இசையை மட்டுமே கேட்பேன்," என்றார், நிமிட். "உங்கள் அப்பா என்னவாக இருந்தார்?"

"அவரும் மருத்துவர்தான்," என்றாள். "குழந்தைகள் நல மருத்துவர். நான் உயர்நிலைப்பள்ளிக்குச் சென்ற கொஞ்சநாளில் இறந்துவிட்டார்."

---

2. ஜாஸ் அட் தி பில்ஹார்மோனிக் (Jazz At The Philharmonic) அல்லது JATP என்பது நார்மன் கிரான்ஸ் தயாரித்த தொடர் ஜாஸ் இசை நிகழ்ச்சிகள், சுற்றுப்பயணங்கள் மற்றும் பதிவுகளின் தலைப்பு.

“கேட்பதற்கு வருத்தமாய் இருக்கிறது,” என்றார், நிமிட். “நீங்கள் இப்போதும் ஜாஸ் இசை கேட்கிறீர்களா?”

சாட்ஸுகி மறுப்பாகத் தலையசைத்தாள். “உண்மையில் இல்லை. பல வருடங்களாயிற்று. என் கணவர் ஜாஸ் இசையை வெறுத்தார். அவருக்கு ஒபேரா மட்டுமே பிடிக்கும். வீட்டில் பெரிய ஸ்டீரியோ இருந்தது, ஆனால் அதில் எப்போதாவது ஒபேரா தவிர வேறு இசையைக் கேட்க முயற்சிசெய்தால் என்னை கசப்புடன் பார்ப்பார். அநேகமாக, ஒபேரா இசை விரும்பிகள்தான் உலகத்திலேயே மிகக்குறுகலான மனஅமைப்பை உடைய மனிதர்களாக இருப்பார்கள். இப்போது என் கணவரைப் பிரிந்துவிட்டேன். இனி, நான் வாழும்வரை ஒபேராவை கேட்கவில்லை என்றாலும் வருந்த மாட்டேன் என்று நினைக்கிறேன்.”

நிமிட், லேசாகத் தலையசைத்தார். ஆனால் எதுவும் பேசவில்லை. மெர்சிடிஸின் ஸ்டீயரிங் சக்கரத்தில் கைகளை வைத்தபடி அமைதியாக முன்னால் உள்ள சாலையை வெறித்துக் கொண்டிருந்தார். ஸ்டியரிங்கை அவர் கையாளும்விதம், சரியாக அதே கோணத்தில் சக்கரத்தின் அதே இடத்தில் கைகளை நகர்த்தும்விதம் கிட்டத்தட்ட அழகுணர்ச்சி கொண்டது. இப்போது எரோல் கார்னர்[3] “ஐ வில் ரிமெம்பர் ஏப்ரல்” பாடலை வாசித்துக் கொண்டிருந்தார், அது, சாட்ஸுகிக்குப் பல்வேறு நினைவுகளைக் கொண்டுவந்தது. கார்னரின் கான்சர்ட் பை த சீ அவளது அப்பாவுக்கு மிகவும் பிடித்த இசைப்பதிவுகளில் ஒன்று. கண்களை மூடிக்கொண்டு பழைய நினைவுகளில் மூழ்கினாள். அவளது அப்பா புற்றுநோயால் இறந்துபோகும்வரை எல்லாம் சரியாகப் போய்க்கொண்டிருந்தது. எல்லாமும்—விதிவிலக்கில்லாமல். பிறகு திடீரென மேடையில் இருள் சூழ்ந்தது, அப்பா அவளது வாழ்க்கையிலிருந்து என்றென்றைக்குமாக மறைந்துவிட்டார் என்பதை அவள் உணர்ந்தபோது, அனைத்து விஷயங்களும் தவறான திசையில் போய்க்கொண்டிருந்தன. எப்படியென்றால், முற்றிலும் வேறான புதிய கதை, முற்றிலும் புதிய தளத்தில் நிகழ்வதுபோல. அப்பா இறந்து ஒரு மாதம்கூட ஆகாத நிலையில், அவரது ஜாஸ் இசைத்தட்டுச் சேகரிப்புகள்

3. கருப்பினத்தைச் சேர்ந்த அமெரிக்க ஜாஸ் பியானோ கலைஞர்.

மற்றும் பெரிய அளவிலான ஸ்டீரியோ ஆகியவற்றை அம்மா விற்பனை செய்தாள்.

“நீங்கள் தவறாக நினைக்கவில்லை என்றால், ஜப்பானில் நீங்கள் எந்தப் பகுதியைச் சேர்ந்தவர், டாக்டர்?”

“நான் கியோட்டோவைச் சேர்ந்தவள்,” என்று சாட்ஸுகி பதிலளித்தாள். “நான் பதினெட்டு வயது வரைதான் அங்கிருந்தேன், அதற்குப் பிறகு அநேகமாக அங்கே போகவேயில்லை.”

“கியோட்டோ என்பது கோபேவுக்கு அடுத்துள்ளது, இல்லையா?”

“அதிகத் தொலைவில் இல்லை, ஆனால் கோபேவுக்கு அடுத்துள்ளது என்று சொல்லமுடியாது. குறைந்தபட்சம் நிலநடுக்கம் அங்கே அதிக சேதத்தை ஏற்படுத்தவில்லை.”

நிமிட், கடந்து செல்வதற்கான பாதைக்கு மாறினார், கால்நடைகள் ஏற்றப்பட்ட ஏராளமான பாரவண்டிகளை கடந்தபின் மீண்டும் பயணப் பாதைக்கு மாறிக் கொண்டார்.

“கேட்பதற்கு மகிழ்ச்சியாக இருக்கிறது” என்றார், நிமிட். “சென்றமாதம் நிகழ்ந்த நிலநடுக்கத்தில் ஏராளமானவர்கள் இறந்துவிட்டனர். நான் அதைச் செய்தியில் பார்த்தேன். மிகவும் வருத்தமான ஒன்று. கோபேயில் உங்களுக்குத் தெரிந்தவர்கள் யாரும் வசிக்கிறார்களா டாக்டர்?”

“இல்லை, யாரும் இல்லை. எனக்குத் தெரிந்தவர்கள் யாரும் கோபேயில் வசிக்கவில்லை” என்றாள். ஆனால் அது உண்மையல்ல. அவன், கோபேயில்தான் வசிக்கிறான்.

நிமிட், சிறிதுநேரம் எதுவும் பேசாமல் அமைதியாக இருந்தார். பிறகு கழுத்தை லேசாக அவள் பக்கம் சாய்த்துக் கூறினார், “விசித்திரமான மற்றும் புரிந்துகொள்ளமுடியாத விஷயம் இல்லையா—இந்த நிலநடுக்கங்கள்? நமது காலுக்குக் கீழே இருக்கும் பூமி, உறுதியானது மற்றும் நிலையானது என்று நம்பிக்கொண்டிருக்கிறோம். வெளிப்படையான மற்றும் நேர்மையான மனிதர்களை ‘டௌன் டு எர்த்’ அல்லது நிலத்தில் உறுதியாக வேரூன்றியவர்கள் என்கிறோம். ஆனால்

திடீரென்று ஒருநாள், அது உண்மையில்லை என்றாகிறது. உறுதியாக இருக்கவேண்டிய இந்நிலம், கற்பாறைகள் எல்லாம் திடீரென திரவம்போலக் குழைந்துபோகிறது. தொலைக்காட்சி செய்திகளில் கேட்டேன்: 'நீர்மமாக்கல்' என்று அதைக் குறிப்பிடுகிறார்கள் என நினைக்கிறேன். அதிர்ஷ்டவசமாக, தாய்லாந்தில் பெரிய நிலநடுக்கங்கள் மிகவும் அரிதானவை."

சாட்ஸுகி பின்னிருக்கையில் வசதியாகச் சாய்ந்து, கண்களை மூடிக்கொண்டு எரோல் கார்னரின் வாசிப்பில் கவனத்தைச் செலுத்தினாள். ஆம், அவன் கோபேயில்தான் வசிக்கிறான் என்று நினைத்துக்கொண்டாள். பெரிய கனமான ஒன்றினால் நசுக்கப்பட்டு அவன் இறந்திருப்பான் என்று நம்புகிறேன். அல்லது நீர்மமாகிவிட்ட நிலத்தினால் விழுங்கப்பட்டிருக்க வேண்டும். இத்தனை வருடங்களாக அவனுக்கென நான் விரும்பிக்கொண்டிருந்தது இதுமட்டுமே.

ம‌தியம் மூன்று மணிக்கு லிமோஸின் சேரவேண்டிய இடத்தை அடைந்தது. வரும்வழியில் பன்னிரண்டு மணிக்கு ஓய்விடமொன்றில் சிறிதுநேரம் ஓய்வெடுத்துக் கொண்டனர். சாட்ஸுகி, அங்கிருந்த உணவகத்தில் நறநறவென்று துகள்களோடிருந்த காஃபி மற்றும் பாதி டோனட் சாப்பிட்டாள். அவளது ஒருவார கால ஓய்வு மலைப்பகுதிகளில் அமைந்திருக்கும் விலையுயர்ந்த சொகுசு விடுதியொன்றில் இருக்கப்போகிறது. அதன் கட்டடங்கள் பள்ளத்தாக்கினூடாக விரைந்துகொண்டிருந்த ஓடை மற்றும் மிக அழகான முதன்மை நிறங்கொண்ட பூக்களால் மூடப்பட்டிருந்த சரிவுகளை மேலிருந்து பார்க்கும்படி அமைக்கப்பட்டிருந்தன. பறவைகள் ஒலியெழுப்பியபடி மரத்திற்கு மரம் பறந்துகொண்டிருந்தன. சாட்ஸுகி தங்குவதற்கென தனியாகக் குடில் ஏற்பாடு செய்யப்பட்டிருந்தது. குடிலில் பெரிய, வெளிச்சமான குளியலறை, நேர்த்தியான விதானமுள்ள படுக்கை ஆகியவை இருந்தன, இருபத்து நான்கு மணிநேர அறைச்சேவை உண்டு. புத்தகங்கள் மற்றும் சி.டி.கள், வீடியோக்கள் முன்னறையில் இருந்த நூலகத்தில் கிடைத்தன. அந்த இடம் மிகச் சுத்தமாகப் பராமரிக்கப்பட்டிருந்தது. ஒவ்வொரு விஷயத்திலும் மிகுந்த கவனம்—அதுபோலவே பெரிய அளவிலான பணம்— செலுத்தப்பட்டிருந்தது.

"டாக்டர், பயணத்தினால் களைப்பாக இருப்பீர்கள், இப்போது ஓய்வெடுங்கள். நான் நாளைக் காலை பத்துமணிக்கு வந்து உங்களை நீச்சல்குளத்திற்கு அழைத்துச் செல்வேன். நீங்கள் கொண்டுவர வேண்டியது, நீச்சலுக்கான உடை மற்றும் துண்டு மட்டுமே" என்றார், நிமிட்.

"நீச்சல்குளத்திற்கா?" என்று கேட்டாள். "இங்கே விடுதியில் பெரிய நீச்சல்குளம் ஒன்று இருக்க வேண்டுமே, இல்லையா என்ன? இருப்பதாகத்தான் என்னிடம் சொல்லப்பட்டது."

"ஆமாம், நிச்சயமாக இருக்கிறது, ஆனால் விடுதியின் நீச்சல்குளம் கூட்டமாக இருக்கும். திரு.ராபபோர்ட் நீங்கள் தீவிரமான நீச்சல் விரும்பி என்று கூறினார். எனவே, நீங்கள் நீந்துவதற்குத் தோதான நீச்சல்குளம் ஒன்றை அருகிலேயே பார்த்து வைத்திருக்கிறேன். நிச்சயமாக, அதற்குக் கட்டணம் உண்டு. ஆனால் சிறுஅளவிலானது மட்டுமே. அது உங்களுக்குப் பிடிக்கும் என்று எனக்கு உறுதியாகத் தெரியும்."

ஜான் ராபபோர்ட் எனும் சாட்ஸுகியின் அமெரிக்க நண்பர்தான், இந்த தாய்லாந்து ஓய்வுக்காலத்தை ஏற்பாடு செய்துதந்தவர். கம்போடியாவில் கெமர் ரூஜ் எழுச்சியில் இருந்த காலத்திலிருந்து தென்கிழக்கு ஆசியா முழுக்க செய்தி நிருபராகப் பணியாற்றியவர், மேலும் அவருக்குத் தாய்லாந்தில் பலமான தொடர்புகள் இருந்தன. சாட்ஸுகிக்கு ஓட்டுநர்-வழிகாட்டியாக நிமிட்டை பரிந்துரை செய்ததும் அவரே. குறும்பான கண்சிமிட்டலுடன் அவளிடம் கூறியிருந்தார், "நீ எதைப்பற்றியும் யோசிக்க வேண்டியதில்லை. வாயை மூடிக்கொண்டு எல்லா முடிவுகளையும் எடுக்க நிமிட்டை அனுமதி, எல்லாம் சரியாக நடக்கும். அவர் நம்மைக் கவர்ந்துவிடக்கூடிய மனிதர்."

"நல்லது, அந்த முடிவை உங்களிடமே விட்டுவிடுகிறேன்," என்று நிமிட்டிடம் கூறினாள்.

"அப்படியென்றால், நாளை பத்து மணிக்கு வருகிறேன்..."

சாட்ஸுகி, தனது பைகளைத் திறந்து ஆடைகளில் இருந்த சுருக்கங்களைக் கையால் நீவி அலமாரியில் தொங்கவிட்டாள். பிறகு நீச்சலுடைக்கு மாறிக்கொண்டு விடுதியில் இருந்த

நீச்சல்குளத்திற்குச் சென்றாள். நிமிட் கூறியதுபோலவே அது தீவிரமான நீச்சலுக்குரிய குளமல்ல. சுரை-வடிவக் குளத்தின் நடுவில் அழகான நீரூற்று, தாழ்வான பகுதியில் குழந்தைகள் பந்தையெறிந்து விளையாடிக் கொண்டிருந்தனர். நீந்த முயற்சிக்கும் யோசனையைக் கைவிட்டு நிழற்குடையின் கீழே படுத்தபடி, டியோ பெப்பே மற்றும் பெரியர் காக்டெயில் கொண்டுவரப் பணித்துவிட்டு, புதிய ஜான்-லெ-கெரே நாவலை விட்ட இடத்திலிருந்து படிக்கத் தொடங்கினாள். படிப்பது களைப்பை உருவாக்கியதும் தொப்பியை முகத்திற்கு மேலே இழுத்துவிட்டுக் கொண்டு சிறிதுநேரம் தூங்கினாள். முயல் ஒன்றைப்பற்றிய கனவுவந்தது—சிறிய கனவு. அந்த முயல், கம்பிவலையால் ஆன கூண்டுக்குள் நடுங்கிக்கொண்டிருந்தது. இரவின் நடுவில் ஏதோவொன்று வரப்போவதன் அறிகுறியை அது உணர்ந்திருப்பதுபோலத் தெரிந்தது. முதலில் சாட்ஸூகி அந்த முயலைக் கூண்டுக்கு வெளியிலிருந்து பார்த்துக் கொண்டிருந்தாள், ஆனால் சீக்கிரமே அவளே முயலாகியிருந்தாள். இருளில் எதுவும் சரியாகப் புலப்படவில்லை. கண்விழித்த பிறகு வாயில் மோசமான சுவையை உணர்ந்தாள்.

அவன் கோபேயில் வசித்தான். அவனது வீட்டின் முகவரி மற்றும் தொலைபேசி எண் அவளுக்குத் தெரியும். அவள் எப்போதும் அவனைப்பற்றிய விஷயங்களைத் தவறவிடவில்லை. நிலநடுக்கத்திற்குப் பிறகு அவனது வீட்டிற்கு அழைக்க முயற்சி செய்தாள், ஆனால் இணைப்புக் கிடைக்கவில்லை. அந்த நாசமாய்ப்போன இடம் தரைமட்டமாகியிருக்கும் என்று நினைத்துக் கொண்டாள், மொத்தக் குடும்பமும் கையில் பணமின்றித் தெருவில் அலைந்துகொண்டிருக்கும் என்று நம்புகிறேன். நீ என் வாழ்க்கையை என்ன செய்தாய் என்று நினைக்கும்போது, நான் பெற்றெடுத்திருக்கக்கூடிய குழந்தைகள் குறித்து நினைக்கும்போது, உனக்குக் கிடைத்திருக்க வேண்டிய தண்டனையைக் காட்டிலும் இது குறைவுதான்.

நிமிட் ஏற்பாடு செய்திருந்த நீச்சல்குளம், அவள் தங்கியிருந்த விடுதியிலிருந்து அரைமணி நேரப் பயணதூரத்தில் இருந்தது, வழியில் மலையைக் கடந்து செல்லவேண்டும். மலையுச்சி அருகிலிருந்த காடு முழுக்க சாம்பல்நிறக் குரங்குகள் இருந்தன.

வரிசையாக சாலையில் அமர்ந்து, கடந்துசெல்லும் கார்களை அவற்றின் விதியைக் கணிப்பதுபோல வெறித்துப் பார்த்தபடி அமர்ந்திருந்தன.

அந்த நீச்சல்குளம் பெரிய, சற்றே மர்மமான வளாகத்திற்குள் உயர்ந்த சுற்றுச்சுவரால் சூழப்பட்டு, அழகான இரும்பு வாயில் வழியாக உள்ளே நுழையும்படி இருந்தது. நிமிட், ஜன்னல் கண்ணாடியைக் கீழேயிறக்கி தன்னைக் காட்டிக்கொண்டதும் அங்கிருந்த காவலன் ஒரு வார்த்தைகூட பேசாமல் கதவைத் திறந்துவிட்டான். சரளைக்கல் ஓடுபாதையின் முடிவில் பழைய இரண்டடுக்குக் கல் கட்டடம், அதற்குப்பின்னால் நீண்ட, குறுகலான நீச்சல்குளம். அதன் வயதுகுறித்த அறிகுறிகளைத் தவறவிட முடியாது, ஆனாலும் அது உறுதியானமுறையில், மூன்று பாதைகள்கொண்ட, இருபத்தைந்து மீட்டர் நீளமுள்ள நீச்சல்குளம். செவ்வக வடிவில் பரவியிருந்த நீர்ப்பரப்பு அழகானது, சுற்றிலும் புல்வெளி மற்றும் மரங்களால் சூழப்பட்டு, நீத்துபவர்களால் கலங்கடிக்கப்படாமல் இருந்தது. பழைய மடக்கு நாற்காலிகள் நீச்சல்குளத்திற்கு அருகே வரிசையாக வைக்கப்பட்டிருந்தன. மொத்த இடத்தையும் அமைதி ஆட்சி செய்துகொண்டிருந்தது, எங்கும் மனித இருப்புக்கான தடயமே இல்லை.

“என்ன நினைக்கிறீர்கள் டாக்டர்,” என்று நிமிட் கேட்டார்.

“அற்புதம்” என்றாள், சாட்ஸுகி. “இது, தடகளத்திற்கான கிளப்பா?”

“கிட்டத்தட்ட” என்றார். “ஆனால் இப்போது பயன்பாட்டில் இல்லை. நீங்கள் தனியாக இங்கே விரும்புமளவு நீந்துவதற்கு ஏற்பாடு செய்திருக்கிறேன்.”

“மிக்க நன்றி, நிமிட். நீங்கள் உண்மையிலேயே கவர்ந்திழுக்கக் கூடிய நபர்தான்.”

“நீங்கள் என்னை மிகவும் கௌரவப்படுத்துகிறீர்கள்,” என்றபடி நிமிட், உணர்ச்சியற்ற முகத்துடன் பழையபாணியில் குனிந்து வணங்கினார். “அந்தப்பக்கம் இருக்கும் கட்டடம் உடை மாற்றும் அறை. அதில் கழிப்பறைகள் மற்றும் குளியலறைகள் உண்டு. வசதிகளைப் பயன்படுத்திக்கொள்ளத் தயங்க

வேண்டாம். நான் வண்டிக்கருகில் காத்திருப்பேன். ஏதேனும் தேவையென்றால் சொல்லுங்கள்."

சாட்ஸுகிக்கு எப்போதும் நீந்துவதில் விருப்பமுண்டு, வாய்ப்புக் கிடைக்கும்போதெல்லாம் உடற்பயிற்சிக் கூடத்திலிருந்த நீச்சல்குளத்திற்குச் செல்வது வழக்கம். நீச்சலை முறையாகப் பயிற்சியாளரிடமிருந்து கற்றிருந்தாள். நீந்தும்போது, மகிழ்ச்சியற்ற நினைவுகளை மனதிலிருந்து ஒதுக்கித்தள்ள முடிந்தது. குறிப்பிட்ட நேரத்திற்குத் தொடர்ந்து நீந்தினால் முற்றிலும் விடுதலையான, பறவையொன்று வானத்தில் பறப்பதுபோன்ற உணர்வை அவளால் அடையமுடியும். பல வருடங்களாக அவள் செய்துவரும் உடற்பயிற்சிகளுக்குத்தான் நன்றி சொல்லவேண்டும், அவள் ஒருபோதும் நோயுற்றுப் படுக்கையில் கிடந்ததில்லை அல்லது உடல் சிக்கல்கள் எதையும் உணர்ந்ததில்லை. அவளது எடையும் கூடியதில்லை. நிச்சயமாக, அவள் இளமைப்பருவத்தில் இல்லை; கச்சிதமான உடலமைப்பு என்பது இனி சாத்தியமானதல்ல. குறிப்பாக, இடுப்புப்பகுதியில் சற்று அதிகமாக சதை போடுவதைத் தவிர்க்க முடியாது. நீங்கள் என்ன செய்யமுடியும் என்பதற்கு வரம்புகள் உள்ளன. அவளொன்றும் ஃபேஷன் துறையில் மாடல் ஆவதற்கு முயற்சி செய்யவில்லை. அவள், தன்னுடைய உண்மையான வயதிலிருந்து ஐந்து வயது குறைவாகத்தான் தெரிவாள், அது மிகப்பெரிய விஷயம்.

மதியநேரத்தில் நிமிட், அவளுக்கு ஐஸ் தேநீர் மற்றும் சாண்ட்விச்களை வெள்ளித்தட்டில் வைத்து நீச்சல் குளத்திற்கு எடுத்துவந்தார்—காய்கறிகள் மற்றும் சீஸ் சேர்த்த சாண்ட்விச்கள் கச்சிதமான சிறிய முக்கோண வடிவில் வெட்டப்பட்டிருந்தன.

சாட்ஸுகி ஆச்சரியமடைந்தாள். "நீங்களா தயாரித்தீர்கள்?"

இந்தக் கேள்வி, நிமிட்டின் உணர்ச்சியற்ற முகத்தில் கணநேரத்திற்கு மாறுதலை உருவாக்கியது. "நானல்ல டாக்டர். நான் சமைப்பதில்லை. இன்னொருவரை வைத்துச் செய்தேன்."

சாட்ஸுகி, அது யார் என்று கேட்க நினைத்து யோசனையைக் கைவிட்டாள். ஜான் ராபபோர்ட் அவளிடம் கூறியிருக்கிறார், "வாயை மூடிக்கொண்டு எல்லா முடிவுகளையும் எடுக்க நிமிட்டை அனுமதி, எல்லாம் சரியாக நடக்கும்." சாண்ட்விச்கள்

மிக நன்றாக இருந்தன. மதிய உணவுக்குப் பிறகு சாட்ஸுகி ஓய்வெடுத்துக் கொண்டாள். நிமிட்டிடம் இருந்து வாங்கிய பென்னி குட்மேன் செக்ஸ்டெட் கேசட்டை வாக்மேனில் கேட்டாள், அதன்பிறகு புத்தகம் வாசிப்பதைத் தொடர்ந்தாள். மதியநேரத்தில் மேலும் சிறிதுநேரம் நீந்தினாள், பிறகு மூன்று மணிக்கு விடுதிக்குத் திரும்பினர்.

சாட்ஸுகி, இதே விஷயங்களைத் தொடர்ந்து ஐந்து நாளைக்குச் செய்தாள். மனம் நிறைவடையும் வரை நீந்துவாள், காய்கறிகள் மற்றும் சீஸ் கொண்ட சாண்ட்விச்களைச் சாப்பிடுவாள், இசை கேட்பாள், புத்தகம் படிப்பாள். நீச்சல்குளத்திற்குச் செல்வதற்காக என்பதைத்தவிர விடுதியைவிட்டு எங்கேயும் வெளியே செல்லவில்லை. அவளுக்குத் தேவைப்பட்டது முழுமையான ஓய்வு, எதுபற்றியும் சிந்திக்காமல் இருப்பதற்கான வாய்ப்பு.

அந்த நீச்சல்குளத்தை அவள் மட்டுமே பயன்படுத்தி வந்தாள். தண்ணீர் எப்போதும் உறைநிலைக்கு அருகில் இருப்பதுபோலக் குளிர்ச்சியாக இருந்தது, மலையில் பூமிக்குக் கீழுள்ள ஓடைகளிலிருந்து எடுக்கப்பட்டதுபோல. முதன்முதலில் மூழ்குவது மூச்சை நிறுத்துவதாக இருக்கும், ஆனால் சிலமுறை குளத்தின் இருமுனைகளையும் தொட்டு நீந்தியதும் உடல் கதகதப்படையும், அதன்பிறகு நீரின் வெப்பநிலை சரியானதாக இருக்கும். குப்புற நீந்துவது சலித்துப்போனால் கண்ணாடியைக் கழற்றிவிட்டு மல்லாந்து நீந்துவாள். வெண்ணிற மேகங்கள் வானில் மிதந்துகொண்டிருக்க பறவைகளும் தும்பிகளும் அதை ஊடறுத்துச் செல்லும். சாட்ஸுகி, எப்போதும் இப்படியே இருக்கவேண்டுமென்று ஆசைப்பட்டாள்.

"ஆங்கிலம் எங்கே கற்றுக் கொண்டீர்கள்?" என்று நீச்சல்குளத்திலிருந்து திரும்பி வரும்வழியில் நிமிட்டைக் கேட்டாள்.

"பாங்காக்கில் நார்வேயைச் சேர்ந்த ரத்தின வியாபாரி ஒருவரிடம் முப்பத்து மூன்று வருடங்கள் ஓட்டுநராக இருந்தேன், அவரோடு எப்போதும் ஆங்கிலத்தில்தான் பேசுவேன்."

இது, அவரது பேச்சுநடை ஏற்கெனவே அறிமுகமானதுபோல் இருந்ததை விளக்கியது. சாட்ஸுகி, பால்டிமோரில் இருந்த

மருத்துவமனை ஒன்றில் வேலை செய்தபோது உடன் பணிபுரிந்த டென்மார்க்கைச் சேர்ந்தவர் இதைப்போல ஆங்கிலம் பேசுவார்—துல்லியமான இலக்கணம், எளிமையான உச்சரிப்பு, கொச்சைச் சொற்கள் இருக்காது. மிகச் சுத்தமான, புரிந்துகொள்ள மிக எளிதான ஆங்கிலம். அதேசமயம், அதில் எவ்விதக் கவர்ச்சியும் இருக்காது. தாய்லாந்தில் இருந்துகொண்டு நார்வேயின் ஆங்கிலம் பேசுவது எவ்வளவு விநோதமானது!

"என் முதலாளிக்கு ஜாஸ் இசை பிடிக்கும். அவர் காரில் இருக்கும்போது ஜாஸ் இசை ஒலித்துக்கொண்டேயிருக்கும். அதனால்தான் அவருடைய ஓட்டுநராகிய எனக்கும் இயல்பாக அந்த இசைப் பரிச்சயம் உண்டானது. மூன்று வருடங்களுக்குமுன் அவர் இறந்தபோது, அவருடைய காரையும் அவருடைய கேசட் சேகரிப்புகளையும் எனக்காக விட்டுச்சென்றார். இப்போது நாம் கேட்டுக்கொண்டிருப்பதுகூட அவருடைய கேசட்தான்."

"அவர் இறந்தவுடன் நீங்கள் வெளிநாட்டவருக்கான ஓட்டுநர்-வழிகாட்டியாக செயல்படத் தொடங்கிவிட்டீர்கள், அப்படித்தானே?"

"மிகச் சரி" என்றார், நிமிட். "தாய்லாந்தில் நிறைய ஓட்டுநர்-வழிகாட்டிகள் இருக்கின்றனர், ஆனால் அநேகமாக, நான் மட்டும்தான் சொந்த மெர்சிடிஸ் வைத்திருக்கிறேன்."

"அவர் உங்கள்மீது மிகவும் நம்பிக்கை வைத்திருந்திருக்க வேண்டும்."

நிமிட், வெகுநேரத்திற்கு அமைதியாக இருந்தார். சாட்ஸுகியின் கருத்துக்கு ஏற்றபடி பதில் கூறுவதற்குச் சரியான சொற்களை தேடிக்கொண்டிருப்பவர்போலத் தெரிந்தார். "உங்களுக்குத் தெரியுமா டாக்டர், நான் திருமணம் ஆகாதவன், எப்போதும் திருமண உறவில் இருந்ததில்லை. முப்பத்து மூன்று வருடங்களை இன்னொருவரின் நிழலாக இருந்து கழித்திருக்கிறேன். அவர் எங்கெல்லாம் சென்றாரோ அங்கெல்லாம் நானும் சென்றேன், அவர் செய்த எல்லாவற்றிலும் அவருக்கு உதவியாக இருந்தேன். ஒருவகையில், நான் அவரது பகுதியாக இருந்தேன். வெகுகாலத்திற்கு நீங்கள் அவ்வாறு வாழும்போது, நீங்கள் உங்களுடைய தனிப்பட்ட வாழ்க்கையில் என்னவாக

இருக்க விரும்புகிறீர்கள் என்பதைக் கொஞ்சம் கொஞ்சமாக மறந்துவிடுகிறீர்கள்."

அவர், கார் ஸ்டீரியோவின் ஒலியளவை சற்று அதிகரித்தார்: உச்சஸ்தாயியில் சாக்ஸபோன் தனி இசை.

"உதாரணமாக, இந்த இசையை எடுத்துக்கொள்ளுங்கள். இதுபற்றி அவர் என்ன சொன்னார் என்பது எனக்குத் துல்லியமாக நினைவிலிருக்கிறது. 'இதைக்கேள் நிமிட். கோல்மன் ஹாக்கின்ஸின்[4] மேம்படுத்தப்பட்ட வரிகளை மிகவும் கவனமாகப் பின்பற்றிச் செல். அவர் நம்மிடம் எதையோ சொல்வதற்காக அதைப் பயன்படுத்துகிறார். மிக உன்னிப்பாகக் கவனி. அவருக்குள்ளிருந்து தப்பிச்செல்ல தன்னால் முடிந்த அனைத்தையும் செய்யும் விடுதலையான ஆன்மாவின் கதையை அவர் நமக்குச் சொல்கிறார். அதேமாதிரியான ஆன்மா எனக்குள்ளும், உனக்குள்ளும் இருக்கிறது. அதோ, அங்கே— உன்னால் அதைக் கேட்கமுடியும், நான் உறுதியாக நம்புகிறேன்: சூடாக வெளிப்படும் மூச்சு மற்றும் இதயத்தின் நடுக்கத்தில்.' ஒரே இசையை மீண்டும்மீண்டும் கேட்டு, கவனமாகக் கேட்பதற்கும் ஆன்மாவின் இசையைக் கேட்பதற்கும் கற்றுக்கொண்டேன். ஆனால் அதை என் சொந்தக் காதுகளால் கேட்டேனா என்பதில் நான் உறுதியாக இல்லை. ஒரு நபரோடு நீங்கள் நீண்டகாலத்திற்கு இருந்து அவருடைய உத்திரவுகளுக்குக் கீழ்ப்படியும்போது ஒருவகையில், நீங்கள் அவரோடு ஒன்றிவிடுகிறீர்கள் கணவன், மனைவிபோல. நான் என்ன சொல்லவருகிறேன் என்பது புரிகிறதா டாக்டர்?"

"அப்படித்தான் நினைக்கிறேன்" என்றாள், சாட்ஸுகி.

திடீரென நிமிட்டும் நார்வேயைச் சேர்ந்த அவரது முதலாளியும் காதலர்களாக இருப்பார்கள் என்று அவளுக்குத் தோன்றியது. இதுபோல யோசிப்பதற்கு அவளிடம் எந்த ஆதாரமும் இல்லை, வெறும் உள்ளுணர்வின் கணநேரத் தெறிப்பு மட்டுமே, ஆனால் அது நிமிட் சொல்ல முயற்சிப்பதை விளக்கக்கூடும்.

"இருப்பினும் டாக்டர் எனக்கு அதில் துளிக்கூட வருத்தம் கிடையாது. ஒருவேளை, என்னுடைய வாழ்க்கையை மீண்டும்

---
4. கருப்பினத்தைச் சேர்ந்த அமெரிக்க சாக்ஸஃபோன் கலைஞர்.

வாழநேர்ந்தால் அநேகமாக, அதே விஷயங்களை மீண்டும் செய்வேன். நீங்கள் எப்படி?"

"எனக்குத் தெரியவில்லை நிமிட். உண்மையில், எனக்குத் தெரியவில்லை."

அதன்பிறகு நிமிட் எதுவும் பேசவில்லை. அவர்கள் சாம்பல்நிறக் குரங்குகள் இருந்த மலையைக் கடந்து விடுதிக்கு வந்து சேர்ந்தனர்.

சாட்ஸுகி, ஜப்பானுக்குத் திரும்புவதற்கு முதல்நாள் நிமிட், அவளை விடுதிக்கு அழைத்துச் செல்லாமல் நேராக அருகிலிருந்த கிராமத்திற்கு அழைத்துச் சென்றார்.

"உங்களிடம் ஓர் உதவி கேட்கவேண்டும்," அவளது கண்களைப் பின்புறம் பார்க்கும் கண்ணாடிமூலமாகப் பார்த்தபடி கேட்டார். "தனிப்பட்ட உதவி."

"என்ன அது?"

"உங்கள் ஒருமணி நேரத்தை எனக்குக் கொடுக்க முடியுமா? ஒரு இடத்தை உங்களுக்குக் காண்பிக்க விரும்புகிறேன்."

சாட்ஸுகிக்கு மறுப்பேதும் இல்லை, மேலும் அவளை எங்கு அழைத்துச்செல்கிறார் என்று கேட்கவுமில்லை. தன்னை முழுவதுமாக அவரது கைகளில் ஒப்படைக்க முடிவு செய்திருந்தாள்.

கிராமத்தின் கடைக்கோடியிலுள்ள சிறிய வீட்டில் அந்தப் பெண் வசித்தாள்—வசதியில்லாத கிராமத்தில், வசதியில்லாத வீடு, மலைச்சரிவில் சிறியளவிலான நெல்வயல்கள் ஒன்றையடுத்து ஒன்றாக நெருக்கியடித்து அமைந்திருந்தன. அசுத்தமான, உடல்மெலிந்த கால்நடைகள். சகதியும் அம்மைவடு போன்ற பள்ளங்களும் உள்ள சாலை. காற்றில் நீர் எருமைச் சாணத்தின் வாசம். ஒரு காளைமாடு, அதன் குறி காற்றிலாட அலைந்துகொண்டிருந்தது. 50சிசி மோட்டார்சைக்கிள் ஒன்று இரண்டுபக்கமும் சேற்றை வாரியடித்தபடி கடந்துசென்றது. கிட்டத்தட்ட, நிர்வாணமான குழந்தைகள் சாலையின் ஓரத்தில் வரிசையாக மெர்சிடிஸ் வண்டியை வெறித்துப் பார்த்தபடி

நின்றிருந்தனர். சாட்ஸுகி, தான் தங்கியிருந்த உயர்தர சொகுசுவிடுதிக்கு அருகிலேயே இப்படியொரு பரிதாபகரமான கிராமம் அமைந்திருப்பது குறித்த அதிர்ச்சியில் இருந்தாள்.

அந்தப் பெண், முதியவள். அநேகமாக எண்பது வயதிருக்கலாம். அவளது சருமம் பழைய பதனிட்ட தோல்போலக் கருப்பேறியிருந்தது, அதன் ஆழமான சுருக்கங்கள் பள்ளத்தாக்குகளாக மாறி அவள் உடலின் அனைத்துப் பாகங்களுக்கும் பயணிப்பதுபோல் தோன்றியது. கூன் விழுந்த முதுகு. பூப்போட்ட, அளவில் பெரியதான உடை எலும்பும் தோலுமாக இருந்த உடலில் தொங்கிக் கொண்டிருந்தது. நிமிட், அவளைப் பார்த்ததும் இரண்டு கைகளையும் குவித்து முகமன் கூறினார். அவளும் அப்படியே செய்தாள்.

சாட்ஸுகியும் அம்முதியவளும் மேசையில் எதிரெதிராக அமர்ந்துகொண்டனர், நிமிட் மற்றொரு மூலையில் அமர்ந்துகொண்டார். முதலில் நிமிட்டும் முதியவளும் மட்டுமே பேசிக்கொண்டனர். அவர்கள் என்ன பேசிக்கொள்கிறார்கள் என்று சாட்ஸுகிக்குப் புரியவில்லை, ஆனால் முதியவளின் குரல் அவளது வயதை ஒப்பிடும்போது எவ்வளவு உயிரோட்டத்துடன் மற்றும் சக்திவாய்ந்ததாக இருக்கிறது என்பதைக் கவனித்தாள். அம்முதியவளுக்கு அனைத்துப் பற்களும் முழுமையாக இருந்தன. சிறிதுநேரம் கழித்து அவள் நிமிட்டிடம் இருந்து திரும்பி சாட்ஸுகியை நேரடியாகக் கண்களுக்குள் பார்த்தாள். ஊடுருவுகின்ற பார்வை, அவள் இமைக்கவேயில்லை. சாட்ஸுகி, தப்பிக்க வழியின்றி அறைக்குள் மாட்டிக்கொண்ட சிறுவிலங்கைப்போல் உணரத் தொடங்கினாள். உடல் முழுக்க வியர்க்கத் தொடங்குவதை உணர்ந்தாள். அவளது முகம் எரியத்தொடங்கியது, மூச்சுவிடுவது சிரமமானது. அவள் மாத்திரை எடுத்துக்கொள்ள விரும்பினாள், ஆனால் சுத்திகரிக்கப்பட்ட தண்ணீர் பாட்டில் காரில் இருந்தது.

"தயவுசெய்து உங்கள் கைகளை மேசைமீது வையுங்கள்" என்றார், நிமிட். சாட்ஸுகி கூறப்பட்டபடி செய்தாள். அந்த முதியவள், சாட்ஸுகியின் வலதுகையை ஏந்திக்கொண்டாள். முதியவளின் கைகள் சிறியவை என்றாலும் உறுதியாக இருந்தன. முழுமையாக பத்து நிமிடங்களுக்கு (ஒருவேளை அது இரண்டு அல்லது மூன்று நிமிடமாகவும் இருக்கலாம்)

அம்முதியவள், சாட்ஸுகியின் கைகளைப் பற்றியபடி எதுவும் பேசாமல் அவளது கண்களுக்குள் பார்த்துக்கொண்டிருந்தாள். சாட்ஸுகி, அம்முதியவளின் உறுதியான பார்வையைத் தனது மருண்ட பார்வையால் எதிர்கொண்டபடி, அவ்வப்போது இடதுகையில் இருந்த கைக்குட்டையால் நெற்றியைத் துடைத்துக்கொண்டாள். இறுதியில் பெரிய பெருமூச்சுடன் அந்த முதியவள், சாட்ஸுகியின் கையை விடுவித்துவிட்டு நிமிட்டிடம் திரும்பி தாய்லாந்து மொழியில் ஏதோ கூறினாள். நிமிட் அதை ஆங்கிலத்தில் மொழிபெயர்த்தார்.

"உங்கள் உடலுக்குள் ஒரு கல் இருப்பதாகக் கூறுகிறாள். உறுதியான வெள்ளைநிறக் கல். குழந்தையின் கைப்பிடி அளவுள்ளது. அது எங்கிருந்து வந்தது என்று அவளுக்குத் தெரியவில்லை."

"கல்லா?" என்று சாட்ஸுகி கேட்டாள்.

"அந்தக் கல்லில் ஏதோ எழுதப்பட்டிருக்கிறது, ஆனால் அவளால் அதைப் படிக்க முடியவில்லை, ஏனென்றால் அது ஜப்பானிய மொழியில் இருக்கிறது: ஒருவகையான சிறிய கருப்புநிற எழுத்து. அந்தக் கல்லும் அதில் பொறிக்கப்பட்ட எழுத்துகளும் பழையவை, பழைய பொருள்கள். அதை உங்கள் உடலுக்குள் சுமந்தபடி வெகுகாலமாக வாழ்ந்து கொண்டிருக்கிறீர்கள். நீங்கள் அந்தக் கல்லை வெளியேற்ற வேண்டும். இல்லாவிட்டால் நீங்கள் இறந்து எரிக்கப்பட்ட பிறகும் அந்தக் கல் மிச்சமிருக்கும்."

இப்போது அந்த முதியவள், சாட்ஸுகியின் முகத்தைப் பார்த்தபடி மெதுவாக தாய்லாந்து மொழியில் நீண்டநேரத்திற்கு ஏதோ கூறினாள். அவளது பேச்சின் தொனி, ஏதோ முக்கியமான ஒன்றைக் கூறுகிறாள் என்பதை வெளிப்படுத்தியது. மீண்டும் நிமிட் அதை மொழிபெயர்த்தார்.

"சீக்கிரமே நீங்கள் பெரிய பாம்பு ஒன்றைப்பற்றிய கனவைக் காணப்போகிறீர்கள். அது சுவரில் இருக்கும் பொந்திலிருந்து வெளிப்படும்—பச்சை நிறமுள்ள, செதில்கள் கொண்ட பாம்பு. அது சுவரிலிருந்து மூன்றடி வரை வெளிவந்ததும் நீங்கள் அதன் கழுத்தைப் பிடித்துக்கொள்ள வேண்டும், விட்டுவிடக் கூடாது. அந்தப் பாம்பு, பார்வைக்கு மிகப் பயங்கரமானதாக இருக்கும்.

உண்மையில், அதனால் உங்களை எதுவும் செய்யமுடியாது, எனவே, நீங்கள் பயம் கொள்ளக்கூடாது. இரண்டு கைகளாலும் அதைப் பிடித்துக்கொள்ளுங்கள். அது, உங்கள் வாழ்க்கை என்று நினைத்துக்கொள்ளுங்கள், உங்களுடைய மொத்த பலத்தையும் திரட்டி அதை நீங்கள் பிடித்துக்கொள்ள வேண்டும். நீங்கள் கனவில் இருந்து விழிக்கும்வரை அதைப் பிடித்துக்கொண்டிருக்க வேண்டும். அந்தப் பாம்பு உங்களுக்காக அந்தக் கல்லை விழுங்கிவிடும். சொல்வது புரிந்ததா?"

"என்ன இது?"

"புரிந்தது என்று மட்டும் சொல்லுங்கள்" நிமிட், உறுதியான குரலில் கூறினார்.

"புரிந்தது" என்றாள், சாட்ஸுகி.

அந்த முதியவள் மென்மையாகத் தலையசைத்து மீண்டும் சாட்ஸுகியிடம் ஏதோ கூறினாள்.

"அந்த மனிதன் இறக்கவில்லை," நிமிட் மொழிபெயர்த்தார். "அவனுக்கு சிறுசிராய்ப்புக் கூட ஏற்படவில்லை. இது, நீங்கள் விரும்பாத ஒன்றாக இருக்கலாம், ஆனால் அவன் காயப்படவில்லை என்பது உங்களுக்கு மிகவும் நல்லது. உங்கள் நல்லதிர்ஷ்டத்திற்கு நீங்கள் நன்றியோடு இருக்க வேண்டும்."

பிறகு அந்த முதியவள் சில குறுகிய எழுத்துகளை உச்சரித்தாள்.

"அவ்வளவுதான்" என்றார், நிமிட். "இப்போது நாம் விடுதிக்குத் திரும்பலாம்."

"அது என்ன வருங்காலத்தை உரைப்பது போலவா?" அவர்கள் காருக்குத் திரும்பியதும் சாட்ஸுகி கேட்டாள்

"இல்லை டாக்டர். அது வருங்காலத்தைச் சொல்வது அல்ல. நீங்கள் மனிதர்களின் உடலுக்கு வைத்தியம் செய்வதுபோல அவள், ஆன்மாவுக்கு வைத்தியம் செய்கிறாள். அவள், பெரும்பாலும் அவர்களது கனவுகளை முன்னுரைப்பவள்."

"அப்படியென்றால் நன்றிகூறும்விதமாக நான் ஏதாவது கொடுத்திருக்க வேண்டும். மொத்த விஷயமும் என்னைத்

திகைப்பில் ஆழ்த்தியிருந்ததால் எனக்கு எதுவும் தோன்றவில்லை.”

நிமிட் மலைப்பாதையிலிருந்த குறுகலான வளைவில் தனது துல்லியமான முறையில் ஸ்டியரிங்கை சுழற்றி வண்டியைத் திருப்பிவிட்டு, “நான் கொடுத்துவிட்டேன்,” என்றார். “சிறிய தொகை. நீங்கள் அதுகுறித்து யோசிக்கவேண்டியதில்லை. அதை நான் உங்களுக்குச் செலுத்தும் நன்றியாக ஏற்றுக்கொள்ளுங்கள் டாக்டர்.”

“உங்கள் வாடிக்கையாளர்கள் அனைவரையும் அங்கே அழைத்துச் செல்வீர்களா?”

“இல்லை டாக்டர். உங்களை மட்டும்தான்.”

“அது ஏன்?”

“நீங்கள் ஓர் அழகான மனிதர், டாக்டர். தெளிவான சிந்தனை உடையவர். உறுதியானவர். ஆனால் உங்கள் இதயத்தைத் தரையில் இழுத்துக்கொண்டே அலைந்துகொண்டிருப்பதுபோல் தெரிகிறது. இப்போதிருந்து கொஞ்சம்கொஞ்சமாக இறப்பைச் சந்திப்பதற்கு நீங்கள் உங்களைத் தயார் செய்துகொள்ள வேண்டும். உங்கள் எதிர்கால சக்தி முழுவதையும் நீங்கள் வாழ்வதற்கு அர்ப்பணித்தால் நல்லமுறையில் உங்களால் இறக்கமுடியாது, இப்போதே நீங்கள் அதற்குத் தயாராகத் தொடங்கவேண்டும், கொஞ்சம்கொஞ்சமாக. வாழ்வதும் இறப்பதும் ஒருவகையில் சமமான மதிப்புடையவை.”

“ஒன்று சொல்லுங்கள் நிமிட்,” அணிந்திருந்த கருப்புக்கண்ணாடியைக் கழற்றிவிட்டு பின்னிருக்கையில் நன்றாகச் சாய்ந்தபடி சாட்ஸுகி கேட்டாள்.

“என்ன டாக்டர்?”

“இறப்பதற்கு நீங்கள் தயாராக இருக்கிறீர்களா?”

“நான் ஏற்கனவே பாதி இறந்தவன் டாக்டர்,” கண்கூடான ஒன்றைத் தெரிவிப்பதுபோல நிமிட் கூறினார்.

அன்று இரவு தன்னுடைய பெரிய, சுத்தமான படுக்கையில் படுத்தபடி சாட்ஸுகி அழுதாள். தான் மரணத்தை

நோக்கிச் சென்றுகொண்டிருப்பதைக் கண்டுகொண்டாள். தனக்குள் கடினமான வெண்ணிறக் கல் இருப்பதை, செதில்கள் நிறைந்த பச்சைநிறப் பாம்பு இருளில் எங்கோ அலைந்துகொண்டிருப்பதைக் கண்டுகொண்டாள். தான் ஒருபோதும் பெற்றெடுக்காத குழந்தை குறித்துச் சிந்தித்தாள். அந்தக் குழந்தையை அடிப்பகுதியில்லாத கிணற்றில் வீசியழித்தது அவளே. அதன்பிறகு முப்பது வருடங்களாக ஒற்றை மனிதனை வெறுத்தபடி வாழ்ந்திருக்கிறாள். அவன் வேதனைப்பட்டுச் சாவான் என்று நம்பியிருக்கிறாள். அது நடக்கவேண்டும் என்பதற்காக நிலநடுக்கம் வரவேண்டுமென்று தன்னுடைய இதயத்தின் ஆழத்தில் விரும்புமளவுக்குச் சென்றிருக்கிறாள். ஒருவகையில், அந்த நிலநடுக்கத்தை நானே உருவாக்கினேன் என்று தனக்குத்தானே கூறிக்கொண்டாள். அவன், என் இதயத்தைக் கல்லாக மாற்றிவிட்டான்: என் உடலைக் கல்லாக மாற்றிவிட்டான். தொலைதூர மலைகளிலிருந்த சாம்பல்நிறக் குரங்குகள் அமைதியாக அவளை வெறித்துக்கொண்டிருந்தன. வாழ்வதும் இறப்பதும் ஒருவகையில் சமமான மதிப்புடையவை.

விமான நிறுவனத்தின் முகப்பில் அவளது பைகளைக் கொடுத்தபின் சாட்ஸுகி, நூறு டாலர் வைக்கப்பட்ட கடித உறையை நிமிட்டிடம் கொடுத்தாள். “எல்லாவற்றுக்கும் நன்றி நிமிட். அற்புதமான ஓய்வை எனக்குச் சாத்தியமாக்கினீர்கள். இது, உங்களுக்காக என்னுடைய தனிப்பட்ட பரிசு.”

“மற்றவரின் தேவை உங்களுக்குத் தெரிந்திருக்கிறது டாக்டர்,” என்று நிமிட் கடித உறையை ஏற்றுக்கொண்டார். “மிகவும் நன்றி. ”

“ஒரு கோப்பை காஃபி அருந்த உங்களுக்கு நேரம் இருக்குமா?”

“நிச்சயமாக. நான் அதை விரும்புவேன்.”

இருவரும் சேர்ந்து காஃபி விடுதிக்குச் சென்றனர். சாட்ஸுகி கறுப்பு காஃபி வாங்கிக்கொண்டாள். நிமிட், அதிகமான க்ரீம் சேர்த்த காஃபி வாங்கிக்கொண்டார். வெகுநேரம் சாட்ஸுகி கோப்பையை தட்டில் வைத்துச் சுழற்றிக் கொண்டிருந்தாள்.

இறுதியில் "உங்களுக்குத் தெரியுமா நிமிட்," என்று தொடங்கினாள், "நான் யாரிடமும் சொல்லாத ரகசியம் ஒன்றிருக்கிறது. யாரிடமும் அதைப்பற்றி பேசுவதற்கு என்னால் முடிந்ததில்லை. இத்தனைகாலமாக அதை எனக்குள் பூட்டிவைத்திருந்தேன். ஆனால் அதை இப்போது உங்களுக்குச் சொல்ல விரும்புகிறேன். ஏனெனில், நாம் அநேகமாக மறுமுறை சந்திக்கப்போவதில்லை. என் அப்பா திடீரென இறந்தபிறகு, என் அம்மா என்னிடம் ஒரு வார்த்தைகூடச் சொல்லாமல்—"

மறுப்பாக தலையசைத்தபடி, தனது கையை உயர்த்தினார், நிமிட், அவரது உள்ளங்கை சாட்ஸுகியின் முகத்தைப் பார்த்து இருந்தது. "தயவுசெய்து வேண்டாம் டாக்டர். இதற்குமேல் என்னிடம் சொல்லாதீர்கள். அந்த முதியவள் சொன்னபடி, நீங்கள் உங்களது கனவைக் காணவேண்டும். நீங்கள் எவ்வாறு உணர்கிறீர்கள் என்பது எனக்குப் புரிகிறது, ஆனால் அந்த உணர்வுகளை வார்த்தையாக்கிவிட்டால் அவை பொய்யாக மாறிவிடும்."

சாட்ஸுகி, தனது வார்த்தைகளை விழுங்கிக்கொண்டாள் பிறகு அமைதியாக தனது கண்களை மூடிக்கொண்டு நீண்ட பெருமூச்சு ஒன்றை இழுத்து வெளியேவிட்டாள்.

"உங்கள் கனவைக் காணுங்கள் டாக்டர்," கனிவாக அறிவுரைப்பதுபோல நிமிட் கூறினார். "இப்போது உங்களுக்கு வேறெதையும்விட கட்டுப்பாடுதான் தேவை. வெறும் வார்த்தைகளைக் கைவிடுங்கள். வார்த்தைகளே கல்லாகின்றன."

அவர் சாட்ஸுகியின் கையைத் தன் கைகளுக்குள் வைத்துக்கொண்டார். அவரது கைகள் எப்போதும் விலையுயர்ந்த தோல் கையுறைகளால் பாதுகாக்கப்பட்டவை போல விசித்திரமான முறையில் வழுவழுப்பாக, இளமையாக இருந்தன. சாட்ஸுகி, தனது கண்களைத் திறந்து அவரைப் பார்த்தாள். நிமிட், கைகளை விலக்கிக்கொண்டு மேசைமீது விரல்களைக் கோர்த்தபடி வைத்துக்கொண்டார்.

"நார்வேயைச் சேர்ந்த என்னுடைய முதலாளி உண்மையில் லேப்லேண்ட் பகுதியிலிருந்து வந்தவர்," என்றார். "நிச்சயமாக உங்களுக்குத் தெரிந்திருக்கும், லேப்லேண்ட் என்பது நார்வேயின் வடகோடி முனை, வடதுருவத்துக்கு அருகிலுள்ளது.

துருவமான்கள் பெருமளவில் அங்கே வாழ்கின்றன. அங்கே கோடைகாலத்தில் இரவென்பதே கிடையாது, குளிர்காலத்தில் பகல் கிடையாது. அவர் தாய்லாந்து வந்ததற்கு அந்தக் குளிர் அவருக்கு மிக அதிகமாகிவிட்டதுகூட காரணமாக இருக்கலாம். நீங்கள் இரண்டு இடங்களையும் முற்றிலும் எதிரெதிரான நிலையில் வைக்கலாம் என்று நினைக்கிறேன். அவருக்குத் தாய்லாந்து மிகவும் பிடித்திருந்தது, மேலும் அவருடைய எலும்புகள் இங்கே புதைக்கப்படுவது குறித்து தன் மனதைத் தயார்செய்து கொண்டுவிட்டார். இருப்பினும் அவரது இறப்புநாள் வரையில் லேப்லேண்டில் அவர் பிறந்த நகரத்துக்காக ஏங்கிக்கொண்டிருந்தார். அந் நகரத்தைப்பற்றி எந்நேரமும் என்னிடம் சொல்லிக்கொண்டே இருப்பார். இதெல்லாம் இருந்தாலும், அவர் முப்பத்தி மூன்று வருடத்தில் ஒருமுறைகூட நார்வே செல்லவில்லை. அங்கே நடந்த ஏதோவொன்று அவரை அங்கிருந்து தள்ளிவைத்திருக்க வேண்டும். அவரும் உள்ளுக்குள் கல்லோடு இருந்த மற்றொரு மனிதர்.”

நிமிட், தனது காஃபி கோப்பையை உயர்த்தி ஒரு மிடறு அருந்திக்கொண்டார், பிறகு கோப்பையைக் கவனமாக ஓசையின்றி தட்டில் வைத்தார்.

“ஒருமுறை அவர், துருவக்கரடிகள் குறித்து என்னிடம் கூறினார்—அவை எவ்வளவு தனிமையில் வாழும் விலங்குகள் என. அவை வருடத்திற்கு ஒருமுறை மட்டுமே உடலுறவு கொள்ளும். மொத்த வருடத்திலும் ஒரே ஒருமுறை மட்டுமே. அவற்றின் உலகத்தில் நீடித்திருக்கும் ஆண்-பெண் உறவென்பது கிடையாது. ஆண் துருவக்கரடி மற்றும் பெண் துருவக்கரடி இரண்டும் உறைந்து பரந்த விரிவில் எதேச்சையாக சந்தித்துக்கொள்ளும், பிறகு அவை புணரும். அதற்கு அதிகநேரம் ஆவதில்லை. புணர்ச்சி முடிந்தவுடனேயே ஆண் கரடி, பெண் கரடியை விட்டு ஓடிவிடும், மரணத்தைக் கண்டு பயந்து ஓடுவதைப் போல: அவை புணர்ந்த இடத்தைவிட்டு விலகியோடும். அது ஒருபோதும் திரும்பிப் பார்ப்பதில்லை—உண்மையாகவே. வருடத்தின் மீதமுள்ள நாட்களில் ஆண் கரடி ஆழ்ந்த தனிமையில் வாழும். பரஸ்பரத் தொடர்பு—இரண்டு இதயங்கள் தொட்டுக்கொள்ளுதல்—இவையெல்லாம்

அவற்றுக்குக் கிடையாது. இதுதான் துருவக்கரடிகளின் கதை— அல்லது குறைந்தபட்சம் எனது முதலாளி இப்படித்தான் அதுகுறித்து எனக்குச் சொன்னார்."

"எவ்வளவு விசித்திரமானது" என்றாள், சாட்ஸுகி.

"ஆமாம்" என்றார், நிமிட். "அது நிச்சயம் விசித்திரமானது." அவரது முகம் தீவிரமடைந்தது. "நான் என்னுடைய முதலாளியைக் கேட்டது நினைவிருக்கிறது, 'எனில் துருவக் கரடிகளது இருப்பின் அர்த்தம் என்ன?' 'ஆம், மிகச் சரியான கேள்வி' என்று, அவர் புன்னகையுடன் கூறினார். 'எனில், நமது இருப்பின் அர்த்தம் என்ன நிமிட்?' "

விமானம் பயண உயரத்தை அடைந்ததும் இருக்கை வார்ப்பட்டை விளக்கு அணைந்தது. மீண்டும் ஜப்பானுக்குத் திரும்புகிறேன் என்று சாட்ஸுகி நினைத்துக்கொண்டாள். அடுத்து, தனக்குமுன்னால் என்ன இருக்கிறது என்பதுகுறித்து யோசித்தாள், ஆனால் உடனே அந்த யோசனையைக் கைவிட்டாள். "வார்த்தைகளே கல்லாகின்றன" என்று நிமிட் அவளிடம் கூறினார். இருக்கையில் வசதியாகச் சாய்ந்து கண்களை மூடிக்கொண்டாள். உடனே மல்லாந்து நீந்திக் கொண்டிருந்தபோது தெரிந்த வானம் நினைவுக்கு வந்தது. எரோல் கார்னரின் "ஐ வில் ரிமெம்பர் ஏப்ரல்" நினைவுக்கு வந்தது. தூங்கவேண்டுமென்று நினைத்துக்கொண்டாள். தூங்கினால் போதும். அந்தக் கனவுக்காகக் காத்திருப்பேன்.

***

நான் அதை எங்கே காணக்கூடும்

"மூன்று வருடங்களுக்குமுன்பு, எனது கணவரின் தந்தை டிராம் வண்டி அவர்மீது ஏறியதில் இறந்துபோனார்" என்று கூறிவிட்டு, அந்தப் பெண் சற்று இடைவெளி விட்டாள்.

நான் எதுவும் பேசவில்லை, அவளது கண்களைப் பார்த்தபடி இருமுறை தலையசைத்தேன். அந்த இடைவெளியில் பேனாக்கூட்டில் வைக்கப்பட்டிருந்த அரை டஜன் பென்சில்களின் கூர்மை எந்தளவுக்கு இருக்கிறதென பார்வையிட்டேன். கோல்ஃப் விளையாடுபவன் தனது மட்டையை கவனமாகத் தேர்வுசெய்வதுபோல, எதைப் பயன்படுத்துவதென ஆராய்ந்து, முடிவில் அதிகமான கூர்மையின்றி அல்லது மிகவும் மழுங்கலாக இல்லாமல் சரியானவிதத்தில் இருந்த ஒன்றைத் தேர்ந்தேன்.

"மொத்த விஷயமும் சற்று தர்மசங்கடமானது," என்றாள்.

என்னுடைய கருத்தை என்னோடு வைத்துக்கொண்டு, குறிப்பேடு ஒன்றை எனக்கெதிரே வைத்து பென்சிலைச் சோதிக்கும்விதமாக தேதி மற்றும் அந்தப் பெண்ணின் பெயரை எழுதினேன்.

"டோக்கியோவில் டிராம்கள் அதிகமில்லை" என்று தொடர்ந்தாள். "பெரும்பாலான இடங்களில் பேருந்துக்கு மாறிவிட்டார்கள். மீதமிருக்கும் ஒன்றிரண்டு, கடந்தகாலத்தின் நினைவுச் சின்னங்கள்போல என்று யூகிக்கிறேன். அதில் ஒன்றுதான் என் மாமனாரைக் கொன்றது," சத்தமில்லாத பெருமூச்சு ஒன்றை வெளியிட்டாள். "இது நடந்தது, மூன்று

வருடத்துக்கு முன்பான அக்டோபர் மாதத்தின் முதல் நாளில். அன்று இரவு கனமழை பெய்துகொண்டிருந்தது."

அவளது கதையின் அடிப்படைகளை குறித்துக் கொண்டேன். மாமனார், மூன்று வருடம் முன்பு, டிராம், கனமழை, அக்டோபர்[1], இரவு. எழுதும்போது மிகுந்த கவனம் எடுத்துக் கொள்வேன் என்பதால் இவையனைத்தையும் எழுதிக்கொள்ள சற்று நேரமானது.

"அப்போது என் மாமனார் அதிகமான குடிபோதையில் இருந்தார். இல்லையென்றால், அப்படியொரு மழையிரவில் டிராம் தண்டவாளத்தில் படுத்துத் தூங்கியிருக்கமாட்டார்."

அவள் மீண்டும் அமைதியானாள், உதடுகள் மூடியிருக்க, பார்வை என்மீது நிலைத்திருந்தது.

"அவர் மிக அதிகமாகக் குடித்திருக்க வேண்டும்," என்றேன்.

"மிக அதிகமான அளவு என்பதால் மயங்கிவிட்டார்."

"உங்கள் மாமனார் அடிக்கடி அந்தளவுக்குக் குடிப்பாரா?"

"மயங்கிப்போகும் அளவுக்கா?"

நான் ஆமோதிப்பாக தலையசைத்தேன்.

"அவர் அவ்வப்போது குடிப்பதுண்டு," என்று ஒப்புக் கொண்டாள். "ஆனால் எப்போதும் அல்ல, ஒருபோதும் டிராம் தண்டவாளத்தில் படுத்துத் தூங்குமளவு குடித்ததில்லை."

டிராம் தண்டவாளத்தில் படுத்துத் தூங்கவேண்டுமென்றால் ஒருவர் எந்தளவுக்குக் குடித்திருக்க வேண்டும்? என்று வியந்தேன். இங்கே முதன்மையான பிரச்சினை என்பது அந்த மனிதர் குடித்திருந்த அளவா? அல்லது அவர் அந்தளவுக்கு ஏன் குடிக்கவேண்டும் என்பதா?

"அதாவது, அவர் அவ்வப்போது குடிப்பார். ஆனால் இப்படி மயங்கிவிழும் அளவுக்குக் குடிப்பதில்லை என்கிறீர்களா?" என்று கேட்டேன்.

"நான் அதை அப்படித்தான் பார்க்கிறேன்," என்றாள்.

---
1. 1970 களில் மேற்கில் வளர்ந்த ஆன்மீக அல்லது மத நடைமுறை மற்றும் நம்பிக்கை.

"உங்களுக்கு ஆட்சேபணை இல்லையென்றால் உங்கள் வயதை தெரிந்துகொள்ளலாமா?"

"எனக்கு என்ன வயதாகிறது என்றா கேட்கிறீர்கள்?"

"விருப்பமில்லை என்றால் பதில் சொல்லவேண்டியதில்லை."

அந்தப் பெண், தன் ஆட்காட்டி விரலால் மூக்கின் தண்டுப்பகுதியைத் தேய்த்துக் கொண்டாள். அது அழகான, முற்றிலும் நேரான மூக்கு. சமீபமாக, அவள் அழகுக்கான அறுவை சிகிச்சை செய்துகொண்டிருக்க வேண்டும் என்பது என் யூகம். இதே வழக்கமுடைய ஒரு பெண்ணோடு பழகியிருக்கிறேன். அவள் மூக்கைத் திருத்துகிற அறுவை சிகிச்சை செய்துகொண்டவள், எதைப்பற்றியாவது யோசிக்கும்போது அவளும் இப்படி, தனது ஆள்காட்டி விரலால் மூக்கைத் தேய்த்துக் கொள்வாள். தனது புத்தம்புதிய மூக்கு இன்னமும் அங்கே இருக்கிறதா என்று உறுதிப்படுத்திக் கொள்வதுபோல. எனக்கெதிரே அமர்ந்திருக்கும் இந்தப் பெண்ணைப் பார்ப்பது எனக்கு மெல்லிய தேஜா-வூ உணர்வை உருவாக்கியது. அதையொட்டி வாய்வழிப் புணர்ச்சி குறித்த மங்கலான நினைவுகளையும் வருவித்தது.

"என் வயதை மறைக்க விரும்புகிறேன் என்றெல்லாம் இல்லை," என்றாள். "முப்பத்தைந்து ஆகிறது."

"இறந்தபோது உங்கள் மாமனாருக்கு என்ன வயது?"

"அறுபத்தெட்டு."

"என்ன செய்துகொண்டிருந்தார்? அவரது வேலையைக் கேட்கிறேன்."

"அவர் பூசாரியாக இருந்தார்."

"பூசாரி என்றால் பௌத்தப் பூசாரியா?"

"மிகச்சரி. பௌத்தப் பூசாரி. ஜோடோ பிரிவுக்கானவர். டோஷிமா நகரவட்டத்திலுள்ள கோவிலின் தலைமைப் பதவியில் இருந்தார்."

"உண்மையில், அது மிகப்பெரிய அதிர்ச்சியாக இருந்திருக்கும்," என்றேன்.

"என் மாமனார், டிராம் வண்டியேறி இறந்ததா?"

"ஆமாம்."

"நிச்சயமாக அதிர்ச்சிதான். குறிப்பாக, என் கணவருக்கு," என்றாள்.

நான் குறிப்பேட்டில் இன்னும் சில விஷயங்களை குறித்துக் கொண்டேன். பூசாரி, ஜோடோ பிரிவு, 68.

இருவர் அமரக்கூடிய இருக்கையின் மூலையில் அந்தப் பெண் அமர்ந்திருந்தாள். நான் என்னுடைய மேசைக்குப் பின், சுழல் நாற்காலியில் அமர்ந்திருந்தேன். இருவருக்குமிடையே ஆறடி இடைவெளி. கவர்ந்திழுக்கும்வகையில் மங்கலான பச்சைநிற சூட் அணிந்திருந்தாள். கால்கள் அழகாக இருந்தன, அவள் அணிந்திருந்த காலுறைகள் கருப்புநிற உயர் குதிகால் காலணிகளுக்குப் பொருத்தமானவை. காலணியின் குதிகால்கள் ஒருவித கொடிய ஆயுதம்போல் இருந்தன.

"நீங்கள் என்னிடம் எதற்காக வந்தீர்கள்," என்று கேட்டேன், "இது, உங்கள் கணவரின் மறைந்த தந்தையைப் பற்றியதா?"

"இல்லை. இது அவரைப் பற்றியதல்ல," என்றாள். எதிர்மறையான அப்பதிலை வலியுறுத்தும்விதமாக மெதுவாகத் தலையசைத்தாள். "இது, என் கணவரைப் பற்றியது."

"அவரும் பூசாரியா?"

"இல்லை, அவர் மெரில் லிஞ்சில் வேலை செய்கிறார்."

"அது முதலீட்டு நிறுவனம்தானே?"

"மிகச்சரி" என்றாள், அவள் சற்றே எரிச்சலடைந்தது வெளிப்படையாகத் தெரிந்தது. வேறு ஏதேனும் மெரில் லிஞ்ச் இருக்கிறதா என்ன? என்பதை அவள் தொனி உணர்த்தியது. "பங்குத் தரகராக இருக்கிறார்."

பென்சிலின் நுனி எவ்வளவு மழுங்கியிருக்கிறது என்று பார்த்தேன், பிறகு அவள் தொடர்வதற்காகக் காத்திருந்தேன்.

"என் கணவர், அவர்களுக்கு ஒரே மகன், அவருக்கு பௌத்தத்தைவிட பங்கு-வர்த்தகத்தில் ஆர்வம் அதிகமிருந்தது, எனவே, அவர் அப்பாவுக்கு அடுத்து கோயிலின் தலைமைப் பொறுப்பை ஏற்கவில்லை."

அனைத்தும் சரியான அர்த்தத்தில் இருக்கிறது, இல்லையா? என்று அவளது கண்கள் கூறின, ஆனால் பௌத்தம் அல்லது பங்கு-வர்த்தகம் குறித்து எனக்கு எவ்விதமான கருத்துகளும் இல்லையென்பதால் நான் எதுவும் பேசவில்லை. பதிலாக, ஒவ்வொரு வார்த்தையையும் கவனமாகக் கேட்டுக்கொண்டிருக்கிறேன் என்று தெரிவிக்கும்படியான, நடுநிலையான வெளிப்பாட்டைக் கைக்கொண்டேன்.

"மாமனார் இறந்தபிறகு என் மாமியார், ஷினாகவாவில் நாங்கள் இருந்த அடுக்குமாடிக் குடியிருப்பில் உள்ள வீட்டிற்குக் குடிவந்தார். ஒரே கட்டடத்தில் உள்ள வீடு. நானும் என் கணவரும் இருபத்தாறாவது தளத்தில் வசிக்கிறோம், அவர் இருபத்து நான்காவது தளத்தில் இருக்கிறார். தனியாக. முன்பு கணவரோடு கோவிலில் வசித்தார், தற்போது வேறொரு பூசாரி தலைமைப் பொறுப்பிற்கு வந்ததும் அவர் அங்கிருந்து வெளியேற வேண்டியதாயிற்று. அவருக்கு அறுபத்து மூன்று வயது. என் கணவரின் வயதையும் கூறவேண்டும், அவருக்கு நாற்பதாகிறது. அடுத்த மாதம் நாற்பத்து ஒன்றாகும். அதாவது, அவருக்கு ஏதும் நேராமல் இருந்திருந்தால்."

நான் எல்லாவற்றையும் குறித்துக் கொண்டேன். மாமியார் 24வது தளம், 63. கணவர், 40, மெரில் லிஞ்ச், 26வது தளம், ஷினாகவா. நான் எழுதி முடிக்கும்வரை பொறுமையாகக் காத்திருந்தாள்.

"என் மாமனார் இறந்தபிறகு என் மாமியாருக்கு அச்சத் தாக்குதல்கள் வரத் தொடங்கின. அதிலும் மழை பெய்யும்போது அவை மோசமாக இருந்தன. ஒருவேளை, அவரது கணவர் மழையிரவில் இறந்ததால் இருக்கலாம். இது, மிகவும் இயல்பாக நிகழக்கூடியதென்று யூகிக்கிறேன்."

நான் ஆமோதிப்பாக தலையசைத்தேன்.

"அதன் தாக்கம் அதிகமாக இருக்கும்போது, அவரது மூளையின் திருகு தளர்வடைவதுபோல இருக்கும். எங்களை அழைப்பார், என் கணவர் இரண்டு தளங்கள் கீழே இறங்கி, அவரது இடத்திற்குச் சென்று அவரைக் கவனித்துக் கொள்வார். அவரை அமைதிப்படுத்த முயற்சி செய்வார், எல்லாம் சரியாகிவிடும் என்று சமாதானம் கூறுவார். ஒருவேளை, என் கணவர் வீட்டில் இல்லையென்றால் நான் செல்வேன்."

இடைவெளி விட்டு என்னுடைய எதிர்வினைக்காகக் காத்திருந்தாள். நான் அமைதியாக இருந்தேன்.

"என் மாமியார் மோசமானவரல்ல. அவரைப்பற்றி எதிர்மறையான உணர்வுகள் ஏதும் எனக்கில்லை. அவர் கொஞ்சம் பதற்றப்படும் வகை, அவ்வளவுதான். அதோடு, சற்று அதிகமாகவே மற்றவரை சார்ந்திருக்கக் கூடியவர். உங்களுக்கு இதன் சூழ்நிலை புரிகிறதா?"

"புரிகிறது என்று நினைக்கிறேன்."

எனது குறிப்பேட்டில் புதிதாக எதையேனும் எழுதுவேன் என்று குறுக்குக் காலிட்டபடி காத்திருந்தாள். ஆனால் நான் எதையும் எழுதிக் கொள்ளவில்லை.

"ஒரு ஞாயிற்றுக்கிழமை காலையில் எங்களை தொலைபேசியில் அழைத்தார். இரண்டு ஞாயிறுகள் பத்துநாள் முன்பு."

நான் மேசைமீதிருந்த நாள்காட்டியைப் பார்த்தேன். "செப்டம்பர் மூன்றாம் தேதி வந்த ஞாயிற்றுக்கிழமையா?"

"ஆமாம், மூன்றாம் தேதிதான். என் மாமியார் அன்று காலை பத்துமணிக்கு எங்களை அழைத்தார்," என்று அந்தப்பெண் கூறினாள். அதை நினைவுகூர்பவள்போல கண்களை மூடிக்கொண்டாள். ஒருவேளை, நாம் ஹிட்ச்காக்கின் திரைப்படத்தில் இருந்தால் இந்தக் கட்டத்தில் திரையில் அலை அலையாகச் சுருள மீள்நினைவுக்குள் சென்றிருப்போம். ஆனால் இது திரைப்படமல்ல. எனவே, மீள்நினைவு எதுவும் வரப்போவதில்லை. அவள் கண்களைத் திறந்துகொண்டு தொடர்ந்தாள். "என் கணவர்தான் தொலைபேசி அழைப்பை ஏற்றார். அன்று கோல்ஃப் விளையாடச் செல்ல வேண்டுமென்பது அவரது திட்டம், ஆனால் விடியலில்

இருந்து தொடர்ந்து கனமழை பெய்துகொண்டிருந்ததால் அத்திட்டத்தைக் கைவிட்டிருந்தார். அன்று மட்டும் மழை பெய்யாதிருந்தால் இது ஒருபோதும் நடந்திருக்காது. ஆனால் அது வெறும் யூகம்தான் என்று எனக்குத் தெரியும்."

செப்டம்பர் 3, கோல்ஃப், மழை, திட்டம் ரத்து, மாமியார்— தொலைபேசி அழைப்பு. எல்லாவற்றையும் குறித்துக் கொண்டேன்.

"என் மாமியார், சுவாசிக்கச் சிரமமாக இருக்கிறதென்று கூறினார். தலைசுற்றலாக இருந்ததால் அவரால் நிற்க முடியவில்லை. எனவே, என் கணவர் எழுந்து உடையணிந்துகொண்டு, சவரம்கூடச் செய்துகொள்ளாமல் கீழேயுள்ள அவரது வீட்டிற்குச் சென்றார். திரும்பிவர அதிக நேரமாகாது என்றும் காலையுணவைத் தயாராக வைக்கும்படியும் என்னிடம் கூறிச் சென்றார்."

"என்ன அணிந்திருந்தார்?" என்று கேட்டேன்.

மீண்டும் ஒருமுறை லேசாக மூக்கைத் தேய்த்துக் கொண்டாள். "பருத்திக் கால்சராய் மற்றும் குட்டைக்கை கொண்ட போலோ சட்டை. சட்டை அடர் சாம்பல் நிறமுடையது. கால்சராய் பாலேட்டு நிறமுள்ளது. இரண்டையும் ஜே. க்ரூ நிறுவனத்திலிருந்து வாங்கினோம். என் கணவர் கிட்டப்பார்வை உடையவரென்பதால் எப்போதும் மூக்குக்கண்ணாடி அணிந்திருப்பார். அர்மானிஸ் நிறுவனத்தின் உலோகச் சட்டகம்கொண்ட கண்ணாடி. அவரது சாம்பல் நிறக் காலணிகள் நியூ பேலன்ஸ் நிறுவனத்தினுடையவை. அன்று அவர் காலுறைகள் அணிந்திருக்கவில்லை."

அனைத்து விபரங்களையும் குறித்துக் கொண்டேன்.

"அவரது உயரம் மற்றும் எடை என்ன என்று தெரியவேண்டுமா?"

"அது உதவியாக இருக்கும்," என்றேன்.

"அவர் ஐந்தடி—எட்டங்குலம், நூற்று ஐம்பத்தெட்டு பவுண்ட் எடை. திருமணத்துக்கு முன்பு நூற்று முப்பத்தைந்து இருந்தார், பிறகு எடை கூடிவிட்டது."

இந்த விபரங்களைக் குறித்துக்கொண்டேன். பென்சிலின் நுனியைச் சோதித்து வேறொன்றை எடுத்துக்கொண்டேன். புதிய பென்சிலை சிறிதுநேரம் கையில் பிடித்தபடி இருந்தேன், அந்த உணர்வு பழக வேண்டும்.

"தொடர்ந்து பேசவா, தொந்தரவில்லையே?" என்று கேட்டாள்.

"நிச்சயமாக இல்லை," என்றேன்.

கால்மேல் கால் போட்டிருந்ததை எடுத்துவிட்டு மீண்டும் அதேபோல போட்டுக்கொண்டாள். "பான்கேக்குகள் தயாரிக்க இருந்தேன், அப்போதுதான் அவர் அம்மா அழைத்தார். ஞாயிற்றுக்கிழமைகளில் எப்போதும் பான்கேக்குகள் செய்வேன். கோல்ஃப் விளையாடச் செல்லவில்லையென்றால் என் கணவர் நிறைய பான்கேக்குகள் சாப்பிடுவார். அவருக்கு மிகவும் பிடிக்கும், வறுத்த பன்றியிறைச்சியும் சேர்த்துக் கொள்வார்."

அந்த நபர் இருபது பவுண்டுகள் எடைகூடியதில் எந்த ஆச்சரியமும் இல்லை என்று நினைத்துக் கொண்டேன்.

"இருபத்தைந்து நிமிடங்கள் கழித்து என் கணவர் என்னை அழைத்தார். அவரது அம்மா நலமாயிருப்பதாக, தான் மேலே வரப்போவதாகக் கூறினார். 'மிகவும் பசிக்கிறது, காலையுணவைத் தயாராக வை. நான் வந்தவுடன் சாப்பிடத் தொடங்குவேன்,' என்றார். எனவே, நான் பான்கேக்குகளையும் இறைச்சியையும் சமைக்கத் தொடங்கினேன். மேப்பிள் சாற்றை சூடு செய்தேன். பான்கேக்குகள் தயாரிப்பது சிரமமானதல்ல— நேரக்கணிப்பு மற்றும் சரியான வரிசையில் விஷயங்களைச் செய்வதே முக்கியம். நான் காத்திருந்து, காத்திருந்து பார்த்தேன், ஆனால் அவர் வீட்டிற்கு வரவில்லை. அவரது தட்டில் வைக்கப்பட்டிருந்த பான்கேக்குகள் ஆறிக்கொண்டிருந்தன. மாமியாரை தொலைபேசியில் அழைத்து, என் கணவர் அங்கிருக்கிறாரா என்று கேட்டேன். வெகுநேரம்முன்பே சென்றுவிட்டதாக அவர் கூறினார்."

முழங்காலுக்கு மேல் கற்பனையான, மீப்பொருண்ம இழையொன்றைத் தனது அரையாடையிலிருந்து உதறிவிட்டாள்.

"என் கணவர் எங்கோ மறைந்துவிட்டார். காற்றில் கரைந்துவிட்டார். அன்றிலிருந்து அவரைப்பற்றி எந்தத்

தகவலும் இல்லை. இருபத்துநான்கு மற்றும் இருபத்தாறாம் தளங்களுக்கிடையே எங்கோ காணாமல் போய்விட்டார்."

"காவல்துறையை அணுகினீர்களா?"

"நிச்சயமாக," என்றாள், எரிச்சலில் உதடுகள் சற்றே நெளிந்தன. "ஒருமணி வரை அவர் வரவில்லை என்றதும் காவல்துறையினருக்கு அழைத்தேன். ஆனால் அவர்கள் அவரைத் தேடுவதில் அதிக முனைப்புக் காட்டவில்லை. அருகிலுள்ள காவல் நிலையத்திலிருந்து சுற்றுக்காவலில் உள்ள ஒருவர் வந்தார், ஆனால் வன்முறைக் குற்றத்திற்கான தடயம் ஏதுமில்லை என்றதும் அவர் கண்டுகொள்ளவில்லை. 'இரண்டுநாளில் வரவில்லையென்றால் புறநகர்க்காவலுக்குச் சென்று, காணாமல்போனவர் எனப் புகார் கொடுங்கள்' என்றார். காவல்துறையினரைப் பொறுத்தவரை, என் கணவர் அந்தக் கணநேர உந்துதலில் எங்கோ சுற்றித்திரியச் சென்றுவிட்டார். என்னமோ அவர் வாழ்க்கையில் விரக்தியடைந்து வீட்டைவிட்டுச் சென்றுவிட்டதுபோல. ஆனால் அது அர்த்தமற்றது. சற்று யோசித்துப் பாருங்கள். என் கணவர், தனது அம்மாவின் வீட்டுக்கு வெறுங்கையுடன் சென்றார் — பணப்பை இல்லை, ஓட்டுநர் உரிமம், கடனட்டைகள், கைக்கடிகாரம் இல்லை. கடவுளே, அவர் சவரம்கூடச் செய்துகொள்ளவில்லை. மேலும் அவர் என்னைத் தொலைபேசியில் அழைத்து பான்கேக்குகளைத் தயாராக வைக்கும்படி கூறினார். வீட்டைவிட்டு ஓடுபவர் தொலைபேசியில் அழைத்து பான்கேக் செய்யச் சொல்வாரா என்ன?"

"நீங்கள் சொல்வது மிகச்சரி," என்று ஒப்புக்கொண்டேன். "ஆனால், இதைச் சொல்லுங்கள், உங்கள் கணவர் இருபத்து நான்காம் தளத்திற்குச் சென்றபோது படிக்கட்டுகளைப் பயன்படுத்தினாரா?"

"அவர் ஒருபோதும் மின்தூக்கியை உபயோகிப்பதில்லை. அவர் மின்தூக்கிகளை வெறுத்தார். அதுபோன்ற வரையறுக்கப்பட்ட இடத்திற்குள் தன்னை அடைத்து வைப்பது பிடிக்காது என்பார்."

“ஆனாலும் நீங்கள் வாழ்வதற்கு அடுக்குமாடிக் குடியிருப்பில் இருபத்தாறாவது மாடியைத் தேர்ந்தெடுத்தீர்களா?”

“ஆமாம். ஆனால் அவர் எப்போதும் படிகளையே பயன்படுத்துவார். அதுபற்றி அவர் கவலைப்பட்டதில்லை— அது நல்ல உடற்பயிற்சி என்றும் எடையைக் கட்டுப்பாட்டில் வைத்திருக்க உதவுகிறது என்றும் கூறுவார். நிச்சயமாக, அது நேரம் எடுக்கும் விஷயம்தான்.”

பான்கேக்குகள், இருபது பவுண்டு, படிகள், மின்தூக்கி என்று குறிப்பேட்டில் எழுதிக்கொண்டேன்.

“ஆக, இதுதான் நிலமை,” என்றாள். “இந்த வழக்கை எடுத்துக் கொள்வீர்களா?”

இதுகுறித்து யோசிக்க எதுவும் இருக்கவில்லை. நான் எதிர்பார்த்திருந்த வகையான வழக்கு இதுவே. இருந்தாலும், என்னுடைய தேதிவாரியான அலுவல்களைப் பார்ப்பதாகக் காண்பித்துக் கொண்டேன், சிலபொருள்களை இடம் மாற்றி வைப்பதுபோல் பாவனை செய்தேன். ஒரு வழக்கை உடனே எடுத்துக் கொள்வதாகக் காட்டினால் வாடிக்கையாளர் நமக்கு உள்நோக்கம் இருப்பதாகக் கருதக்கூடும்.

“அதிர்ஷ்டவசமாக, இன்று பிற்பகல் வரை வேறு வேலையில்லை,” என்றேன், கடிகாரத்தைப் பார்த்துக்கொண்டேன். மணி பதினொன்று முப்பத்தைந்து. “உங்களுக்கு மறுப்பில்லையென்றால் உங்களுடைய அடுக்குமாடிக் குடியிருப்பிற்கு என்னை அழைத்துச்செல்ல முடியுமா? உங்கள் கணவரை நீங்கள் கடைசியாகப் பார்த்த இடத்தைப் பார்க்க விரும்புகிறேன்.”

“மகிழ்ச்சியுடன் செய்வேன்,” என்றாள். பிறகு, லேசாக முகம் சுளித்தாள். “இதன் பொருள், நீங்கள் இந்த வழக்கை எடுத்துக் கொள்கிறீர்கள் என்பதா?”

“ஆமாம்,” என்று பதிலளித்தேன்.

“ஆனால் நாம் இன்னும் உங்கள் கட்டணம் குறித்துப் பேசவில்லையே.”

“எனக்குப் பணம் ஏதும் தேவையில்லை.”

"மன்னிக்கவும், என்ன?" என்னை உறுத்துப் பார்த்தாள்.

"நான் கட்டணம் எதுவும் வாங்குவதில்லை," என்று விளக்கிவிட்டுப் புன்னகைத்தேன்.

"ஆனால் இதுதானே உங்கள் வேலை?"

"இல்லை, இதல்ல. இது, என்னுடைய தொழிலல்ல. நான் தன்னார்வலன் மட்டுமே. எனவே, எனக்குக் கட்டணம் கிடையாது."

"தன்னார்வலரா?"

"மிகச்சரி."

"இருந்தாலும் உங்களது செலவுகளுக்கு ஏதேனும் தேவைப்படுமே..."

"எந்தவிதச் செலவும் கொடுக்கத் தேவையில்லை. நான் முழுமையான தன்னார்வலன். எனவே, எவ்விதமான கட்டணத்தையும் ஏற்பதற்கில்லை."

அந்தப் பெண் இன்னமும் குழப்பத்தில் இருந்தாள்.

"அதிர்ஷ்டவசமாக, எனக்கு வாழப்போதுமான அளவு இன்னொரு வழியில் வருமானம் வருகிறது," என்று விளக்கினேன். "நான் இதை பணத்துக்காகச் செய்யவில்லை. காணாமல்போனவர்களைத் தேடிக் கண்டுபிடிப்பதில் எனக்கு மிகவும் ஆர்வம் அல்லது இன்னமும் குறிப்பாக, குறிப்பிட்ட விதத்தில் காணாமல்போனவர்களைக் கண்டுபிடிப்பதில் என்று சொல்லலாம். அதை அதிகம் விளக்கத் தேவையில்லை—விஷயங்களை இன்னும் சிக்கலாக்கிவிடும். ஆனால் இதுபோன்ற விஷயங்களில் நான் தேர்ந்தவன்."

"இது ஏதேனும் மதம் சார்ந்ததா அல்லது புதிய யுகம்[1] என்கிறார்களே அதுபோலக் குழுவா?"

"இரண்டும் இல்லை. எனக்கு எந்தவித மதத்துடனோ அல்லது புதிய யுகக் குழுக்களோடோ தொடர்பு கிடையாது."

அவள் குனிந்து தனது காலணிகளைப் பார்த்தாள். அநேகமாக, ஏதேனும் தவறாக நடந்தால் காலணியின் குதிகால் பகுதியை

எவ்வாறு எனக்கெதிராக ஆயுதமாகப் பயன்படுத்தலாம் என்று யோசிக்கக்கூடும்.

“இலவசமாக வரும் எதையும் நம்பவேண்டாம் என்று என் கணவர் கூறியிருக்கிறார்,” என்றாள். “இப்படிச் சொல்வது கடுமையாகத் தோன்றும், ஆனால் இலவசத்தில் எப்போதும் ஒரு தூண்டில் ஒளிந்திருக்கும் என்பார்.”

“பெரும்பாலான தருணங்களில் நானும் அவர் கூறுவதோடு ஒத்துப்போவேன்,” என்றேன். “நமது அபத்தமான முதலாளித்துவ உலகில் இலவசமாகக் கிடைக்கும் எதையும் நம்புவது கடினம்தான். இருப்பினும் நீங்கள் என்மீது நம்பிக்கை வைப்பீர்கள் என்று நம்புகிறேன். நாம் இந்த விஷயத்தில் ஈடுபடவேண்டும் என்றால் நீங்கள் நம்பத்தான் வேண்டும்.”

அவள், தனது லூயிஸ் வுட்டன் பணப்பையை சீர்திருத்தப்பட்ட க்ளிக் ஓசையுடன் திறந்து, மூடி ஒட்டப்பட்ட தடிமனான கடித உறையை வெளியிலெடுத்தாள். அதற்குள் எவ்வளவு பணம் இருந்தது என என்னால் கூறமுடியவில்லை, ஆனால் மிக அதிகமான பணம் என்பது பார்வைக்குத் தெரிந்தது.

“செலவுகளுக்காக கொஞ்சம் பணம் எடுத்துவந்தேன்,” என்றாள்.

நான் மறுப்பாகத் தலையசைத்தேன். “எந்தவிதக் கட்டணம், பரிசு அல்லது எவ்வகையில் பணம் வழங்குவதையும் ஏற்பதற்கில்லை. அதுதான் என் நியதி. பணமோ அல்லது பரிசோ ஏற்றுக்கொண்டால் நான் ஈடுபடப்போகும் செயல்களுக்கு அர்த்தமில்லாமல் போய்விடும். உங்களிடம் பணம் இருக்கிறது என்றால், கட்டணம் செலுத்தாமல் இருப்பதை அசௌகரியமாக உணர்கிறீர்கள் என்றால், நீங்கள் நன்கொடை அளிப்பதை சிபாரிசு செய்வேன்—மனிதாபிமான சமூகம், விபத்தினால் அனாதை ஆனவர்களுக்கான நிதி என, நீங்கள் விரும்பும் எந்தவொரு அமைப்புக்கும் நிதியளிக்கலாம். ஒருவேளை, அப்படிச் செய்வது உங்களைத் திருப்திப்படுத்தும் என்றால்.”

அந்தப் பெண் முகத்தைச் சுளித்து, மூச்சை ஆழ்ந்து உள்ளிழுத்துவிட்டு, கடித உறையை மீண்டும் பைக்குள் அனுப்பினாள். திருப்தியடைந்தவளாக பையை ஏற்கெனவே இருந்த இடத்தில் வைத்தாள். மீண்டும் மூக்கைத்

தேய்த்துக்கொண்டு என்னைப் பார்த்தாள், ரிட்ரீவர் வகை நாய் குச்சியை எடுப்பதற்குப் பாயத் தயாராக இருப்பதைப்போன்ற பார்வை.

"நீங்கள் ஈடுபடப்போகும் செயல்களுக்கு அர்த்தமிருக்காது," என்று உலர்ந்த குரலில் கூறினாள்.

நான் ஆமோதிப்பாகத் தலையசைத்து மழுங்கியிருந்த பென்சிலை பேனாக்கூட்டிற்குள் வைத்தேன்.

கூர்மையான குதிகால்கள் உடைய காலணிகளை அணிந்திருந்த அந்தப் பெண், என்னை அவளது குடியிருப்புக்கு அழைத்துச் சென்றாள். அவளது வீட்டுக் கதவையும் (எண் 2609) அவளது மாமியாரின் வீட்டுக் கதவையும் (எண் 2417) சுட்டிக்காட்டினாள். நல்ல அகலமான படிக்கட்டு இரண்டு தளங்களையும் இணைத்தது, நிதானமாக அவற்றுக்கிடையே உலவினால் ஐந்து நிமிடம்கூட ஆகாது என்பதைக் கவனித்தேன்.

"என் கணவர் இந்தக் குடியிருப்பில் வீடு வாங்கியதற்கான காரணங்களில் ஒன்று, இதன் படிகள் அகலமானவை மற்றும் நல்ல வெளிச்சம் கொண்டவை," என்றாள். "பெரும்பாலான அடுக்குமாடிக் குடியிருப்புகள் படிகளில் கவனம் செலுத்துவதில்லை. அகலமான படிக்கட்டுகள் அதிக இடத்தை எடுத்துக்கொள்பவை, தவிரவும் குடியிருப்பவர்கள் மின்தூக்கிகளை விரும்புகின்றனர். அடுக்குமாடிக் குடியிருப்பைக் கட்டுபவர்கள், மக்களைக் கவரும் இடங்களில் பணத்தைச் செலவிட விரும்புகின்றனர்—நூலகம், சலவைக்கல் பதித்த முகப்பறை. ஆனால் என் கணவர் படிக்கட்டுகள் முக்கியமான விஷயம் என்று கருதினார்—கட்டடத்தின் முதுகெலும்பு என்று கூறவிரும்புவார்."

ஒப்புக்கொள்ளத்தான் வேண்டும், உண்மையிலேயே மறக்கமுடியாத படிக்கட்டு அமைப்பு. இருபத்தைந்து மற்றும் இருபத்தாறாவது தளங்களுக்கு இடையே உள்ள இடைமேடையில் வெளிக்காட்சிச் சாளரத்தின் அருகில் நீளிருக்கை, சுவர் உயரத்திற்கு முகம்பார்க்கும் கண்ணாடி, நிற்கும் சாம்பல் கிண்ணம், தொட்டியில் வைக்கப்பட்ட தாவரம் ஆகியவை இருந்தன. சாளரத்தின்வழி பிரகாசமான

வானையும் மிதந்துசெல்லும் ஒன்றிரண்டு மேகங்களையும் பார்க்கலாம். சாளரம் அடைக்கப்பட்டது என்பதால் திறக்க முடியாது.

"ஒவ்வொரு தளத்திலும் இதுபோன்ற இடம் உண்டா?" என்று கேட்டேன்.

"இல்லை. ஒவ்வொரு ஐந்தாவது மாடியிலும் இதுபோன்ற ஓய்விடம் உண்டு, எல்லா மாடிகளிலும் கிடையாது," என்றாள். "என்னுடைய வீட்டையும் என் மாமியாரின் வீட்டையும் பார்க்க விரும்புகிறீர்களா?"

"இப்போது வேண்டாம்."

"என் கணவர் காணாமல்போனதிலிருந்து என் மாமியாரின் மனநிலை மிகவும் மோசமாகிவிட்டது," என்றாள். அவளது கைகள் படபடத்தன. "அவருக்கு அது மிகப்பெரிய அதிர்ச்சி, உங்களால் அதைக் கற்பனை செய்யமுடியும் என்று நினைக்கிறேன்."

"நிச்சயமாக," என ஒப்புக்கொண்டேன். "அவரைத் தொந்தரவு செய்ய வேண்டியிருக்கும் என்று தோன்றவில்லை."

"உண்மையில், அதை மிகமகிழ்வோடு ஏற்பேன். அதோடு, இதை அக்கம்பக்கத்தினருக்குத் தெரியாமல் வைத்திருப்பதையும் விரும்புகிறேன். என் கணவர் காணாமல்போனதை நான் யாரிடமும் கூறவில்லை."

"புரிகிறது," என்றேன். "வழக்கமாக நீங்கள் இந்தப் படிக்கட்டுகளைப் பயன்படுத்துவீர்களா?"

"இல்லை," என்றாள், காரணமின்றி விமர்சிக்கப்பட்டு விட்டதைப்போல லேசாக புருவத்தை உயர்த்தினாள். "வழக்கமாக நான் மின்தூக்கியைப் பயன்படுத்துவேன். நானும் என் கணவரும் சேர்ந்து வெளியே செல்வதாக இருந்தால் முதலில் அவர் வெளியேறுவார், பிறகு நான் மின்தூக்கியில் செல்வேன், இருவரும் முகப்பறையில் சந்தித்துக் கொள்வோம். வீட்டுக்குத் திரும்பி வரும்போது நான் தனியாக மின்தூக்கியில் வருவேன், அவர் படிக்கட்டுகள்வழியாக வருவார். உயர்குதிகால்

காலணிகளோடு படிக்கட்டில் ஏறுவது ஆபத்தானது, மேலும் அது உடலை வருத்தக்கூடியது."

"நானும் அவ்வாறே நினைக்கிறேன்."

தனியாக விஷயங்களை விசாரிக்க முடிவுசெய்தேன், எனவே, அவளை கட்டடத்தின் மேற்பார்வையாளரோடு பேசும்படி அனுப்பினேன். "இங்கே இருபத்துநான்கு மற்றும் இருபத்தாறாம் தளங்களுக்கிடையே அலைந்துகொண்டிருக்கும் நபர், காப்பீட்டுக்கான ஆய்வு செய்துகொண்டிருக்கிறார் என்று சொல்லுங்கள்," என்று அவளுக்கு அறிவுறுத்தினேன். "யாரேனும் நான் இங்கிருப்பதைப் பார்த்து திருடன் நோட்டம் விடுகிறான் என்று நினைத்துக் காவல்துறையை அழைத்தால் எனக்குச் சிக்கலாகிவிடும். உண்மையில், நான் இங்கே திரிந்து கொண்டிருப்பதற்கு முறையான காரணம் ஏதுமில்லை."

"நான் சொல்லிவிடுகிறேன்," என்றாள். பிறகு படிகளில் ஏறிக் காணாமல்போனாள். அவளது காலணிகளின் குதிகால்கள் கெடுநிமித்தம் ஒன்றைப் பிரகடனம் செய்வதாக, ஆணி அறையப்படுவது போன்ற ஒலியெழுப்பி மெதுவாகத் தேய்ந்து மௌனமாயின. நான் தனியே விடப்பட்டேன்.

முதலில் நான் செய்தது, மூன்றுமுறை படிகளின்வழி இருபத்தாறாம் மாடியிலிருந்து இருபத்து நான்காம் மாடிக்கு இறங்கி, பிறகு மீண்டும் ஏறிப் பார்த்தேன். முதல்முறை இயல்பான வேகத்தில், அடுத்த இருமுறைகள் இன்னும் குறைவான வேகத்தில், என்னைச் சுற்றியுள்ளவற்றைக் கவனித்தபடி. எந்த விஷயத்தையும் தவற விட்டுவிடக் கூடாதென்பதில் கவனமாக இருந்தேன். கண்ணைக்கூட இமைக்காமல் கவனத்தைக் குவித்தேன். ஒவ்வொரு நிகழ்வும் ஏதேனும் தடயங்களை விட்டுச் செல்லும், என் வேலை அவற்றைத் தேடியெடுப்பது. சிக்கல் என்னவென்றால், படிக்கட்டுகள் முழுமையாகச் சுத்தம் செய்யப்பட்டிருந்தன. எங்கும் ஒரு குப்பைகூட இல்லை. கறையோ அல்லது வடுவோ இல்லை, சாம்பல் கிண்ணத்தில் சிகரெட் துண்டுகள் இல்லை. எதுவுமில்லை.

மேலும்கீழுமாக இடைவேளையின்றி ஏறி இறங்கியது என்னைக் களைப்படையச் செய்தது. எனவே, அந்த நீளிருக்கையில்

சில நிமிடங்கள் ஓய்வெடுத்தேன். வினைல் உறை கொண்ட அந்த இருக்கையை உயர்தரமானதென்று சொல்வதற்கில்லை. என்றாலும் ஒருசிலரே பயன்படுத்தும் அந்த இடத்தில் ஓர் இருக்கையை வைக்கவேண்டும் என்ற தொலைநோக்குச் சிந்தனைக்காக கட்டட நிர்வாகத்தைப் பாராட்டத்தான் வேண்டும். நீளிருக்கைக்கு எதிரில் கண்ணாடி இருந்தது. சிறிதுநேரம் அங்கே அமர்ந்தபடி என்னுடைய பிரதிபலிப்பை வெறித்துக் கொண்டிருந்தேன். ஒருவேளை, அந்த ஞாயிறன்று பங்குத் தரகரான அந்தப் பெண்ணின் கணவன் இந்த இடத்தில் சற்று ஓய்வெடுத்து தனது பிரதிபலிப்பை, சவரம் செய்யப்படாத தன் சொந்த முகத்தைப் பார்த்துக் கொண்டிருந்திருக்கலாம்.

நான் சவரம் செய்திருக்கிறேன், ஆனால் தலைமுடி சற்று நீளமாகிக்கொண்டிருக்கிறது. நீண்டமயிர் கொண்ட வேட்டைநாய் ஆற்றைக் கடந்து வந்ததுபோல காதுக்குப் பின்னால் முடி சுருள ஆரம்பித்துவிட்டது. நாவிதரிடம் செல்லவேண்டுமென மனதுக்குள் குறித்துக் கொண்டேன். என்னுடைய கால்சராயின் நிறம் காலணியோடு ஒத்துப்போகவில்லை என்பதைக் கவனித்தேன். என்னுடைய உடைகளுக்கு ஏற்றதாக ஜோடிக் காலுறைகள் கிடைக்கும் அதிர்ஷ்டமும் எனக்கில்லை. கொஞ்சம் நேரத்தை மிச்சம்பிடித்து உடைகளைச் சற்று சலவை செய்தால் யாரும் வித்தியாசமாக நினைக்கப்போவதில்லை. இதையெல்லாம் தவிர, என்னுடைய பிரதிபலிப்பு—அதே பழைய நான். பங்குவர்த்தகம் அல்லது பௌத்தம்குறித்து கவலைகொள்ளாத நாற்பத்தைந்து வயது திருமணமாகாதவன்.

இன்னொன்றும் நினைவுக்கு வருகிறது, பால் காகின்[2] கூட பங்குத்தரகராக இருந்தவர். ஆனால் அவர் தன்னை ஓவியம் வரைதலுக்கு அர்ப்பணிக்க விரும்பினார். எனவே, ஒருநாள் தன் மனைவி குழந்தைகளை விட்டுவிட்டு தாகித்தி[3]க்குக் கிளம்பினார். கொஞ்சம் இரு... நான் யோசித்தேன். இல்லை, காகின் தன்னுடைய பணப்பையை விட்டுவிட்டுக் கிளம்பவில்லையே, அந்தக்காலத்தில் அமெரிக்கன் எக்ஸ்பிரஸ் கடனட்டை இருந்திருந்தால், உறுதியாகச் சொல்வேன்,

---

2 19ஆம் நூற்றாண்டைச் சேர்ந்த பிரெஞ்சு ஓவியர்.
3. பிரெஞ்சுப் பாலினீசியாவில் உள்ள தீவு.

அதையும் உடன் எடுத்துச் சென்றிருப்பார். ஏனெனில் அவர் தாகித்திக்குச் செல்கிறார். காணாமல்போவதற்கு முன்னால் அவர் தன் மனைவியிடம், "அன்பே நான் ஒரு நிமிடத்தில் வந்துவிடுவேன் பான்கேக்குகளைத் தயாராக வை," என்று கூறுவதாக என்னால் காட்சிப்படுத்திக்கொள்ள முடியவில்லை. நீங்கள் காணாமல்போகத் திட்டமிட்டால் அதற்கென்று முறையான வழிமுறை இருக்கிறது, அப்படித்தான் நீங்கள் காணாமல் போகமுடியும்.

நீளிருக்கையிலிருந்து எழுந்தேன், மீண்டும் படிகளில் ஏறி மேலே செல்லும்போது புதிதாகத் தயாரிக்கப்பட்ட பான்கேக்குகள் குறித்த சிந்தனை உருவானது. என்னால் முடிந்தவரை தீவிரமாக கவனத்தைக் குவித்து அந்தக் காட்சியைக் கற்பனைசெய்ய முயன்றேன்: நீங்கள் நாற்பது வயதான பங்குத்தரகர், அதுவொரு ஞாயிற்றுக்கிழமை காலை, வெளியே பலமாக மழை பெய்கிறது, நீங்கள் சுடச்சுட அடுக்கிவைக்கப்பட்டிருக்கும் பான்கேக்குகளுக்காக வீட்டை நோக்கிச் செல்கிறீர்கள். இதுகுறித்து எவ்வளவு அதிகமாக யோசித்தேனோ அவ்வளவு பசியைக் கூட்டியது. காலையில் சிறிய ஆப்பிள் ஒன்று மட்டும் சாப்பிட்டிருந்தேன்.

ஒருவேளை, விரைந்து டெனிஸுக்குச் சென்று கொஞ்சம் பான்கேக்குகளைப் பதம் பார்க்க வேண்டுமோ என்று நினைத்துக்கொண்டேன். வரும் வழியில் டெனிஸின் விளம்பரப் பலகையைப் பார்த்தேன். அது, நிச்சயம் நடந்துசெல்லும் தொலைவில் இருக்கவேண்டும். டெனிஸ் சிறந்த பான்கேக்குகளைத் தயாரிப்பவர்கள் அல்ல—அவர்கள் தரும் வெண்ணையும் சர்க்கரைப் பாகும் என்னுடைய தர அளவுகளுக்குப் பொருந்தாது—இருந்தாலும் பரவாயில்லை. உண்மையைச் சொல்லவேண்டுமென்றால், நானும் பான்கேக்குகளின் மிகப்பெரிய விசிறி. நாவில் எச்சிலூறத் தொடங்கியது. ஆனால் தலையை உலுக்கி பான்கேக்குகள் பற்றிய சிந்தனைகளைத் தவிர்க்க முயற்சிசெய்தேன். அனைத்துக் கற்பனை மேகங்களையும் ஊதி விரட்டினேன். பான்கேக்குகளை பிறகு பார்த்துக்கொள்ளலாம் என்று எனக்கு நானே எச்சரித்துக் கொண்டேன். இன்னமும் நீ வேலை செய்ய வேண்டியுள்ளது.

"அவளது கணவருக்குப் பொழுதுபோக்குகள் ஏதேனும் உண்டா என்று கேட்டிருக்க வேண்டும்," எனக்கு நானே கூறிக்கொண்டேன். "ஒருவேளை, அப்பெண்ணின் கணவர் உண்மையிலேயே ஓவியத்தில் ஆர்வமுடைய நபராக இருக்கலாம்."

ஆனால் அப்படியிருக்க முடியாது—குடும்பத்தை விட்டுச் செல்லுமளவு ஓவியத்தில் ஆர்வமுள்ளவன், ஒவ்வொரு ஞாயிற்றுக்கிழமையும் கோல்ஃப் விளையாட மாட்டான். காகின் அல்லது வான்கோ அல்லது பிக்காசோ கோல்ஃப் காலணிகள் அணிந்து, பத்தாம் குழியில் குனிந்து பந்தை உள்ளே தள்ள முயற்சி செய்வதை உங்களால் கற்பனை செய்ய முடிகிறதா? என்னால் முடியவில்லை.

மீண்டும் அந்த நீளிருக்கைக்கு வந்தமர்ந்து கைக்கடிகாரத்தைப் பார்த்தேன். ஒன்று முப்பத்தியிரண்டு. கண்களை மூடித் தலைக்குள் குறிப்பிட்ட புள்ளியில் கவனத்தைக் குவித்தேன். மனம் முற்றிலுமாக வெறுமையானது, காலம் என்ற மணலின் கையில் என்னை ஒப்படைத்து, அதன் ஓட்டம் என்னை விரும்பும் திசையில் இழுத்துச்செல்ல அனுமதித்தேன். மீண்டும் கண்களைத் திறந்து கடிகாரத்தைப் பார்த்தேன். ஒன்று ஐம்பத்தியேழு. இருபத்தைந்து நிமிடங்கள் எங்கோ மறைந்துவிட்டன. மோசமில்லை, என்று கூறிக்கொண்டேன். காலத்தைக் கரைக்க அர்த்தமற்ற வழி. அவ்வளவு மோசமில்லை.

மீண்டும் கண்ணாடியில் எனது வழக்கமான சுயத்தைப் பார்த்தேன். வலதுகையை உயர்த்தினேன், எனது பிம்பம் இடதுகையை உயர்த்தியது. இடதுகையை உயர்த்தினேன், பிம்பம் வலதுகையை உயர்த்தியது. வலதுகையைத் தாழ்த்துவதுபோலச் செய்து திடீரென இடதுகையைத் தாழ்த்தினேன்; பிம்பம் இடதுகையைத் தாழ்த்துவதுபோலச் செய்து திடீரென வலதுகையைத் தாழ்த்தியது. எப்படி இருக்க வேண்டுமோ அப்படி. இருக்கையிலிருந்து எழுந்து இருபத்தைந்து தளங்கள் படிகளில் கீழிறங்கி முகப்பறைக்கு வந்தேன்.

ஒவ்வொருநாளும் காலை பதினோரு மணியளவில் அந்தப் படிக்கட்டுகளுக்குச் செல்வேன். கட்டடத்தின் மேற்பார்வையாளரும் நானும் மிகவும் நட்பாகிவிட்டோம் (நான் கொண்டுவந்த சாக்லேட் பெட்டிகள் பயனளித்தன), எனவே, கட்டடத்திற்குள் என் விருப்பத்திற்கு அலைய அனுமதிக்கப்பட்டேன். மொத்தத்தில், இருபத்து நான்காவது மற்றும் இருபத்தாறாவது தளங்களுக்கிடையே கிட்டத்தட்ட நூறு சுற்றுகள் சுற்றிவந்தேன். களைப்படையும்போது அந்த நீளிருக்கையில் அமர்ந்து ஓய்வெடுப்பேன், சாளரத்தின்வழி வானத்தைப் பார்ப்பேன், கண்ணாடியில் என் பிம்பத்தைப் பார்ப்பேன். நாவிதரிடம் சென்று முடிவெட்டிக் கொண்டுவிட்டேன், துணிகளைத் துவைத்துவிட்டேன், மேலும் இப்போது கால்சராய்க்குப் பொருத்தமான காலுறைகள் அணியமுடிகிறது, எனது முதுகுக்குப் பின்னால் மனிதர்கள் கிசுகிசுப்பதை பெருமளவு குறைத்தாயிற்று.

எவ்வளவு தீவிரமாகத் தேடியும் ஒரு தடயம்கூட கிட்டவில்லை, ஆனால் நான் நம்பிக்கை இழக்கவில்லை. முக்கியமான தடயத்தைக் கண்டுபிடிப்பதென்பது ஒத்துழைப்பில்லாத விலங்கைப் பழக்கப்படுத்துவதுபோல. அதற்கு பொறுமையும் கவனக்குவிப்பும் தேவை. உள்ளுணர்வை தனியாகக் குறிப்பிடத் தேவையில்லை.

ஒவ்வொருநாளும் அந்த அடுக்குமாடிக் குடியிருப்பிற்குச் செல்லும்போது, படிக்கட்டைப் பயன்படுத்தும் மற்றவர்களும் இருக்கிறார்கள் என்பதைக் கண்டுபிடித்தேன். மிட்டாய் தாள்கள் தரையில் கிடப்பதை, சாம்பல் கிண்ணத்தில் மார்ல்போரோ சிகரெட் துண்டு இருப்பதை, கைவிடப்பட்ட செய்தித்தாளைக் கண்டேன்.

ஒரு ஞாயிற்றுக்கிழமை மதியம், படிகளில் ஓடியவாறு ஏறிக்கொண்டிருந்த மனிதர் ஒருவரைக் கடந்தேன். முப்பதுகளில் இருக்கும் குட்டையான மனிதர், தீவிரமான பார்வை, பச்சைநிற நடையோட்டத்திற்கான ஆடை, ஓட்டத்திற்கான ஆசிக்ஸ் காலணிகள். கையில் பெரிய அளவிலான கேசியோ கைக்கடிகாரம் அணிந்திருந்தார்.

“வணக்கம்,” என்றேன். “ஒரு நிமிடம் பேசமுடியுமா?”

“நிச்சயமாக” என்றபடி, தனது கைக்கடிகாரத்தில் உள்ள பொத்தானை அழுத்தினார். ஓரிருமுறை ஆழ்ந்து பெருமூச்சு விட்டுக் கொண்டார். அவர் அணிந்திருந்த நைக் ரக மேலாடை நெஞ்சுப்பகுதியில் ஈரமாகியிருந்தது.

“எப்போதும் இந்தப் படிகளில் மேலும்கீழுமாக ஓடுவீர்களா?”

“ஆமாம். முப்பத்திரண்டாவது தளம் வரை. கீழே செல்லும்போது மின்தூக்கியில் செல்வேன். படிகளில் ஓடியபடி இறங்குவது ஆபத்தானது.”

“தினமும் இதைச் செய்கிறீர்களா?”

“இல்லை. என் வேலை என்னை மிகவும் பரபரப்பாக வைத்திருக்கும். வார இறுதியில் சில சுற்றுகள் ஓடுவேன். வாரநாள்களில் வேலை சீக்கிரம் முடிந்தால் சிலநாள்கள் ஓடுவதுண்டு.”

“நீங்கள் இந்தக் கட்டடத்தில்தான் வசிக்கிறீர்களா?”

“ஆமாம், ஏழாவது தளத்தில்” என்றார், ஓடுபவர்.

“எனில், உங்களுக்கு இருபத்தாறாவது தளத்தில் வசிக்கும் திரு. குருமிஸாவாவைத் தெரிந்திருக்குமா என்று யோசிக்கிறேன்?”

“திரு. குருமிஸாவா?”

“அவர் பங்குத் தரகராக இருக்கிறார், உலோகச் சட்டமிட்ட அர்மானி ரக மூக்குக்கண்ணாடி அணிந்திருப்பார், எப்போதும் படிகளைத்தான் பயன்படுத்துவார். ஐந்தடி எட்டங்குலம், நாற்பது வயது.”

ஓடுபவர் அதுகுறித்து சிந்தித்தார். “ஆமாம், எனக்கு அவரைத் தெரியும். ஒருமுறை அவரோடு பேசியிருக்கிறேன். சிலசமயம் ஓடும்போது வழியில் அவரைக் கடந்து செல்வதுண்டு. அவர் நீளிருக்கையில் அமர்ந்திருப்பதைப் பார்த்திருக்கிறேன். மின்தூக்கிகளை வெறுப்பதால் படிகளைப் பயன்படுத்துவோரில் அவரும் ஒருவர், சரியா?”

"அவரேதான்," என்று பதிலளித்தேன். "அவரைத் தவிரவும் தினசரி படிகளைப் பயன்படுத்துபவர்கள் நிறையப்பேர் இருக்கிறார்களா?"

"ஆமாம், இருக்கிறார்கள்," என்றார். "எண்ணிக்கை அவ்வளவு அதிகம் இருக்காது. ஆனால் வழக்கமானவர்கள் என்று கூறத்தக்கவகையில் சிலர் இருக்கிறார்கள். மின்தூக்கிகளை விரும்பாதவர்கள். மேலும் என்னைப்போலவே படிகளில் ஓடி ஏறுபவர்கள் இன்னும் இருவர் இருக்கிறார்கள். இந்தப் பகுதியில் நடைஓட்டத்திற்கான தனிப்பட்ட இடம் ஏதுமில்லை. எனவே, நாங்கள் படிகளைப் பயன்படுத்துகிறோம். சிலர் உடற்பயிற்சிக்காக நடந்து படிகளில் ஏறுவது உண்டு. மற்ற அடுக்குமாடிக் கட்டடங்களைவிட இங்கே அதிகம்பேர் படிகளை பயன்படுத்துகிறோம் என்று நினைக்கிறேன் அவை நல்ல வெளிச்சம் உள்ளவை, அகலமானவை மற்றும் சுத்தமானவை. "

"அவர்களில் யாருடைய பெயரேனும் உங்களுக்குத் தெரியுமா ?"

"இல்லை எனக்குத் தெரியாது" என்றார், ஓடுபவர். "எனக்கு அவர்களது முகங்களை மட்டுமே தெரியும். ஒருவரை ஒருவர் கடந்து செல்லும்போது முகமன் கூறிக்கொள்வோம். ஆனால் பெயர் தெரியாது. இது மிகப்பெரிய கட்டடம்."

"அப்படியா. நல்லது, உங்கள் நேரத்திற்கு நன்றி," என்றேன். "உங்களைக் காக்க வைத்ததற்கு மன்னிக்கவேண்டும். உங்கள் ஓட்டம் நல்லபடியாக நிறைவேற எனது வாழ்த்துகள்."

அந்த மனிதர் தனது கைக்கடிகாரத்தில் பொத்தானை அழுத்திவிட்டு மீண்டும் ஓட்டத்தைத் தொடர்ந்தார்.

செவ்வாய்க்கிழமையன்று நீளிருக்கையில் அமர்ந்திருந்தபோது படிகள்வழியாக ஒரு முதியவர் இறங்கிவந்தார். கால்களில் செருப்பு, சாம்பல் நிறத்தில் தளர்வான காற்சட்டை, முழுக்கைச் சட்டை. அவருடைய உடைகள் தூய்மையாக இருந்தன மற்றும் நேர்த்தியாக இஸ்திரி செய்யப்பட்டிருந்தன. அந்த முதியவர் உயரமானவர், நிமிர்ந்த உடலமைவு கொண்டவர். சமீபத்தில்

பணிஓய்வு பெற்ற ஆரம்பப்பள்ளியின் தலைமையாசிரியர்போல என்னைப் பார்த்தார்.

"வணக்கம்," என்றார்.

"வணக்கம்," என்று பதிலளித்தேன்.

"நான் இங்கே புகைபிடிப்பதில் உனக்கு மறுப்பேதும் இல்லையே?"

"நிச்சயமாக இல்லை," என்றேன். "விருப்பம்போல செய்யுங்கள்."

முதியவர், எனக்கருகே அமர்ந்து காற்சட்டை பையிலிருந்து செவன் ஸ்டார் ரக சிகரெட் பாக்கெட்டை வெளியில் எடுத்தார். தீக்குச்சி ஒன்றை உரசி சிகரெட்டைப் பற்றவைத்துக் கொண்டார், பிறகு தீக்குச்சியை ஊதி அணைத்து சாம்பல் கிண்ணத்தில் வைத்தார்.

மெதுவாகப் புகையை வெளியேற்றியபடி, "நான் இருபத்தாறாவது தளத்தில் வசிக்கிறேன்," என்றார். "என் மகன் மற்றும் அவனது மனைவியுடன். வீடு முழுக்க புகை சூழ்ந்துவிடுகிறது என்று கூறுவார்கள், எனவே, நான் எப்போதும் புகைக்க விரும்பினால் இங்கே வந்துவிடுவேன். நீ புகைபிடிப்பதுண்டா?"

"பன்னிரண்டு வருடங்களுக்குமுன்பு நிறுத்திவிட்டேன்," என்றேன்.

"நானும் இந்தப் பழக்கத்தை நிறுத்தவேண்டும்," என்றார், முதியவர். "ஒரு நாளைக்கு ஒன்று அல்லது இரண்டு சிகரெட்டுகள் மட்டுமே புகைக்கிறேன். எனவே, அது அவ்வளவு கடினமாக இருக்காது. ஆனால் சிகரெட் வாங்க கடைக்குச் செல்வது, புகைப்பதற்காக இங்கே கீழே இறங்கிவருவது—பொழுதைப் போக்க உதவுகிறது. ஏதேனும் செய்துகொண்டிருப்பதால் அதிகம் சிந்திக்காமல் இருக்கிறேன்."

"உங்கள் ஆரோக்கியத்திற்காக புகைபிடிப்பதாகச் சொல்கிறீர்கள்," என்றேன்.

தீவிரமான பார்வையுடன் "மிகச் சரி," என்றார்.

"நீங்கள் இருபத்தாறாவது தளத்தில் வசிப்பதாகக் கூறினீர்கள்?"

"ஆமாம்."

"உங்களுக்கு 2609ல் வசிக்கும் திரு. குருமிஸாவாவைத் தெரியுமா?"

"தெரியும். கண்ணாடி அணிந்திருப்பார். அவர், சாலமன் பிரதர்ஸ் நிறுவனத்தில் வேலை செய்கிறார் என்று நினைக்கிறேன். சரியா?"

"மெரில் லின்ச்," என்று திருத்தினேன்.

"ஆம் சரிதான்—மெரில் லின்ச்," என்றார். "நான் அவரோடு பேசியிருக்கிறேன். சிலசமயம் இந்த நீளிருக்கையை அவர் பயன்படுத்துவதுண்டு."

"இங்கே என்ன செய்துகொண்டிருப்பார்?"

"உண்மையில், எனக்குத் தெரியாது. இங்கே வெறுமனே அமர்ந்து வெளியை வெறித்துப் பார்த்துக் கொண்டிருப்பார். அவர் புகைபிடிப்பவர் என்று நான் நினைக்கவில்லை."

"எதையோ சிந்தித்துக் கொண்டிருப்பவர்போல எனலாமா?"

"என்னால் அதை வேறுபடுத்திச் சொல்லமுடியுமா என்று தெரியவில்லை—வெறுமே வெளியைப் பார்த்துக் கொண்டிருப்பது மற்றும் சிந்திப்பது. பொதுவாக, நாம் எல்லாநேரமும் சிந்தித்துக் கொண்டேதான் இருக்கிறோம், இல்லையா? நாம் சிந்திப்பதற்காகவே வாழ்கிறோம் என்றல்ல, ஆனால் அதற்கு மாறானதும் உண்மையல்ல—நாம் வாழ்வதற்காகச் சிந்திக்கிறோம் என்பது. தெகார்தே[4] கூறியதற்கு மாறாக, சிலசமயம் நாம் இல்லாமல்போவதற்காகச் சிந்திக்கிறோம் என்று நம்புகிறேன். வெளியை வெறித்துப் பார்த்துக் கொண்டிருப்பதென்பது உண்மையில், தற்செயலாக எதிர் விளைவை உண்டாக்கலாம். எப்படிப் பார்த்தாலும் இது சிக்கலான கேள்வி."

முதியவர் சிகரெட்டை ஆழமாக உறிஞ்சினார்.

---

4. பிரெஞ்சு தத்துவவாதி, கணிதவியலாளர் மற்றும் விஞ்ஞானி.

"திரு.குருமிஸாவா எப்போதேனும் தன்னுடைய வேலையில் அல்லது வீட்டில் ஏதேனும் சிக்கல் உள்ளது என்று கூறியதுண்டா?" என்று கேட்டேன்.

முதியவர் மறுப்பாகத் தலையசைத்தபடி சிகரெட்டை சாம்பல் கிண்ணத்தில் போட்டார். "உனக்குத் தெரிந்திருக்கும் என்று உறுதியாக நம்புகிறேன், நீர் எப்போதும் கீழே பாய்வதற்கு ஆகச்சிறிய வழியையே தேர்ந்தெடுக்கும். இருப்பினும், சிலநேரங்களில் அந்த ஆகச்சிறிய வழி நீரினாலேயே உருவாகிறது. மனிதனின் சிந்தனைச் செயல்பாடு பெரும்பாலும் அதையொத்தது. குறைந்தபட்சம் நான் அவ்வாறு கருதுகிறேன். ஆனால், நான் இன்னமும் உன்னுடைய கேள்விக்கு பதிலளிக்கவில்லை. திரு.குருமிஸாவாவும் நானும் ஒருமுறைகூட அப்படி ஆழமான விஷயங்களைப் பேசிக்கொண்டதில்லை. நாங்கள் வெறுமே அரட்டையடிப்போம்—பருவநிலை, குடியிருப்புச் சங்கத்தின் விதிமுறைகள் போன்ற விஷயங்கள்.

"புரிகிறது. உங்கள் நேரத்தை எடுத்துக்கொண்டமைக்கு மன்னிக்கவும்," என்றேன்.

நான் கூறியதைக் கவனிக்காததுபோல "சிலசமயங்களில் நமக்குச் சொற்கள் தேவைப்படுவதில்லை," என்றார், அந்த முதியவர். "மாறாக, சொற்களுக்குத்தான் நாம் தேவைப்படுகிறோம். நாம் இங்கே இல்லாவிட்டால் சொற்கள் அதன் செயல்பாட்டை இழந்துவிடும். நீயும் அப்படித்தானே நினைக்கிறாய்? அவை உச்சரிக்கப்படாத சொற்களாக முடிந்துவிடும், மேலும், உச்சரிக்கப்படாத சொற்கள், சொற்களே அல்ல."

"மிகச் சரி," என்றேன். "ஒருவகையில் ஜென் கோன்[5] போல உள்ளது."

ஆமோதிப்பாகத் தலையசைத்தபடி "சரிதான்" என்றார், முதியவர். வீட்டிற்குச் செல்வதற்காக எழுந்துநின்று, "சந்திப்போம்," என்றார்.

"போய் வாருங்கள்."

---

5. ஒரு கதை, உரையாடல், கேள்வி அல்லது அறிக்கை. ஜென் நடைமுறையில் "பெரும் சந்தேகத்தை" தூண்ட, ஜென்னில் மாணவரின் முன்னேற்றத்தைப் பயிற்சிசெய்ய அல்லது சோதிக்கப் பயன்படுத்தப்படும்.

அடுத்த வெள்ளிக்கிழமை பிற்பகல் இரண்டு மணிக்குப் பிறகு, இருபத்தைந்து மற்றும் இருபத்தாறாவது தளங்களுக்கிடையே உள்ள இடைமேடைக்குச் சென்றபோது, சிறுமி ஒருத்தி நீளிருக்கையில் அமர்ந்திருப்பதைப் பார்த்தேன், தன்னுடைய பிம்பத்தைக் கண்ணாடியில் பார்த்தபடி பாடிக்கொண்டிருந்தாள். சமீபத்தில்தான் ஆரம்பப்பள்ளியில் சேர்ந்திருப்பாள் என்று சொல்லும்படியான வயது. இளஞ்சிவப்பு நிற டி-ஷர்ட்டும் டெனிம் ரக அரைக்கால் சட்டையும் அணிந்திருந்தாள், பச்சைநிற முதுகுப்பை, தொப்பியை மடியில் வைத்திருந்தாள்.

"ஹாய்," என்றேன்.

"ஹாய்," என்று கூறிப் பாடுவதை நிறுத்தினாள்.

அவளுக்கருகில் அமர விரும்பினேன், ஆனால் கடந்துசெல்பவர்கள் யாரேனும் வித்தியாசமாக ஏதோ நடப்பதாக நினைக்கக்கூடும். எனவே, இருவருக்குமிடையில் இடைவெளி இருக்கும்படி சாளரத்தின் விளிம்பில் சாய்ந்து நின்றுகொண்டேன்.

"பள்ளிக்கூடம் முடிந்துவிட்டதா?" என்று கேட்டேன்.

"பள்ளியைப் பற்றி பேச விரும்பவில்லை," என்று உறுதியான குரலில் கூறினாள்.

"அப்படியெனில் பேசவேண்டாம்," என்றேன். "நீ இந்தக் கட்டடத்தில்தான் வசிக்கிறாயா?"

"ஆமாம், இருபத்தேழாவது தளத்தில் இருக்கிறேன்," என்றாள்.

"அவ்வளவுதூரம் ஏறிச் செல்வாயா?"

"மின்தூக்கி நாறுகிறது," என்றாள். "மின்தூக்கி நாற்றமடிக்கிறது என்பதால் இருபத்தேழாவது தளம்வரை ஏறிச்செல்லப் போகிறேன்," கண்ணாடியில் தன்னைப் பார்த்தபடி பலமாகத் தலையசைத்தாள். "எப்போதும் அப்படியல்ல, ஆனால் சிலசமயம் மட்டும்."

"உனக்குக் களைப்பாக இருக்காதா?"

அவள் பதில் கூறவில்லை. “உங்களுக்கு ஒன்று தெரியுமா? இங்கே படிக்கட்டுகளில் உள்ள அனைத்து கண்ணாடிகளைக் காட்டிலும் இந்த ஒன்றுதான் சிறப்பாகப் பிரதிபலிக்கக்கூடியது. என் வீட்டில் உள்ள கண்ணாடிகளைப் போல் இல்லை.”

“எப்படிச் சொல்கிறாய்?”

“நீங்களே பாருங்கள்,” என்றாள்.

ஓரடி முன்னால்வந்து கண்ணாடியில் தெரிந்த என் பிம்பத்தைச் சிறிதுநேரம் பார்த்தேன். நிச்சயமாக, வழக்கமாகப் பார்க்கும் பிம்பத்தைக்காட்டிலும் சற்றே வேறுபட்ட கோணத்தில் காட்டியது. கண்ணாடியில் தெரிந்த நான், சற்று சதைப்பிடிப்புடன் மகிழ்ச்சியாகத் தெரிந்தேன், இப்போதுதான் சுடச்சுட பான்கேக்குகளின் அடுக்கை பதம்பார்த்தவன் போல.

“உங்களிடம் நாய் இருக்கிறதா?” என்று அந்தச் சிறுமி கேட்டாள்.

“இல்லை, என்னிடம் நாய் இல்லை. ஆனால் வெப்பமண்டல மீன் வளர்க்கிறேன்.”

“ஹ்ம்ம்,” என்றாள். வெப்பமண்டல மீன்குறித்த அவளது ஆர்வம் இருப்பிலில்லாத ஒன்றாகத் தோன்றியது.

“உனக்கு நாய்களைப் பிடிக்குமா?” என்று கேட்டேன்.

அவள் பதில் கூறவில்லை, ஆனால் வேறொரு கேள்வி கேட்டாள். “உங்களுக்குக் குழந்தைகள் உண்டா?”

“இல்லை, கிடையாது.”

என்னை சந்தேகமாகப் பார்த்தாள். “குழந்தைகள் இல்லாத ஆண்களுடன் பேசக்கூடாது என்று அம்மா கூறியிருக்கிறார். அவர்கள் விநோதமானவர்களாக இருக்கச் சாத்தியம் உள்ளது என்று கூறியிருக்கிறார்.”

“எப்போதும் அப்படியிருக்க வேண்டியதில்லை,” என்றேன். “இருந்தாலும் உன் அம்மா சொல்படி அறிமுகம் இல்லாதவர்களுடன் பேசும்போது நீ கவனமாக இருக்கவேண்டும் என்பதை ஒப்புக்கொள்கிறேன்.”

“ஆனால் நீங்கள் விநோதமானவர் என்று நான் நினைக்கவில்லை.”

"நானும் அப்படி நினைக்கவில்லை."

"உங்களுடைய குஞ்சை எனக்குக் காட்டுவீர்களா?"

"மாட்டேன்."

"நீங்கள் சிறுமிகளின் உள்ளாடைகளைச் சேகரிப்பவர் இல்லைதானே?"

"இல்லவே இல்லை."

"நீங்கள் எதையாவது சேகரிப்பதுண்டா?"

நான் அதுகுறித்து சிந்தித்தேன். நவீன கவிதைகளின் முதல் பதிப்புகளைச் சேகரிக்கும் வழக்கம் எனக்குண்டு, ஆனால் அதைக் குறிப்பிடுவது எந்த முன்னேற்றத்தையும் தராது. "இல்லை எதையும் சேகரிக்கும் பழக்கம் இல்லை. நீ எப்படி?"

அவள் சிறிது நேரம் யோசித்துவிட்டு ஓரிருமுறை தலையாட்டினாள், "நானும் எதையும் சேகரிப்பது இல்லை."

இருவரும் ஒரு கணம் அமைதியாக இருந்தோம்.

"ஹேய், மிஸ்டர்-டோனட்டில் உங்களுக்கு மிகவும் பிடித்த டோனட் எது?"

"ஓல்ட்-ஃபேஷன்," என்று உடனே கூறினேன்.

"அப்படி ஒன்று இருப்பதே எனக்குத் தெரியாது. எனக்குப் பிடித்தது எது தெரியுமா? எனக்கு ஃபுல் மூன்ஸ் மற்றும் பன்னி விப்ஸ்தான் பிடிக்கும்."

"நான் அவற்றைக் கேள்விப்பட்டதே இல்லை."

"உள்ளே பழங்கள் அல்லது இனிப்பு பீன்ஸ் அடைக்கப்பட்டிருக்கும். மிகச் சுவையானது. ஆனால் எப்போதும் இனிப்பு சாப்பிட்டுக்கொண்டே இருந்தால் முட்டாளாகிவிடுவோம் என்று அம்மா கூறுவார். எனவே, அதை எனக்கு அதிகம் வாங்கி தரமாட்டார்."

"பெயரைக் கேட்டாலே சுவை அதிகம் என்று புரிகிறது."

"இங்கே என்ன செய்துகொண்டிருக்கிறீர்கள்? நேற்றும் உங்களைப் பார்த்தேன்" என்றாள், அந்தச் சிறுமி.

"நான் ஒன்றைத் தேடிக்கொண்டிருக்கிறேன்."

"என்ன அது?"

"எனக்கே தெரியாது," என்று ஒப்புக்கொண்டேன். "அது ஒரு கதவுபோல இருக்கும் என்று அனுமானிக்கிறேன்."

"கதவா? என்னவகையான கதவு? பல வடிவங்களில் மற்றும் நிறங்களில் கதவுகள் இருக்கின்றன."

நான் அதுபற்றி யோசித்தேன். அது எவ்வகையான வடிவம் மற்றும் நிறம் உள்ளது? நான் ஒருபோதும் கதவுகளின் வடிவம் மற்றும் நிறம்குறித்து யோசித்ததே இல்லை என்று புரிந்தது. "எனக்குத் தெரியவில்லை. அது என்ன வடிவத்தில், என்ன நிறத்தில் இருக்கும் என்று வியக்கிறேன். ஒருவேளை, அது கதவாக இல்லாமலும் இருக்கலாம்."

"ஒருவேளை, அது குடை அல்லது வேறெதாவதாக இருக்கலாம் என்கிறீர்களா?"

"குடையா? ஹ்ம்ம். அது குடையாக இல்லாமலிருக்க எந்தக் காரணமும் இல்லை என்றே யூகிக்கிறேன்."

"ஆனால் குடைகள் மற்றும் கதவுகள் இரண்டும் வேறுவேறு வடிவத்தில் மற்றும் அளவில் இருப்பவை. மேலும் அவை செய்யக்கூடியதும் வேறானது."

"அது சரிதான். ஆனால் நான் அதைப் பார்த்தவுடன் கண்டுகொள்வேன் என்பது எனக்கு உறுதியாகத் தெரியும். 'அடடே! இதுதான் அது!' என்பதுபோல. அது குடையாக, கதவாக அல்லது டோனட்டாக இருந்தால்கூட எனக்குத் தெரிந்துவிடும்."

"ஹ்ம்ம், நீங்கள் அதை வெகுகாலமாக தேடிக் கொண்டிருக்கிறீர்களா?"

"நீண்டகாலமாக. நீ பிறப்பதற்கு முன்னாலிருந்து."

"அது உண்மையா?" என்று கேட்டுவிட்டு சிறிதுநேரம் தனது உள்ளங்கையைப் பார்த்துக் கொண்டிருந்தாள். "அதைக் கண்டுபிடிக்க நான் உங்களுக்கு உதவட்டுமா?"

"நான் அதை நிச்சயம் விரும்புவேன்."

"எனவே, நான் ஒன்றைத் தேடவேண்டும், அது என்னவென்று எனக்குத் தெரியாது. ஆனால் அது கதவாக இருக்கலாம் அல்லது குடையாக இருக்கலாம் அல்லது டோனட் ஆக இருக்கலாம் அல்லது அதுவொரு யானையாகக்கூட இருக்கலாம், இல்லையா?"

"மிகச்சரி," என்றேன். "ஆனால் அதைப் பார்த்ததும் அதுதான் என்று உனக்குத் தெரிந்துவிடும்."

"வேடிக்கையாக இருக்கிறது," என்றாள். "ஆனால், நான் இப்போது வீட்டுக்கு செல்லவேண்டும். பாலே நடன வகுப்பு இருக்கிறது."

"பிறகு சந்திப்போம்," என்றேன். "என்னோடு பேசிக்கொண்டிருந்ததற்கு நன்றி."

"உங்களுக்குப் பிடித்த அந்த டோனட்டின் பெயரை மறுபடி சொல்லுங்கள்."

"ஓல்ட்-ஃபேஷன்."

முகத்தைச் சுளித்தபடி ஓல்ட்-ஃபேஷன் என்ற வார்த்தையை மீண்டும் மீண்டும் சொல்லிப் பார்த்துக் கொண்டாள். பிறகு, எழுந்து பாடிக்கொண்டே படிகளில் ஏறி மறைந்துபோனாள். நான் கண்களை மூடிக்கொண்டேன், மீண்டும் ஒருமுறை மனதின் போக்கிற்கு என்னை அர்ப்பணித்து, அர்த்தமின்றி காலம் கரைந்துசெல்ல அனுமதித்தேன்.

சனிக்கிழமை காலை, என்னுடைய வாடிக்கையாளரிடம் இருந்து தொலைபேசி அழைப்பு வந்தது.

முகமன் கூறாமல் "என் கணவர் கண்டுபிடிக்கப்பட்டு விட்டார்," என்று தொடங்கினாள். "காவல்துறையினர் நேற்று மதியம்போல என்னைத் தொடர்பு கொண்டனர். என் கணவர்

சென்டாய் ரயில்நிலையக் காத்திருப்பு அறையின் இருக்கையில் படுத்து உறங்கிக்கொண்டிருக்கக் கண்டனர். அவரிடம் பணம் ஏதும் இருக்கவில்லை, அடையாள அட்டைகூட இல்லை, ஆனால் சிறிதுநேரம் கழித்து அவரால் தன்னுடைய பெயர், முகவரி மற்றும் தொலைபேசி எண்ணை நினைவுகூர முடிந்திருக்கிறது. நான் உடனே சென்டாய்க்கு விமானத்தில் சென்றேன். அது என் கணவர்தான்."

"ஆனால் அவர் ஏன், சென்டாய் ரயில் நிலையத்தில் இருந்தார்?" என்று அவளிடம் கேட்டேன்.

"அவர் எப்படி அங்கே சென்றார் என்று அவருக்கே தெரியவில்லை. அவர், சென்டாய் ரயில் நிலையத்தின் இருக்கையில் அமர்ந்து, ரயில்வே ஊழியர் ஒருவர் அவரது தோளைப்பற்றி உலுக்கிக்கொண்டிருக்க விழித்திருக்கிறார். பணம் இல்லாமல் சென்டாய் வரை எப்படிச் சென்றார், கடந்த இருபது நாட்களாக எப்படிச் சாப்பிட்டார்—எதுவுமே அவருக்கு நினைவில் இல்லை."

"என்ன உடை அணிந்திருந்தார்?"

"அவர் வீட்டைவிட்டுச் சென்றபோது அணிந்திருந்த அதே உடைகள். தாடி வளர்ந்திருக்கிறது, இருபது பவுண்டுக்கும் மேலாக எடை குறைந்திருக்கிறார். அவருடைய மூக்குக் கண்ணாடியை எங்கோ தொலைத்துவிட்டார். நான் இப்போது சென்டாயில் இருக்கும் மருத்துவமனையில் இருந்து உங்களை அழைக்கிறேன். இங்கே அவர்கள் சில பரிசோதனைகளை மேற்கொள்கின்றனர். கேட் ஸ்கேன், எக்ஸ்ரே, நரம்பியல் சோதனைகள். ஆனால் அவர் மனம் முற்றிலுமாகச் சரியாக இருப்பதாகவே தெரிகிறது, உடல்ரீதியாகவும் எந்தக் கோளாறும் இல்லை. ஆனால் அவரது நினைவுகள் காணாமல் போய்விட்டன. அவருக்கு, தனது அம்மாவின் வீட்டிலிருந்து புறப்பட்டு படியேறிச் சென்றது மட்டுமே நினைவுள்ளது. அதற்குப் பிறகு எதுவும் நினைவில்லை. எப்படியோ, அநேகமாக நாளை டோக்கியோவிற்கு வந்துவிடுவோம்."

"இது, மிக நல்ல செய்தி."

"நீங்கள் அவரைக் கண்டுபிடிக்க எடுத்த முயற்சிகளை மிகவும் பாராட்டுகிறேன், உண்மையாகவே பாராட்டுகிறேன். ஆனால் இப்போது விஷயங்கள் தெளிவாகிவிட்டன என்பதால் நீங்கள் விசாரணையைத் தொடர வேண்டியதில்லை."

"தேவையில்லை என்றே நானும் நினைக்கிறேன்," என்றேன்.

"மொத்த விஷயமும் மிகவிசித்திரமாக மற்றும் புரிந்துகொள்ள இயலாததாக இருக்கிறது. ஆனால், குறைந்தபட்சம் என் கணவர் நல்லபடியாக திரும்பி வந்துவிட்டார், அதுதான் முக்கியம்."

"நிச்சயமாக, அதுதான் முக்கியம்," என்றேன்.

"உங்களுடைய சேவைக்காக எதையும் நீங்கள் பெற்றுக்கொள்ளப் போவதில்லை என்பதில் உறுதியாக இருக்கிறீர்களா?"

"நாம் முதல்முறை சந்தித்தபோதே கூறினேன், எவ்விதமான கட்டணத்தையும் ஏற்பதற்கில்லை. எனவே, அதுகுறித்து நீங்கள் கவலைகொள்ள வேண்டாம். இருப்பினும் உங்களின் அந்த உணர்வை மதிக்கிறேன்."

அமைதி. நாம் இருவரும் பரஸ்பரமானதொரு புரிதலுக்கு வந்துவிட்டோம் என்பதான புத்துணர்வூட்டும் அமைதி. அந்த அமைதியைப் பாராட்டி நானும் அதற்கு ஆதரவு அளிப்பதில் என்னுடைய பங்கை நிறைவு செய்தேன்.

இறுதியாக, "உங்களைக் கவனித்துக்கொள்ளுங்கள்," என்று கூறிவிட்டு, தொலைபேசி அழைப்பைத் துண்டித்தாள், அவள் குரலில் இரக்கத்தின் சாயல்.

நான் தொலைபேசியைக் கீழே வைத்தேன். நிதானமாக, புத்தம்புதிய பென்சில் ஒன்றை சுழற்றிக்கொண்டு, எனக்கு எதிரேயிருந்த வெற்றுக் குறிப்பேட்டை வெறித்தபடி, சிறிதுநேரம் அப்படியே அமர்ந்திருந்தேன். வெள்ளைநிறக் குறிப்பேடு சலவை செய்துவந்த படுக்கை விரிப்பை நினைவூட்டியது. படுக்கைவிரிப்பு குறித்த சிந்தனை, அதில் நீட்டிப் படுத்து சுகமாக உறங்கும் காலிகோ பூனை[6] ஒன்றை நினைவுக்குக் கொண்டுவந்தது. அந்தச் சித்திரம் புதிதாக சலவை செய்த படுக்கை விரிப்பில் உறங்கும் பூனை, என்னை இறுக்கத்தில்

---

6. மூன்று நிறங்கள் கொண்ட பூனை.

இருந்து தளர்த்தியது. நினைவுகளுக்குள் தேடத் துவங்கினேன், அந்தப் பெண் என்னிடம் கூறியவற்றில் இருந்த முக்கியமான விஷயங்களைக் குறிப்பேட்டில் எழுதினேன்: சென்டாய் ரயில் நிலையம், வெள்ளிக்கிழமை மதியவாக்கில், தொலைபேசி, இருபது பவுண்டு எடை இழப்பு, அதே உடைகள், கண்ணாடி தொலைந்துவிட்டது, இருபது நாட்களுக்கான நினைவுகள் மறைந்துவிட்டன.

இருபது நாட்களுக்கான நினைவுகள் மறைந்துவிட்டன.

பென்சிலை மேசைமீது வைத்துவிட்டு என்னுடைய இருக்கையில் நன்றாகச் சாய்ந்து விட்டத்தை வெறித்தேன். விட்டத்தில் உள்ள பலகைகளில் ஆங்காங்கே ஒழுங்கற்ற கறைகள். கூர்ந்து கவனிக்க அவை நட்சத்திரங்களின் வரைபடம்போல் இருந்தன. கற்பனையான இந்த நட்சத்திர இரவைக் கூர்ந்து பார்த்தபடி, மீண்டும் புகைபிடிக்கத் தொடங்கலாமா— எனது ஆரோக்கியத்திற்காக—என்று சிந்தித்தேன். தலை முழுக்க அந்தப் பெண்ணின் உயர் குதிகால் காலணிகள் படிக்கட்டுகளில் உண்டாக்கும் ஓசை நிரம்பியிருந்தது.

"திரு.குருமிஸாவா," விட்டத்தின் மூலையை பார்த்தபடி உரக்கக் கூறினேன். "யதார்த்த உலகிற்கு உங்களை மீண்டும் வரவேற்கிறேன். உங்களுடைய அழகான முக்கோண உலகின் மூன்று பக்கங்களுக்கும்—அச்சத் தாக்குதல் வரக்கூடிய உங்கள் தாய், பனி வெட்டுளி போன்ற காலணிகள் அணியும் உங்கள் மனைவி மற்றும் பழைய, சிறப்பான மெரில் லின்ச்."

என்னுடைய தேடல் தொடரும் என்றே நினைக்கிறேன்— வேறெங்கேனும். கதவின் வடிவில் இருக்கச் சாத்தியமான ஒன்றைக் குறித்த தேடல் அல்லது ஒருவேளை, கிட்டத்தட்ட குடையைப் போல அல்லது டோனட் போல இருக்கக்கூடியது. அல்லது யானையைப் போல. ஒரு தேடல், அதை நான் கண்டுகொள்ளக்கூடிய இடத்திற்கு என்னை அழைத்துச் செல்லும் என்று நம்புகிறேன்.

***

பீட்டில்ஸுடன்

முதுமையடைவதில் நான் விசித்திரமாக உணர்வது, எனக்கு வயதாகிவிட்டது என்பதையல்ல. கடந்தகாலத்தில் இருந்த இளமையான எனக்கு, நான் உணராமலேயே வயது கூடிவிட்டது என்பதும் இல்லை. மாறாக, என்னை மிகுந்த ஆச்சரியத்துக்குள்ளாக்குவது எதுவென்றால், என்னையொத்த ஒரே தலைமுறையைச் சேர்ந்தவர்கள் முதியவர்களாகிவிடுவது, நானறிந்த அழகான, உற்சாகமான பெண்களெல்லாம் இரண்டு பேரக்குழந்தைகள் இருக்குமளவு வயதாகிப்போவது. இது, சற்றுக் குழப்பமானது, வருத்தமானது என்றும் கூறலாம். இருப்பினும் எனக்கும் அதேயளவு வயது கூடிவிட்டது என்ற உண்மை என்னை வருத்துவதில்லை.

நானறிந்த பெண்கள் முதுமையடைவதில் என்னைக் கவலைக்குள்ளாக்குவது எதுவென்றால், என்னுடைய இளமைக்காலக் கனவுகள் என்றென்றைக்குமாக தொலைந்துவிட்டன என்பதை ஒப்புக்கொள்ள வேண்டியதாக இருப்பதே என்று நினைக்கிறேன். கனவின் மரணம் என்பது ஒருவகையில், உயிருள்ள ஒன்றின் மரணத்தைக் காட்டிலும் துயரமானது.

ஒரு சிறுமி இருந்தாள்—அதாவது, ஒருகாலத்தில் சிறுமியாக இருந்த பெண் அவளை நன்றாக நினைவிருக்கிறது. என்றாலும் அவளது பெயர் என்னவென்று எனக்குத் தெரியாது. மேலும், இயல்பாகவே இப்போது அவள் எங்கிருக்கிறாள் அல்லது என்ன செய்துகொண்டிருக்கிறாள் என்பதும் தெரியாது. அவளைப்பற்றி எனக்குத் தெரிந்ததெல்லாம், நான் பயின்ற அதே மேல்நிலைப்பள்ளியில் அவளும் பயின்றாள், நான்

பயின்ற அதே ஆண்டில் அவளும் இருந்தாள் (ஏனெனில், அவளது சட்டையிலிருந்த அடையாள அட்டையின் நிறமும் என்னுடையதும் ஒரே நிறம்) மற்றும் அவளுக்கு பீட்டில்ஸை மிகவும் பிடிக்கும்.

இது நடந்தது 1964இல், பீட்டில்மேனியா உச்சத்தில் இருந்த காலம். இலையுதிர் காலத்தின் முன்பகுதி. பள்ளியில் புதிய பருவம் துவங்கி விஷயங்கள் மீண்டும் அதன் ஒழுங்கிற்குள் வரத் தொடங்கியிருந்தன. அவள், தனது அரைப்பாவாடை படபடக்க பழைய பள்ளிக் கட்டடத்தின் நீண்ட, மங்கலான தாழ்வாரத்தில் விரைந்து சென்றுகொண்டிருந்தாள். அங்கிருந்த மற்றொரு நபர் நான் மட்டுமே. எல்.பி.¹ ஒன்றை, அது மிகவும் விலைமதிப்பற்ற பொருள் என்பதுபோல மார்போடு சேர்த்து அணைத்திருந்தாள். 'பீட்டில்ஸுடன்' என்ற எல்.பி. கவர்ந்திழுக்கும் கருப்பு வெள்ளைப் புகைப்படத்தில் பீட்டில்ஸ் குழுவினர் நால்வரும் அரை இருளில் இருப்பதுபோல இருக்குமே, அது. ஏதோ காரணங்களால், ஏனென்று உறுதியாக எனக்குத் தெரியவில்லை, அவள் வைத்திருந்தது அசல் பிரிட்டிஷ் பதிப்பு என்ற துல்லியமான நினைவு எனக்குள் இருக்கிறது, அமெரிக்கப் பதிப்போ அல்லது ஜப்பானியப் பதிப்போ அல்ல.

அவள், ஓர் அழகான பெண். குறைந்தபட்சம், அப்போது எனக்கு அவள் அழகியாகத் தெரிந்தாள். உயரமானவள் அல்ல ஆனால் அவளுக்கு நீண்ட கருங்கூந்தல், ஒல்லியான கால்கள் மற்றும் மிக ரம்மியமான வாசனை (அது தவறான நினைவாகக்கூட இருக்கலாம், எனக்குத் தெரியாது. ஒருவேளை, அவளிடமிருந்து எந்த மணமும் வெளிப்படாமல் இருந்திருக்கலாம். ஆனால் என் நினைவில் அப்படியிருக்கிறது. அவள் கடந்து செல்லும்போது மயக்குகின்ற, வசீகரிக்கின்ற மணம் நானிருந்த திசையில் வீசியது). அவள் என்னைத் தன்வசமாக்கிக் கொண்டாள் அந்த அழகான, பெயரற்ற, 'பீட்டில்ஸுடன்' இசைத்தட்டை நெஞ்சோடு அணைத்திருந்த பெண்.

என் இதயம் தாறுமாறாக துடிக்கத் தொடங்கியது, மூச்சுவிடத் திணறினேன், சத்தங்கள் அனைத்தும் நின்றுபோனதுபோல் இருந்தது, குளத்தின் அடிப்பகுதியில் மூழ்கிக்கிடப்பதுபோல.

---

1. Long-Playing Record எனப்படும் இசைத்தட்டு.

என்னால் கேட்கமுடிந்ததெல்லாம், காதுகளின் ஆழத்தில் ஒலித்த மங்கலான மணியோசை மட்டுமே. யாரோ முக்கியமானதொரு செய்தியை தீவிரமாக எனக்கு அனுப்ப முயற்சிசெய்வதுபோல இருந்தது. இது அத்தனைக்கும் பத்து அல்லது பதினைந்து வினாடிகள் ஆகியிருக்கும். உணரும் முன்பே அது முடிந்துவிட்டது, கனவுகள் அனைத்தின் மையம்போல அதில் அடங்கியிருந்த முக்கியமான செய்தி காணாமல்போனது.

மேல்நிலைப்பள்ளி ஒன்றின் மங்கலாக வெளிச்சமிடப்பட்ட தாழ்வாரத்தில் ஓர் அழகான பெண், அவளது பாவாடையின் ஓரம் படபடக்கிறது, 'பீட்டில்ஸுடன்'.

அந்தப் பெண்ணைப் பார்த்தது அந்த ஒருமுறை மட்டுமே. அப்போதிருந்து இரண்டு வருடங்கள் கழித்து பட்டம் பெற்று வெளியேறும்வரை நாங்கள் ஒருமுறைகூட ஒருவரையொருவர் கடந்து செல்லவில்லை. யோசித்தால், இது மிகவும் விநோதமானது. நான் படித்த மேல்நிலைப்பள்ளி கோபேயின் மலையுச்சியில் இருந்த பொதுப்பள்ளி, கிட்டத்தட்ட ஒவ்வொரு படிநிலையிலும் அறுநூற்று ஐம்பது மாணவர்கள். (நாங்கள் பேபி-பூமர் என்றழைக்கப்பட்ட தலைமுறையைச் சேர்ந்தவர்கள், எனவே எண்ணிக்கையில் அதிகமாக இருந்தோம்.) எல்லோரும் ஒருவரையொருவர் அறிந்திருக்கவில்லை. உண்மையில், பள்ளியின் மிகப் பெரும்பகுதி மாணவர்களின் பெயர் எனக்குத் தெரியாது அல்லது அவர்களது அறிமுகம் கிடையாது. ஆனாலும், அநேகமாக அனைத்து நாட்களும் பள்ளிக்குச் செல்வேன், அடிக்கடி அந்தத் தாழ்வாரத்தைப் பயன்படுத்துவேன் என்பதால், அந்த அழகான பெண்ணை ஒருமுறைகூட மீண்டும் பார்க்கவில்லை என்பது எனக்குப் பெரும் அதிர்ச்சியாக இருந்தது. அந்தத் தாழ்வாரத்தில் நடக்கும்போதெல்லாம் அவளைத் தேடுவது வழக்கம்.

அவள் புகையைப்போல மறைந்துவிட்டாளா? அல்லது அந்த இலையுதிர்காலத்தின் துவக்கத்தில் நான் பார்த்தது உண்மையான நபரில்லாமல் ஏதேனும் மனக்காட்சியா? ஒருவேளை, நாங்கள் ஒருவரையொருவர் கடந்தபோது அவளை என் மனதில் அதிகமாக உயர்வுபடுத்திக் கொண்டுவிட்டதால்

அவளை மீண்டும் பார்த்தால்கூட என்னால் அடையாளம் காணமுடியவில்லையா? (அநேகமாக, இந்தக் கடைசி சாத்தியத்திற்கே அதிகமான வாய்ப்பு என்று நினைக்கிறேன்.)

அதன்பிறகு, சில பெண்களின் அறிமுகம் கிடைத்து, அவர்களோடு வெளியில் சென்றேன். ஒவ்வொருமுறையும் புதிய பெண்ணைச் சந்திக்கும்போது என்னையறியாமலேயே, 1964ஆம் வருட இலையுதிர்காலத்தில் அந்தப் பள்ளியின் மங்கலான வெளிச்சமுள்ள தாழ்வாரத்தில் அடைந்த திகைப்பூட்டும் தருணத்தை மீண்டும் உயிர்ப்பிக்க ஏங்குகிறேன் என்பதை உணர்ந்தேன். என் இதயத்தில் உண்டான அந்த அமைதியான, உறுதியான சிலிர்ப்பு, மார்பில் உருவான மூச்சற்றுப்போன உணர்வு, காதுகளில் மெலிதாய் ஒலிக்கும் மணிச்சத்தம்.

சிலசமயம் அந்த உணர்வை மீண்டும் பெறமுடிந்தது, பிற சமயங்களில் இல்லை. சில தருணங்களில் அதை இறுகப் பற்றிக்கொள்ள முடிந்தாலும் என் விரல்களினூடே நழுவிப் போனது. அது நடந்தபோது எனக்குள் உருவான உணர்வுகள் அடுத்துவந்த எந்தவொரு நிகழ்விலும் எனது விருப்பத்தின் தீவிரத்தை அளவிடுவதற்காகப் பயன்படும் ஒருவகை அளவுகோலாக மாறின.

உண்மையான இப்புறவுலகில் அவ்வுணர்வு கிடைக்காதபோது அமைதியாக அதுகுறித்த நினைவுகள் எனக்குள் எழ அனுமதிப்பேன். இவ்வகையில், நினைவுகள் என்னுடைய மதிப்புமிக்க உணர்வுக் கருவிகளில் ஒன்றானது, உயிர்வாழும் வழிமுறை என்றுகூடச் சொல்லலாம். அளவில் பெரிதான மேலாடையின் பைக்குள் சுருண்டு, ஆழ்ந்து உறங்கும் கதகதப்பான பூனைக்குட்டியைப் போல.

பீட்டில்ஸ் குறித்து.

அந்தப் பெண்ணைப் பார்ப்பதற்கு ஒருவருடம் முன்புதான் பீட்டில்ஸ் குழுவினர் பெருமளவில் பிரபலமடைந்தனர். 1964, ஏப்ரல் மாதவாக்கில் அவர்களது பாடல்கள், அமெரிக்கத் தனிப்பாடல் பட்டியலின் முதல் ஐந்து இடங்களைக் கைப்பற்றின. பாப் இசையுலகம் அதுபோல ஒன்றை அதற்குமுன்

கண்டதில்லை. அந்த ஐந்து பாடல்கள்: (1) 'கான்ட் பை மீ லவ்'; (2) 'ட்விஸ்ட் அண்ட் ஷௌட்'; (3) 'ஷீ லவ்ஸ் யூ'; (4) 'ஐ வான்ட் டு ஹோல்ட் யுவர் ஹேண்ட்'; (5) 'ப்ளீஸ் ப்ளீஸ் மீ.' தனிப்பாடலான 'கான்ட் பை மீ லவ்' மட்டும் அசல் இசைத்தட்டு விற்பனைக்கு வருவதற்குமுன்பே இரண்டு மில்லியன் முன்பதிவுகளோடு இரட்டை பிளாட்டினம் அந்தஸ்தை பெற்றுவிட்டது.

நிச்சயமாக பீட்டில்ஸ் ஜப்பானிலும் வெகுபிரபலமாக இருந்தனர். வானொலியை முடுக்கினால் அவர்களது பாடல் ஒன்றைக் கேட்கும் வாய்ப்பு இருந்தது. எனக்கும் அவர்களது பாடல்கள் பிடிக்கும், மேலும் அவர்களது பிரபலமான பாடல்கள் அனைத்தும் தெரியும். அவற்றை பாடச் சொன்னால் பாடுவேன். வீட்டில் படித்துக் கொண்டிருக்கும்போது (அல்லது படிப்பதாக நடிக்கும்போது), பெரும்பாலான நேரங்களில் ரேடியோ சத்தமாக ஒலித்துக்கொண்டிருக்கும். ஆனால் உண்மையைச் சொல்லவேண்டுமென்றால், நான் தீவிர பீட்டில்ஸ் விசிறியல்ல. அவர்களது பாடலை எப்போதும் தேடிக் கேட்டதுமில்லை. என்னைப் பொறுத்தவரை அது முனைப்பற்றுக் கேட்பது மட்டுமே. பாப் இசை எனது சிறிய பேனசோனிக் டிரான்சிஸ்டர் வானொலியின் ஒலிபெருக்கிகள்மூலம் வழிந்து ஒருகாதில் நுழைந்து மற்றொன்றில் வெளியேறும், மிகவும் குறைவாகவே மனதில் பதியும். அவை, என் இளமைப்பருவத்தின் பின்னணி இசை. இசையாலான வால்பேப்பர்.

மேல்நிலைப்பள்ளியிலும் கல்லூரியிலும் நான் பீட்டில்ஸின் இசைத்தட்டு ஒன்றைக்கூட வாங்கவில்லை. எனக்கு அதிகம் பிடித்தது, ஜாஸ் மற்றும் செவ்வியல் இசை. இசையில் கவனம் செலுத்தவேண்டும் எனும்போது அதிகம் கேட்டது அவற்றையே. பணம் சேர்த்து ஜாஸ் இசைத்தட்டுகளை வாங்கினேன், ஜாஸ் பார்களில் பாடுபவர்களிடம் மைல்ஸ் டேவிஸ் மற்றும் தெலோனியஸ் மாங்க் ஆகியோரது பாடல்களை எனது விருப்பமாகக் கேட்டேன். மேலும் செவ்வியல் இசை நிகழ்ச்சிகளுக்குச் சென்றேன்.

இது, உங்களுக்கு வினோதமாகப் படலாம். ஆனால் என்னுடைய முப்பதுகளின் மத்தியில்தான் 'பீட்டில்ஸுடன்' பாடல்களை ஆரம்பத்திலிருந்து கடைசிவரை உட்கார்ந்து கேட்டேன். எங்களது மேல்நிலைப் பள்ளியின் தாழ்வாரத்தில்

அந்த எல்.பி.யை சுமந்துசென்ற அப்பெண்ணின் சித்திரம் என்னைவிட்டு அகலவில்லை என்றாலும் வெகுகாலத்திற்கு அந்த இசைத்தட்டைக் கேட்கவேண்டும் என்று எனக்குத் தோன்றவில்லை. அவள், தன் நெஞ்சோடு அவ்வளவு இறுக்கமாக அணைத்துச்சென்ற அந்த வினைல் தட்டின் பள்ளங்களில் என்னவகையான இசை பொறிக்கப்பட்டுள்ளது என்பதைத் தெரிந்துகொள்ள எனக்கு ஆர்வம் இருக்கவில்லை.

என்னுடைய முப்பதுகளின் மத்தியில் இருக்கும்போது, குழந்தைப்பருவம் மற்றும் இளமைப்பருவத்தைக் கடந்து வெகுகாலம் ஆனபின், அந்த இசைத்தட்டு குறித்த என்னுடைய முதல் எண்ணம், அது அப்படியொன்றும் சிறப்பானது இல்லை என்பதே. அல்லது குறைந்தபட்சம் உங்களை பிரமிக்கவைக்கும் இசை அல்ல. அந்தப் பாடல் தொகுப்பிலிருந்த பதிநான்கு பாடல்களில் ஆறு பாடல்கள் கவர்ஸ் என்று சொல்லப்படும் வேறு இசைக்கலைஞர்களின் பாடல்கள். மார்வெலெட்ஸின் 'ப்ளீஸ் மிஸ்டர் போஸ்ட்மேன்' மற்றும் சக் பெர்ரியின் 'ரோல் ஓவர் பீத்தோவன்' ஆகிய பாடல்கள் சிறப்பாகச் செய்யப்பட்டிருந்தன. இப்போது கேட்டால்கூட என்னை ஈர்க்கக்கூடியவை, இருந்தாலும் அவை வேறு இசைக்கலைஞர்களின் பாடல்கள். மற்ற எட்டு அசல் பாடல்களில் பால் பாடியிருந்த 'ஆல் மை லவிங்' பாடலைத் தவிர எதுவும் ஆச்சரியப்படுத்தவில்லை. அதில் பிரபலமான தனிப்பாடல்கள் எதுவுமில்லை, என் காதுகளைப் பொறுத்தவரை, பீட்டில்ஸின் முதல் ஆல்பமான 'ப்ளீஸ் ப்ளீஸ் மீ,' — அது ஒரே டேக்கில் பதிவு செய்யப்பட்டது—எத்தனையோ மடங்கு துடிப்பானது மற்றும் ஈர்க்கக்கூடியது. இருந்தாலும் பீட்டில்ஸ் ரசிகர்களது தணிக்கமுடியாத புதிய பாடலுக்கான விருப்பத்திற்குத்தான் நன்றி சொல்லவேண்டும், இந்த இரண்டாவது பாடல் தொகுப்பு முதல்முறையாக இங்கிலாந்தில் முதலிடத்தைப் பிடித்தது, தொடர்ந்து இருபத்தோரு வாரங்களுக்கு அவ்விடத்தைத் தக்கவைத்துக்கொண்டது (அமெரிக்காவில் இப்பாடல் தொகுப்பின் தலைப்பு 'பீட்டில்ஸைச் சந்தியுங்கள்' என்று மாற்றப்பட்டது, வேறுசில பாடல்கள் சேர்க்கப்பட்டன. ஆனாலும் அதன் அட்டை வடிவமைப்பு கிட்டத்தட்ட ஒன்றுபோலவே இருந்தது.)

அவள் அந்தப் பாடல்தொகுப்பை விலைமதிப்பற்ற ஒன்றைப்போல பற்றிக்கொண்டு இருந்ததுதான் என்னை ஈர்த்தது. பாடல்தொகுப்பின் அட்டையிலுள்ள புகைப்படத்தை எடுத்துவிட்டால் ஒருவேளை, அக்காட்சி என்னை அந்தளவுக்கு ஈர்க்காது என்றே நினைக்கிறேன். அங்கே இசை இருந்தது, நிச்சயமாக. ஆனால் அதேசமயம் வேறொன்றும் இருந்தது, ஒப்பீட்டளவில் மிகப்பெரியது. ஒருநொடியில் அந்தக்காட்சி என் இதயத்தில் பொறிக்கப்பட்டுவிட்டது. அது குறிப்பிட்ட வயதில், குறிப்பிட்ட இடத்தில், காலத்தின் குறிப்பிட்ட கணத்தில், அங்கே மட்டுமே காணக்கூடிய ஒருவகையான ஆன்மிக நிலக்காட்சி.

என்னைப் பொறுத்தவரை, அடுத்துவந்த வருடமான 1965இல் நடந்த மிகப்பெரிய நிகழ்வு என்பது, அதிபர் ஜான்சன் வடக்கு வியட்நாம்மீது குண்டு வீச உத்தரவிட்டதால் உருவான போரின் விரிவாக்கமோ அல்லது இரியோமோடே தீவில் புதியவகை காட்டுப்பூனை கண்டுபிடிக்கப்பட்டதோ அல்ல. அந்த வருடம் நானொரு காதலியைப் பெற்றேன் என்பதே. அவளும் என்னைப்போலவே முதல் வருடத்தில் இருந்தாள், என்றாலும் இரண்டாம் வருடத்தில் இருந்துதான் நாங்கள் ஒன்றாக வெளியே செல்லத் தொடங்கினோம்.

தவறான புரிதல்களைத் தவிர்க்கவேண்டும் என்பதற்காக முன்னுரையாக ஒன்று சொல்லிக்கொள்ள விரும்புகிறேன், நான் அழகனில்லை, எப்போதுமே பிரபலமான தடகள வீரனாக இருந்ததில்லை, மேலும் பள்ளியில் எனது மதிப்பெண்கள் என்பது எப்போதும் நட்சத்திர அந்தஸ்துக்குக் கீழேயே இருந்தது. நான் பாடுவதும் ரசிக்க வைப்பதற்கான ஏதோவொன்றைத் தவறவிட்டது, மேலும் எனக்கு வார்த்தைகளைக் கையாளத் தெரியவில்லை. பள்ளியில் இருந்தபோதும் அதற்குப் பிறகான வருடங்களிலும் எப்போதும் என்னைச் சுற்றி பெண்கள் இருக்கக் கண்டதில்லை. இந்த நிச்சயமற்ற வாழ்வில், என்னால் நிச்சயமாகச் சொல்லமுடிந்த விஷயங்களில் ஒன்று அது. இருந்தாலும், எப்போதும் என்னைச் சுற்றி, என்மீது ஏதோ காரணத்திற்காக ஈர்ப்புக்கொண்ட பெண்ணொருத்தி இருந்ததாகவே தெரிகிறது. உண்மையில், அது ஏனென்று எனக்கும் புரியவில்லை, ஆனால் அப்பெண்களுடன் சில

மகிழ்ச்சிகரமான, நெருக்கமான தருணங்களை என்னால் அனுபவிக்க முடிந்தது. அவர்களில் சிலரோடு நல்ல நட்பில் இருந்தேன், எப்போதாவது அது அடுத்தகட்டத்திற்கு நகரும். அப்படியான பெண்ணைப் பற்றித்தான் இங்கே சொல்கிறேன் நான் நெருக்கமாக உறவுவைத்திருந்த முதல் பெண்.

என்னுடைய முதல் காதலி, ஒல்லியான உருவத்துடன் அழகாக இருந்தாள். அந்தக் கோடைகாலத்தில் வாரம் ஒருமுறை அவளுடன் வெளியில் சென்றேன். மதியப்பொழுதொன்றில் அவளுக்குச் சிறிய முத்தம் தந்தேன், இருந்தாலும் முழு உதடுகளுக்கான முத்தம், மேலும் உள்ளாடைவழியாக அவளது முலைகளைத் தொட்டேன். கைப்பகுதியற்ற வெள்ளைநிற ஆடையொன்றை அணிந்திருந்தாள், அவளது கூந்தல் எலுமிச்சைவகை மணமுள்ள ஷாம்பூவின் வாசனையைக் கொண்டிருந்தது.

அவளுக்கு பீட்டில்ஸ்மீது கிட்டத்தட்ட எந்த விருப்பமும் இல்லை. ஜாஸ் இசையிலும் பெரிய விருப்பமில்லை. அவளுக்குப் பிடித்ததெல்லாம் மென்மையான இசை. அதாவது, நடுத்தர-வர்க்க இசை என்போமே, அது—மான்டோவானொ ஆர்கெஸ்ட்ரா, பெர்சி ஃபெய்த், ரோஜர் வில்லியம்ஸ், ஆன்டி வில்லியம்ஸ், நேட் கிங் கோல் போன்றவர்கள் (அந்தக் காலத்தில், 'நடுத்தரவர்க்கம்' என்பது இழிவான சொல் அல்ல). அதுபோன்ற இசைத்தட்டுகளின் குவியல் அவள் வீட்டில் இருக்கும்—இப்போது அவற்றை ஈசி லிசனிங்[2] என்று வகைப்படுத்துகிறார்கள்.

அந்த மதியநேரம், அவளது வீட்டின் வரவேற்பறையில் இருந்தபோது சுழல்மேடையில் ஓர் இசைத்தட்டை வைத்தாள். அவள் வீட்டில் மிகப்பெரிய, கவர்ந்திழுக்கக்கூடிய ஸ்டீரியோ இசைபெருக்கி இருந்தது. மிகப்பெரிய, வசதியான நீளிருக்கையில் அமர்ந்து நாங்கள் முத்தமிட்டுக்கொண்டோம். அவளது குடும்பத்தினர் எங்கோ வெளியில் சென்றிருந்ததால் நாங்கள் தனியாக இருந்தோம். உண்மையைச் சொன்னால், அதுபோன்ற சூழ்நிலையில் என்னவகையான இசை

2. பிரபலமான குரல் மற்றும் கருவி இசை. பொதுவாக மகிழ்வளிக்கக்கூடியது மற்றும் சில சமயங்களில் பொருளற்றதாகக் கருதப்படுகிறது.

ஒலித்துக்கொண்டிருக்கிறது என்பதை நான் கண்டுகொள்ளக்கூட இல்லை.

அந்த 1965ஆம் வருட கோடைகாலம் குறித்து என் நினைவில் உள்ளவை என்றால், அவளது வெள்ளைநிற ஆடை, எலுமிச்சை போன்ற மணம்கொண்ட அவளது ஷாம்பூ, அவளது ஒயர்-பிராவின் கடினமான உணர்வு (அப்போதெல்லாம் பிரா உள்ளாடை என்பதைவிட கோட்டையைப்போல இருக்கும்), பெர்சி ஃபெய்த் ஆர்கெஸ்ட்ராவின் மேக்ஸ் ஸ்டெய்னரது மனதிற்கு உகந்த இசையில் "எ சம்மர் ப்ளேஸ்'ஸின் தீம் இசை'. இப்போதும்கூட "எ சம்மர் ப்ளேஸ்'ஸின் தீம் இசை'யைக் கேட்கும்போது அந்த நீளிருக்கை என் நினைவுக்கு வரும்.

தற்செயல் நிகழ்வாக, சிலவருடங்கள் கழித்து—1968 என்று ஞாபகம். ராபர்ட் கென்னடி படுகொலை செய்யப்பட்ட அதே காலகட்டத்தில்—நாங்கள் ஒரே வகுப்பில் இருந்தபோது எங்களது பள்ளியில் சிறப்புத் தனிவகுப்பின் ஆசிரியராக இருந்தவர், நிலைவிட்டத்தில் தூக்கிட்டுத் தற்கொலை செய்துகொண்டார். அவர் எங்களுக்குச் சமூக வரலாறு கற்பித்தவர். கருத்தியல்ரீதியாக அவரடைந்த இக்கட்டான நிலை அவரது தற்கொலைக்குக் காரணமாகக் கூறப்பட்டது.

கருத்தியல் இக்கட்டு?

ஆனால் அது உண்மை—அறுபதுகளின் கடைசியில் மனிதர்கள் கருத்தியல்ரீதியாக ஓரிடத்தில் முட்டிமோதி நின்றுவிட்டால் தற்கொலை செய்துகொண்டார்கள். என்றாலும் அது அடிக்கடி நிகழக்கூடியதல்ல.

இதைப்பற்றி நினைக்கும்போது வினோதமாக உணர்வேன். அந்த மதியநேரம் நானும் என் காதலியும் அந்த நீளிருக்கையில், பெர்சி ஃபெய்த்தின் அழகான இசை பின்னணியில் ஒலிக்க, அலங்கோலமாக ஏதோ செய்துகொண்டிருக்கும்போது, அந்த வரலாற்று ஆசிரியர் படிப்படியாக தனது மரணத்தை விளைவிக்கக்கூடிய கருத்தியல் முட்டுச்சந்து நோக்கி அல்லது வேறு வார்த்தைகளில் சொல்வதானால் கயிறின் அமைதியான, இறுக்கமான முடிச்சு நோக்கி முன்னேறிக்கொண்டு இருந்திருக்கிறார். சிலசமயம், நான் அதுகுறித்து குற்றவுணர்ச்சி கொள்வதுண்டு. நானறிந்த ஆசிரியர்களுள் மிகச்சிறந்தவர்களில்

ஒருவர் அவர். வெற்றிபெற்றவராக இருந்தாரா என்பது வேறுகேள்வி. ஆனால் அவர், தனது மாணவர்களை எப்போதும் நேர்மையாக நடத்த முயற்சிசெய்தார். வகுப்புக்கு வெளியே அவரிடம் பேசியதில்லை. என்றாலும் அப்படித்தான் அவரை நினைவுகூர்கிறேன்.

அறுபத்து நான்கைப் போல 1965ஆம் பீட்டில்ஸுக்கான வருடம். அவர்கள் பிப்ரவரியில் 'எய்ட் டேஸ் எ வீக்', ஏப்ரலில் 'டிக்கெட் டு ரைட்' ஜூலையில் 'ஹெல்ப்' செப்டம்பரில் 'யெஸ்டர்டே' ஆகியவற்றை வெளியிட்டனர்—அத்தனை பாடல்களும் அமெரிக்காவின் பட்டியலில் முதல் இடத்தைப் பிடித்தன. அவர்களது இசையை எந்நேரமும் கேட்டுக்கொண்டே இருப்பதுபோல இருந்தது. அது எங்களைச்சுற்றி எங்குமிருந்தது, சுவரின் ஒவ்வொரு அங்குலத்திலும் உன்னிப்பாக, கவனமாக ஒட்டப்பட்ட வால்பேப்பரைப் போல.

பீட்டில்ஸின் இசை ஒலிக்கவில்லை என்றால் ரோலிங் ஸ்டோன்ஸின் '(ஐ கான்ட் கெட் நோ) சாடிஸ்ஃபாக்‌ஷன்,' அல்லது பைர்ட்ஸ்'சின் 'மிஸ்டர். டம்போரின் மேன்,' அல்லது டெம்ப்டேஷன்ஸின் 'மை கேர்ள்', அல்லது ரைட்டியர்ஸ் ப்ரதர்ஸின் 'யூ ஹேவ் லாஸ்ட் தட் லவ்விங் ஃபீலிங்',' அல்லது பீச் பாய்ஸின் 'ஹெல்ப் மீ ரோண்டா,' போன்றவை ஒலிக்கும். டயானா ரோஸ் மற்றும் சுப்ரீம்ஸ் குழுவினரும் அடுத்தடுத்து வெற்றிப்பாடல்களைக் கொடுத்துக் கொண்டிருந்தனர். தொடர்ந்து இவ்வகையான அற்புதமான, மகிழ்ச்சியான இசை என்னுடைய சிறிய பேனசோனிக் டிரான்சிஸ்டர் வானொலிவழி வடிகட்டப்பட்டு வந்துகொண்டேயிருந்தது. உண்மையில், அது பாப் இசைக்கு வியக்கத்தக்கவகையில் முக்கியமான ஆண்டு.

நம் வாழ்க்கையின் மிக மகிழ்ச்சியான காலகட்டம், பாப் இசை நமக்கு ஏதேனும் அர்த்தத்தைத் தருகின்ற, நம்மைத் தொடுகின்ற காலகட்டம் என்று சொல்வார்கள். ஒருவேளை, அது உண்மையாக இருக்கலாம். உண்மையாக இல்லாமலும் இருக்கலாம். பாப் இசைப் பாடல்கள் உண்மையில், வெறும் பாப் இசைப்பாடல்களாக மட்டுமே இருக்கலாம். ஒருவேளை, நம் வாழ்க்கை வெறுமனே ஓர் அலங்காரப்பொருளாக,

பயன்படுத்திவிட்டு வீசக்கூடிய பொருளாக, வெடித்துச் சிதறும் நொடிப்பொழுது வண்ணமாக, அதற்குமேல் எதுவும் இல்லை என்பதாகக்கூட இருக்கலாம்.

என் காதலியின் வீடு, நான் வழக்கமாகக் கேட்கும் கோபே வானொலி நிலையத்துக்கு அருகில் இருந்தது. அவளது அப்பா மருத்துவ உபகரணங்களை ஏற்றுமதி அல்லது இறக்குமதி செய்துகொண்டிருந்தார் என்று நினைக்கிறேன். அதைப்பற்றிய விவரங்கள் எனக்குத் தெரியவில்லை. ஆனால் எப்படியிருந்தாலும் அவர், தனது சொந்த நிறுவனத்தை நடத்திக்கொண்டிருந்தார், அது நன்றாகவே செயல்பட்டுக் கொண்டிருந்தது. அவர்களது வீடு கடலுக்கு அருகேயிருந்த பைன் மரத்தோப்பிற்குள் இருந்தது. அவ்வீடு தொழிலதிபர் ஒருவரின் கோடைகாலத்து இல்லமாக இருந்ததென்றும் அவளது குடும்பம் அவரிடமிருந்து வாங்கி மறுவடிவமைப்பு செய்தது என்றும் கேள்விப்பட்டேன். எப்போதும் பைன் மரங்கள் கடல் காற்றில் சலசலக்கும். "எ சம்மர் ப்ளேஸ்'ஸின் தீம் இசை'யைக் கேட்பதற்கு மிகச்சரியான இடம்.

பல வருடங்கள் கழித்து தொலைக்காட்சியில் பின்னிரவு ஒளிபரப்பில், 1959இல் வெளிவந்த 'எ சம்மர் பிளேஸ்' திரைப்படத்தைப் பார்த்தேன். இளம்காதல் குறித்த வழக்கமான ஹாலிவுட் படம், இருந்தாலும் சிறப்பாகத் தயாரிக்கப்பட்டிருந்தது. அந்தத் திரைப்படத்தில் கடலுக்கு அருகே பைன்மரங்களின் தோப்பு, பெர்சி ஃபெய்த் ஆர்க்கெஸ்ட்ராவின் காற்றிசைக்கருவிகள் வரும்போது கோடைத் தென்றலில் அசைந்தாடும். அந்தப் பைன்மரங்கள் காற்றில் அவ்வாறு அசைந்தாடுவது, இளம்காதலர்களது பொங்கும் காம இச்சைக்கான உருவகம் என்று எனக்குத் தோன்றியது. ஆனால் அது எனக்கு மட்டும் தோன்றியதாக, எனது தனிப்பட்ட சார்புள்ள பார்வையாகக்கூட இருக்கலாம்.

அந்தப் படத்தில், ட்ராய் டோனஹ்யூ மற்றும் சான்ட்ரா டி இருவரும் அப்படியான பெரும் ஆற்றல்கொண்ட காமச் சூறாவளியால் அடித்துச் செல்லப்பட்டு, அதன் காரணமாக அனைத்துவிதமான உலகியல்சார்ந்த பிரச்சினைகளையும் சந்திப்பார்கள். தவறான புரிதல்களை அடுத்து நல்லிணக்கங்கள்

உருவாகின்றன, தடைகள் மூடுபனி விலகுவதைப்போல விலகுகின்றன. இறுதியில், அவர்கள் இருவரும் ஒன்று சேர்கிறார்கள், திருமணம் செய்துகொள்கிறார்கள். ஐம்பதுகளில் வந்த ஹாலிவுட் திரைப்படங்களில் மகிழ்ச்சியான முடிவு என்பது திருமணத்தில் முடிவதாக இருக்கும்—அதாவது, காதலர்கள் சட்டப்படி உடலுறவு கொள்ளலாம் என்ற சூழ்நிலையின் உருவாக்கம். நானும் என் காதலியும் திருமணம் செய்துகொள்ளவில்லை. ஏனெனில் நாங்கள் மேல்நிலைப்பள்ளியில் படித்துக் கொண்டிருந்தோம். நாங்கள் செய்ததெல்லாம் 'எ சம்மர் ப்ளேஸ்'ஸின் தீம்' இசை பின்னணியில் ஒலிக்க, நீளிருக்கையில் அலங்கோலமாகத் துழாவிக் கொண்டது மட்டுமே.

"உனக்கொன்று தெரியுமா?" நீளிருக்கையில் இருக்கும்போது மெல்லிய குரலில், குற்றத்தை ஒப்புக்கொள்பவள் போல அவள் என்னிடம் கூறினாள்: "நான் மிகவும் பொறாமை பிடித்தவள்."

"உண்மையாகவா?" என்றேன்.

"இது, நிச்சயம் உனக்குத் தெரிந்திருக்க வேண்டும் என்று நினைத்தேன்."

"சரி."

"சிலசமயம் பொறாமைப்படுவது மிகவும் வலி தரக்கூடியது."

அமைதியாக அவளது கூந்தலைக் கோதினேன். அந்தக் காலகட்டத்தில், எரிகின்ற பொறாமை எவ்வாறு உணரச்செய்யும், எது அதை உருவாக்குகிறது, அது எதில் முடியும் என்றெல்லாம் சிந்திப்பது எனக்கு அப்பாற்பட்ட விஷயம். என்னுடைய சொந்த உணர்ச்சிகளில் மூழ்கியிருந்தேன்.

பக்கக் குறிப்பாக, ட்ராய் டோனஹ்யூ—அந்த அழகான இளம் நட்சத்திரம் பின்னாட்களில் மது மற்றும் போதைப்பழக்கத்திற்கு ஆளாகி படங்களில் நடிப்பதை நிறுத்திவிட்டார். மேலும் சிறிதுகாலத்திற்கு வீடற்றவராக இருந்தார். சான்ட்ரா டீயும் மதுப் பழக்கத்தினால் சிரமப்பட்டார். டோனஹ்யூ பிரபல நடிகையான சூசன் ப்ளெஷெத்தை 1964இல் மணந்துகொண்டார். ஆனால் அவர்கள் எட்டு மாதத்திற்குப் பிறகு விவாகரத்து செய்துகொண்டனர். சான்ட்ரா டீ

பாடகரான பாபி டேரினை 1960இல் மணந்தார். ஆனால் அவர்கள் 1967இல் விவாகரத்து செய்துகொண்டனர். இது 'எ சம்மர் ப்ளேஸ்' கதைக்கு முற்றிலும் தொடர்பற்ற விஷயம். மேலும் என்னுடைய மற்றும் என் காதலியுடைய விதிக்குத் தொடர்பில்லாதது.

என் காதலிக்கு மூத்த சகோதரன் மற்றும் இளைய சகோதரி உண்டு. இளைய சகோதரி இடைநிலைப் பள்ளியில் இரண்டாமாண்டு படித்துக் கொண்டிருந்தாள். அவளது மூத்த சகோதரியைக் காட்டிலும் இரண்டு அங்குலம் உயரமானவள். குறிப்பிடத்தகுந்த அழகி இல்லை. தடிமனான கண்ணாடி அணிந்திருப்பாள். ஆனால், என் காதலிக்குத் தனது இளைய சகோதரிமேல் பாசம் அதிகம். "பள்ளியில் அவளது மதிப்பெண்கள் மிகவும் நன்றாக இருக்கின்றன" என்று என்னிடம் கூறுவாள். எனது காதலியின் பள்ளி மதிப்பெண்கள் சுமார் என்பதிலிருந்து நடுத்தரம் என்று சொல்லுமளவில் இருந்தன. கிட்டத்தட்ட என்னுடையதைப் போல.

ஒருமுறை, அவளது இளைய சகோதரி எங்களுடன் திரைப்படத்திற்கு வரச் சம்மதித்தோம். அப்படிச் செய்யவேண்டிய கட்டாயம் ஏதோ இருந்தது. படத்தின் பெயர் 'தி சவுண்ட் ஆஃப் மியூசிக்'. அரங்கம் நிரம்பி வழிந்தது என்பதால், நாங்கள் முன்வரிசையில் அமரவேண்டியதாயிற்று. அந்த 70 எம்எம் படத்தை அகன்ற திரையில் அவ்வளவு அருகில் உட்கார்ந்து பார்த்ததால் படம் முடியும்போது கண்கள் வலித்தது எனக்கு நினைவில் உள்ளது. என் காதலிக்கு படத்தில் உள்ள பாடல்கள் மிகவும் பிடித்துப்போயின. அந்தப் படத்தின் பாடல்கள் அடங்கிய எல்.பி.யை வாங்கி முடிவற்று கேட்டுக்கொண்டேயிருந்தாள். எனக்கு ஜான் கோல்ட்ரெனின் மயக்குகின்ற பதிப்பான 'மை ஃபேவரிட் சாங்ஸ்' மட்டும் பிடித்திருந்தது, ஆனால் அதை அவளிடம் சொல்வது அர்த்தமற்றது என்று தோன்றியதால் சொல்லவில்லை.

அவளது இளைய சகோதரிக்கு என்னை அதிகம் பிடித்ததுபோல் தெரியவில்லை. நாங்கள் ஒருவரையொருவர் பார்த்துக்கொண்ட போதெல்லாம் அவள் என்னை அந்நியமான பார்வை பார்ப்பாள், முற்றிலும் உணர்ச்சியற்ற பார்வை—கிட்டத்தட்ட,

குளிர்சாதனப் பெட்டியில் பின்னால் வைக்கப்பட்டிருக்கும் உலர்த்தப்பட்ட மீன் இன்னமும் உண்ணத்தகுந்த நிலையில் இருக்கிறதா, இல்லையா என்று சோதிப்பதுபோல. ஏதோ காரணத்தினால் அந்தப்பார்வை எப்போதுமே என்னைக் குற்றவுணர்ச்சிக்கு உள்ளாக்கும். அவள் என்னைப் பார்க்கும்போது, வெளிப்புறத் தோற்றத்தை புறக்கணித்துவிட்டு (ஒப்புக்கொள்கிறேன், அதில் பார்க்கும்படியாக ஏதுமில்லை) அவளால் எனக்குள்ளாகப் பார்க்கமுடியும் என்பதுபோல, என்னுடைய இருப்பின் ஆழத்தை ஊடுருவிப் பார்ப்பதுபோல இருக்கும். ஒருவேளை, உண்மையிலேயே என் மனத்தில் அவமானம் மற்றும் குற்றவுணர்ச்சி இருந்ததால் அவ்வாறு உணர்ந்திருக்கலாம்.

என் காதலியின் அண்ணன், அவளைவிட நான்கு வயது மூத்தவன். எனவே, அப்போது அவனுக்கு இருபது வயது இருக்கும். அவள், அவனை எனக்கு அறிமுகம் செய்துவைக்கவில்லை, மிக அரிதாகவே அவனைப்பற்றி பேசியிருக்கிறாள். அவனைப்பற்றி பேசவேண்டிவந்தால், நேர்த்தியாக விஷயத்தை மாற்றிவிடுவாள். அவளது இந்த நடத்தை சற்று வழக்கத்திற்கு மாறானது என்று இப்போது தோன்றுகிறது. அதுகுறித்து அதிகம் கவலைப்பட்டேன் என்றில்லை. அவளது குடும்பத்தின் மீது எனக்கு அவ்வளவு ஆர்வமில்லை. அவளிடம் என்னை ஈர்த்தது மிக அவசரமான தூண்டுதல் மட்டுமே.

என் காதலியின் சகோதரனை முதன்முதலில் சந்தித்துப் பேசியது, 1965ஆம் வருடத்தின் இலையுதிர்கால முடிவில். அந்த ஞாயிற்றுக்கிழமை அவளை அழைத்துக்கொள்வதற்காக அவளது வீட்டிற்குச் சென்றேன். பலமுறை அழைப்புமணியை அழுத்தியும் யாரும் வரவில்லை. சிறிது இடைவெளிவிட்டு, முடிவில் யாரோ மிகமெதுவாக கதவை நோக்கி உள்ளிருந்து நடந்து வருவது கேட்கும்வரை மீண்டும் மீண்டும் அழுத்தினேன். அது, என் காதலியின் மூத்த சகோதரன்.

அவன் என்னைக்காட்டிலும் சற்று உயரம் மற்றும் பெரிய உருவம். உடல் அமைப்பு தளர்வானதல்ல, ஆனால் தடகள வீரன் ஒருவன், ஏதோ காரணத்திற்காக உடற்பயிற்சியை

சிறிதுகாலத்திற்குக் கைவிட்டு அதனால் சில பவுண்டுகள் எடைகூடியது போன்ற உடலமைப்பு, தற்காலிகமான கொழுப்பு. அவனுக்கு அகன்ற தோள்கள் ஆனால் அதனோடு ஒப்பிடுகையில், நீளமான ஒல்லியான கழுத்து. இப்போதுதான் படுக்கையிலிருந்து எழுந்து வந்தவன்போல அவனது தலைமுடி பரட்டையாகி அனைத்து திசைகளிலும் நீட்டிக்கொண்டிருந்தது. கடினமான மற்றும் கரடுமுரடான தலைமுடி, அவனைப் பார்த்தால் முடிவெட்டிக்கொள்ள இரண்டு வாரங்கள் தாமதமானதுபோல் இருந்தது. வட்டக்கழுத்துள்ள அடர்நீல கம்பளிச்சட்டை, தளர்வான கழுத்துள்ளது மற்றும் சாம்பல்நிற அரைக்கால் சட்டை முழங்கால் அருகே பெரியதாக இருக்கும் வகை. என் காதலிக்கு முற்றிலும் எதிர்மாறான உருவம்—அவள் எப்போதும் சுத்தமாக, நேர்த்தியாக உடுத்திக்கொண்டு தன்னை அழகுபடுத்திக் கொள்பவள்.

அருவெறுப்பான விலங்கொன்று நீண்ட குளிர்கால உறக்கத்திலிருந்து விழித்து அப்போதுதான் சூரிய வெளிச்சத்தை பார்ப்பதுபோல அவன், தன் கண்களைச் சிமிட்டி சிறிதுநேரம் என்னைப் பார்த்துக்கொண்டே இருந்தான்.

நான் எந்த வார்த்தையையும் வெளியிடுவதற்குமுன்பாக, “நீ அநேகமாக... சயோகோவின் நண்பனா?” என்றான். தொண்டையைச் செருமிக்கொண்டான். அவனது குரலில் தூக்கத்தின் சாயல் இருந்தது. அதேசமயம், அதில் ஆர்வத்தின் பொறியை என்னால் உணரமுடிந்தது.

“அது சரிதான்” என்று என்னை அறிமுகப்படுத்திக் கொண்டேன். “நான் இங்கே பதினோரு மணிக்கு வரவேண்டும்.”

“சயோகோ, இப்போது இங்கு இல்லை” என்றான்.

“இங்கு இல்லை” என்று அவன் சொன்னதைத் திருப்பிச் சொன்னேன்.

“அவள் எங்கோ வெளியில் சென்றிருக்கிறாள், வீட்டில் இல்லை.”

“ஆனால் பதினோரு மணிக்கு வந்து அவளை அழைத்துச்செல்ல வேண்டுமென்று சொல்லியிருந்தாள்.”

"சரியாகத் தெரியுமா?" என்று கடிகாரத்தைப் பார்ப்பதுபோல அவனுக்குப் பின்னால் இருந்த சுவரை திரும்பிப் பார்த்தான். ஆனால் அங்கே கடிகாரம் ஏதுமில்லை, வெறும் வெள்ளைச்சுவர் மட்டுமே இருந்தது. பிறகு தயக்கத்துடன் பார்வையை என் பக்கம் திருப்பினான்.

"இருக்கலாம். ஆனால் உண்மை என்னவென்றால் அவள் வீட்டில் இல்லை."

என்ன செய்யவேண்டும் என்று உண்மையில் எனக்குப் புரியவில்லை. அவளது சகோதரனுக்கும் அதேநிலை என்பது வெளிப்படையாகத் தெரிந்தது. நிதானமாக ஒரு கொட்டாவியை வெளியேற்றியபின் தலையைச் சொறிந்தான். அவனது செயல்கள் அத்தனையும் மெதுவாக, அளந்து வைத்தவைபோல் இருந்தன.

"இப்போது வீட்டில் யாரும் இருப்பதாகத் தெரியவில்லை" என்றான். "சிறிதுநேரத்திற்கு முன்பு நான் எழுந்தபோது யாரும் இங்கில்லை. எல்லோரும் வெளியே சென்றிருக்க வேண்டும், ஆனால் எங்கே என்று எனக்குத் தெரியாது."

நான் எதுவும் சொல்லவில்லை.

"என் அப்பா அநேகமாக, கோல்ஃப் விளையாடச் சென்றிருப்பார். என் சகோதரிகள் பொழுதுபோக்கிற்காக வெளியே சென்றிருக்க வேண்டும். ஆனால் என் அம்மாவும் வெளியே சென்றிருப்பதுதான் சற்று வித்தியாசமாக இருக்கிறது. இது அடிக்கடி நடப்பதல்ல."

யூகிப்பதைத் தவிர்த்தேன். இது என் குடும்பம் அல்ல.

"ஆனால் சயோகோ இங்கிருப்பேன் என்று சொல்லியிருக்கிறாள் என்றால் சீக்கிரம் வந்துவிடுவாள்" என்றான். "நீ ஏன், உள்ளே வந்து காத்திருக்கக்கூடாது?"

"உங்களைத் தொந்தரவு செய்ய விரும்பவில்லை. பக்கத்தில் எங்கேனும் சுற்றித் திரிந்துவிட்டு சிறிதுநேரம் கழித்து வருகிறேன்" என்றேன்.

"இல்லை, அதில் தொந்தரவு ஏதும் இல்லை" என்று உறுதியாகக் கூறினான். "மீண்டும் அழைப்பு மணி கேட்டு வந்து முன்கதவைத் திறப்பதுதான் அதிகத் தொந்தரவு. எனவே, உள்ளே வா."

எனக்கும் வேறுவழியில்லை என்பதால் உள்ளே சென்றேன், என்னை வரவேற்பறைக்கு அழைத்துச் சென்றான். கோடைகாலத்தில் நானும் அவளும் முயங்கிக் கிடந்த நீளிருக்கை இருக்கும் வரவேற்பறை. அதில் அமர்ந்துகொண்டேன், என் காதலியின் சகோதரன் என்னைப் பார்த்திருந்த நாற்காலியொன்றில் தன்னை ஓய்வாக இருத்திக்கொண்டு மீண்டும் நீளமான கொட்டாவியை வெளியிட்டான்.

மறுமுறை உறுதிப்படுத்திக்கொள்வது போல "நீ சயோகோவின் நண்பன்... சரிதானே?" என்று மீண்டும் கேட்டான்.

"ஆமாம் சரி" என்று அதே பதிலைக் கொடுத்தேன்.

"யூகோவின் நண்பனில்லையா?"

இல்லை என்று தலையசைத்தேன். யூகோ என்பது உயரமாக இருக்கும் அவளது தங்கை.

"சயோகோவுடன் வெளியே செல்வது சுவாரஸ்யமாக இருக்கிறதா?" அவனது கண்களில் ஆர்வம் வெளிப்பட்டது.

இதற்கு என்ன பதில் சொல்வது என்று எனக்குத் தெரியவில்லை, எனவே அமைதியாக இருந்தேன். அவன் அமர்ந்தபடி என்னுடைய பதிலுக்குக் காத்திருந்தான்.

"ஆமாம், மகிழ்ச்சியாகத்தான் இருக்கிறது" என்று கடைசியில், சரியான வார்த்தைகள் என்று நம்பியதைக் கூறினேன்.

"மகிழ்ச்சியாக இருக்கிறது, ஆனால் சுவாரஸ்யமாக இல்லையா?"

"இல்லை, அப்படிச் சொல்லவில்லை..." என் வார்த்தைகள் தடுமாறின.

"அது முக்கியமில்லை" என்றான், அவள் சகோதரன். "சுவாரஸ்யமோ அல்லது மகிழ்ச்சியோ—இரண்டுக்குமிடையே வித்தியாசம் இல்லை என்று நினைக்கிறேன். ஹேய், நீ காலையுணவு சாப்பிட்டாயா?"

“ஆமாம், சாப்பிட்டேன்.”

“சில டோஸ்ட்டுகள் தயாரிக்கப் போகிறேன். நிச்சயம் உனக்கு வேண்டாமா?”

“இல்லை வேண்டாம்” என்று பதிலளித்தேன்.

“காஃபி தரட்டுமா?”

“இல்லை, பரவாயில்லை.”

கொஞ்சம் காஃபி வேண்டுமென்று கேட்டிருக்கலாம், ஆனால் என் காதலியின் குடும்பத்துடன் அதிகமாக ஈடுபடுவதில் எனக்குத் தயக்கம் இருந்தது. அதிலும் குறிப்பாக, அவள் வீட்டில் இல்லாதபோது.

அவன் ஒரு வார்த்தைகூடப் பேசாமல் எழுந்துநின்று அறையை விட்டு அகன்றான். சிறிதுநேரத்திற்குப் பிறகு, பாத்திரங்கள் மற்றும் குவளைகளின் ஓசை வந்தது. நான் அந்த நீளிருக்கையில் தனியாக, பணிவுடன் என் கைகளை மடிமீது வைத்து நேராக அமர்ந்தபடி, அவள் எங்கே சென்றிருந்தாலும் அங்கிருந்து வரக் காத்திருந்தேன். கடிகாரத்தில் இப்போது மணி பதினொன்றே கால்.

பதினோரு மணிக்கு வரவேண்டும் என்று உண்மையிலேயே நாங்கள் முடிவுசெய்திருந்தோமா என்பதை மீண்டும் ஒருமுறை நன்றாக யோசித்துப் பார்த்தேன். ஆனால் எத்தனைமுறை யோசித்தாலும் தேதியும் நேரமும் சரிதான் என்றே தோன்றியது. முதல்நாள் இரவு இதைப்பற்றி பேசி உறுதி செய்துகொண்டிருந்தோம். அவள் மறக்கின்ற அல்லது வாக்குறுதியை மீறுகின்ற வகையைச் சேர்ந்தவளல்ல. மேலும் அவளும் அவளது குடும்பத்தாரும் ஞாயிற்றுக்கிழமையில் மொத்தமாக அவளது மூத்த சகோதரனை மட்டும் தனியாக விட்டுவிட்டு வெளியே சென்றிருப்பது விநோதமாக இருந்தது.

இதை யோசித்துக் குழம்பியபடி அமர்ந்திருந்தேன். நேரம் துன்புறுத்தும்வகையில் மிகமெதுவாக நகர்ந்துகொண்டிருந்தது. சமையலறையிலிருந்து அவ்வப்போது சில ஓசைகள் தண்ணீரைத் திறக்கும் ஓசை, கரண்டியினால் எதையோ கலக்கும் ஓசை, அலமாரியைத் திறந்து மூடும் ஓசை. இந்தச் சகோதரன்

எதைச் செய்தாலும் பெரும் அமளியை உண்டாக்கும் வகையினனாகத் தெரிந்தான். ஆனால் சத்தங்களைப் பொறுத்தவரை அவை மட்டுமே இருந்தன. வெளியே காற்று வீசவில்லை, நாய்கள் குரைக்கவில்லை. கண்ணுக்குத் தெரியாத சேறுபோல அமைதி, என் காதுகளுக்குள் நிதானமாக ஊர்ந்து அடைத்துக் கொண்டிருந்தது. அதைச் சரிசெய்ய சிலமுறை விழுங்கிக்கொள்ள வேண்டியதாக இருந்தது.

ஏதேனும் இசையிருந்தால் நன்றாக இருக்கும். ‘எ சம்மர் ப்ளேஸ்’ஸின் தீம் இசை,’ ‘ஏடெல்வைஸ்’ ‘மூன் ரிவர்’—ஏதேனும். இதுதான் வேண்டுமென்று இல்லை. ஏதேனும் இசை. ஆனால் மற்றவர்களின் வீட்டில் அவர்களின் அனுமதியில்லாமல் ஸ்டீரியோவை தொடமுடியாது. படிப்பதற்கு ஏதேனும் கிடைக்குமா என்று சுற்றுமுற்றும் பார்த்தேன், செய்தித்தாள்கள் அல்லது இதழ்கள் ஏதும் கண்ணில்படவில்லை. என்னுடைய தோள்பையில் என்ன இருக்கிறது என்று பார்த்தேன். பொதுவாக, என்னிடம் பையில் அப்போது வாசித்துக் கொண்டிருக்கும் புத்தகம் இருக்கும், ஆனால் அன்று இல்லை.

நானும் என் காதலியும் சந்தித்துக்கொள்ள வெளியே செல்லும்போது, படிப்பதற்காக நூலகத்திற்குச் செல்வதாக நடிப்போம். அதை நிரூபிக்க பள்ளிப்பாடம் சம்பந்தமான விஷயங்களைப் பையில் வைத்துக்கொள்வேன். அமெச்சூர் குற்றவாளி, பலமற்ற அயலிடச் சான்றை உருவாக்கிக்கொள்வதுபோல. எனவே, அன்று என் பையில் இருந்தது, பள்ளியின் துணைப்பாட நூலான ‘ஜப்பானிய மொழி மற்றும் இலக்கியம்’ மட்டுமே. தயக்கத்துடன் அதை வெளியே எடுத்து பக்கங்களைப் புரட்டினேன். புத்தகங்களை முறையாக, கவனமாக வாசிக்கக்கூடிய வாசகன் என்று என்னைச் சொல்லமுடியாது, ஆனால் படிப்பதற்கு ஏதும் இல்லையென்றால் பொழுதைப் போக்குவது கடினம் எனும் வகை. என்னால் ஓரிடத்தில் நிலையாக, அமைதியாக, வெறுமே அமர்ந்திருக்க முடியாது. எப்போதும் புத்தகத்தின் பக்கங்களைப் புரட்டிக்கொண்டு அல்லது இசை கேட்டுக்கொண்டிருப்பேன், இது அல்லது அது. புத்தகம் ஏதும் கிடைக்கவில்லை என்றால் அச்சிடப்பட்ட எதையும் எடுத்துக்கொள்வேன். தொலைபேசி எண்கள் அடங்கிய புத்தகம், நீராவி இஸ்திரிப்பெட்டியின்

அறிவுறுத்தல் கையேடு போன்றவற்றைக்கூட படிப்பேன். அவற்றோடு ஒப்பிடும்போது ஜப்பானிய மொழித் துணைப்பாட நூல் எவ்வளவோ பரவாயில்லை.

புத்தகத்தில் இருந்த புனைகதைகள் மற்றும் கட்டுரைகளைப் புரட்டிக்கொண்டே வந்தேன். சில படைப்புகள் வெளிநாட்டு எழுத்தாளர்களால் எழுதப்பட்டவை, ஆனால் பெரும்பாலானவை நன்கறியப்பட்ட நவீன ஜப்பானிய எழுத்தாளர்களின் எழுத்து—ரைனோசுகே அகுதகவா, ஜூனிசிரோ தானிசாகி, கோபே ஆபே போன்றவர்கள். அத்தனை படைப்புகளுக்குப் பின்னாலும்—அனைத்து நூல் சுருக்கங்கள், சில சிறிய கதைகளைத் தவிர—சில கேள்விகள் கொடுக்கப்பட்டிருந்தன. பெரும்பாலான கேள்விகள் முற்றிலும் அர்த்தமற்றவை. இவ்வாறான அர்த்தமற்ற கேள்விகளால் அதற்கு அளிக்கப்படும் பதில் தர்க்கரீதியாகச் சரியானதா, இல்லையா என்று கூறுவது கடினம் (அல்லது சாத்தியமற்றது). இந்தக் கேள்விகளை உருவாக்கியவர் யாராக இருந்தாலும் அவராலேகூட முடிவு எடுக்கமுடியுமா என்று எனக்குச் சந்தேகமாக இருந்தது. ‘இந்தப் பத்தியின்மூலம் எழுத்தாளரின் போர்குறித்த நிலைப்பாடு பற்றி நீ அறிந்துகொள்வது என்ன?’ அல்லது ‘ஆசிரியர் நிலவு வளர்வதை, தேய்வதைக் குறிப்பிடும்போது அங்கு என்னவகையான குறியீட்டு விளைவு உருவாக்கப்படுகிறது?’ போன்ற கேள்விகளுக்கு நீங்கள் என்ன பதில் வேண்டுமானாலும் எழுதலாம். நிலவு தேய்வது, வளர்வது இங்கு எவ்விதமான குறியீட்டு விளைவையும் உருவாக்கவில்லை, அவை வெறுமனே நிலவு தேய்வதை, வளர்வதை மட்டுமே குறிக்கின்றன என்று பதிலளித்தால் எவராலும் அந்தப் பதில் தவறானது என்று உறுதிபடக் கூறிவிடமுடியாது. நிச்சயமாக, ஒப்பீட்டளவில் சரியான பதில் இருக்கும். ஆனால் ஒப்பீட்டளவில் சரியான பதிலை வந்தடைவது இலக்கியத்தைப் படிப்பதற்கான நோக்கங்களில் ஒன்றென நான் கருதவில்லை.

எப்படியிருந்தாலும், இந்த ஒவ்வொரு கேள்விக்குமான பதிலைக் கற்பனைசெய்வதன்மூலமாக நேரத்தைக் கொன்றுகொண்டிருந்தேன். பெரும்பாலான கேள்விகளுக்கு என் மனதில் தோன்றிய—அதாவது என் மூளையில், அது அப்போதுதான் வளர்ந்து, உருவாகிக்கொண்டு,

ஒருவகையான உளவியல் சுதந்திரத்திற்காக ஒவ்வொருநாளும் போராடிக்கொண்டிருந்தது—பதில்கள் ஒப்பீட்டளவில் பொருந்தாத பதில்கள் என்றாலும் நிச்சயம் தவறானது என்று சொல்லமுடியாது. ஒருவேளை, இந்த மனோபாவம் பள்ளியில் எனது மதிப்பெண்கள் அவ்வளவு சிறப்பாக இல்லாமல் இருப்பதன் காரணங்களில் ஒன்றாக இருக்கலாம்.

இது நடந்துகொண்டிருக்கும்போது என் காதலியின் சகோதரன் மீண்டும் வரவேற்பறைக்கு வந்தான். அவன் தலைமுடி இன்னமும் அனைத்து திசைகளிலும் நீட்டிக்கொண்டிருந்தது, ஆனால் தனது காலை உணவை உண்டுவிட்டான் என்பதனாலோ என்னவோ, அவன் கண்கள் முன்புபோல தூக்கக் கலக்கத்தில் இல்லை. அவன் கையில் பெரிய வெள்ளைக்குவளை, அதில் முதலாம் உலகப்போர் காலகட்ட, இரட்டை இறக்கைகொண்ட ஜெர்மானிய விமானத்தின் படம், அதன் விமானியறையில் இரண்டு இயந்திரத் துப்பாக்கிகள் உள்ளதுபோல் பக்கவாட்டில் பொறிக்கப்பட்டிருந்தது. இது, அவனுடைய தனிப்பட்ட குவளையாக இருக்கவேண்டும். என் காதலி இப்படியொரு குவளையில் குடிப்பதை என்னால் கற்பனைகூட செய்ய முடியவில்லை.

"உண்மையிலேயே உனக்கு காஃபி வேண்டாமா?" என்று கேட்டான்.

மறுப்பாகத் தலையசைத்தேன். "இல்லை. உண்மையிலேயே வேண்டாம், நன்றி."

அவனது கம்பளிச்சட்டை ரொட்டித்துகள்களால் தோரணமிடப்பட்டிருந்தது. அரைக்கால் சட்டையும் அவ்வாறே. அநேகமாக, அவன் மிகவும் பசியாக இருந்து ரொட்டித் துண்டுகளின் துணுக்குகள் அனைத்துப் பக்கங்களிலும் சிதறுவதைக் கவனிக்காமல் சாப்பிட்டிருக்க வேண்டும். அது, என் காதலியைத் தொந்தரவு செய்வதை என்னால் கற்பனை செய்யமுடிந்தது. ஏனெனில் அவள் எப்போதும் சுத்தமாக, நேர்த்தியாக இருப்பாள். நானும் அப்படிச் சுத்தமாக, நேர்த்தியாக இருப்பதை விரும்புபவன். எங்களுக்கிடையே பழக்கம் ஏற்பட்டதற்கு நாங்கள் பகிர்ந்துகொண்ட இந்த விஷயமும் காரணமாக இருக்கலாம் என்று நினைக்கிறேன்.

அவளது சகோதரன் சுவரை ஏறிட்டுப் பார்த்தான். அங்கே கடிகாரம் இருந்தது. அதன் முட்கள் பதினொன்றரையை நெருங்கிக் கொண்டிருந்தன.

"அவள் இன்னும் திரும்பவில்லை, இல்லையா? எங்கே போய்த் தொலைந்திருப்பாள்?"

நான் பதிலுக்கு எதுவும் பேசவில்லை.

"என்ன படித்துக் கொண்டிருக்கிறாய்?"

"எங்கள் ஜப்பானிய மொழிப் பாடத்தின் துணைப்பாட நூல்."

"ம்ம்…" என்றான், லேசாக தலையைச் சாய்த்து. "அது சுவாரஸ்யமாக இருக்கிறதா?"

"குறிப்பிட்டுச் சொல்லும்படி இல்லை. என்னிடம் வாசிப்பதற்கு வேறெதுவுமில்லை."

"அதை எனக்குக் காண்பிக்க முடியுமா?"

தாழ்வாக இருந்த மேசைக்குமேல் புத்தகத்தை நீட்டினேன். இடது கையில் காஃபி குவளையுடன் வலது கையால் அதை வாங்கினான். அதில் காஃபியை சிந்திவிடுவானோ என்று எனக்குக் கவலையாக இருந்தது. அப்படி நடந்துவிடும்போல் இருந்தது. ஆனால் அவன் சிந்தவில்லை. கையிலிருந்த குவளையைக் கண்ணாடி மேசைமீது ஓசையெழ வைத்தான், புத்தகத்தை இரண்டு கைகளாலும் பற்றிக்கொண்டு பக்கங்களைத் திருப்பினான்.

"இதில் எந்தப் பகுதியைப் படித்துக் கொண்டிருந்தாய்?"

"அகுதகவாவின் 'சுழலும் சக்கரங்கள்' கதையைப் படித்துக்கொண்டிருந்தேன். பகுதிக்கதை மட்டும்தான் அதில் உள்ளது, முழுவதுமாக அல்ல."

அவன் இதைப்பற்றி சிறிது யோசித்தான். "'சுழலும் சக்கரங்கள்' நான் படிக்காத கதை. அவருடைய 'கப்பா' கதையை வெகுநாட்களுக்கு முன்பு படித்திருக்கிறேன். இந்தச் 'சுழலும் சக்கரங்கள்' கதை மிகவும் சோகமானது இல்லையா?"

“ஆமாம். அவர், தனது இறப்பிற்கு முன்பாக அதை எழுதினார்.” அகுதகவா, தனது முப்பத்தைந்தாம் வயதில் அளவுக்கதிகமாக மருந்தை உட்கொண்டதால் இறந்தார். என்னுடைய துணைப்பாடநூல் குறிப்பு ‘சுழலும் சக்கரங்கள்’ 1927இல் அவரது இறப்புக்குப்பின் வெளியிடப்பட்டது என்கிறது. இந்தக் கதை, கிட்டத்தட்ட அவரது கடைசி விருப்பம் மற்றும் மரண சாசனம்.

“ஹ்ம்ம்...” என்றான், என் காதலியின் சகோதரன். “ நீ அதை எனக்குப் படித்துக்காட்ட முடியுமா?”

வியப்புடன் அவனைப் பார்த்தேன். “வாய்விட்டுச் சத்தமாகப் படிக்கவேண்டும் என்றா சொல்கிறீர்கள்?”

“ஆமாம். எனக்கு எப்போதும் யாராவது படித்துக்காட்டினால் பிடிக்கும். நான் அவ்வளவு நன்றாகப் படிப்பவனில்லை.”

“நானும் வாய்விட்டுப் படிப்பதில் தேர்ந்தவனில்லை.”

“அதுபற்றி கவலையில்லை. நீ அதில் தேர்ந்தவனாக இருக்க வேண்டும் என்பதில்லை. அதைச் சரியான வரிசையில் படி, அது போதுமானது. நமக்கும் செய்வதற்கு வேறெதுவும் இல்லையே.”

“இது நரம்புக் கோளாறுகள் சார்ந்த, மனத்தை சோர்வடையச் செய்யும் கதையாயிற்றே” என்றேன்.

“சிலசமயம் அப்படியான கதைகளைக் கேட்க விரும்புவேன். அதாவது, தீமையைக் கொண்டு தீமையை எதிர்த்துப் போராடுதல் என்பதுபோல.”

புத்தகத்தை என்னிடம் திருப்பிக் கொடுத்துவிட்டு இரட்டை இறக்கையோடு இரும்புச் சிலுவைகள்[3] கொண்ட விமானத்தின் படமுள்ள காஃபி குவளையை எடுத்து ஒரு மிடறு அருந்தினான். பிறகு இருக்கையில் நன்றாகச் சாய்ந்தமர்ந்து வாசிப்பது தொடங்கக் காத்திருந்தான்.

3. துணிச்சலுக்காக வழங்கப்படும் மிக உயர்ந்த ஜெர்மானிய இராணுவ விருது. 1813ஆம் ஆண்டில் தொடங்கப்பட்டது.

இப்படியாக, அந்த ஞாயிற்றுக்கிழமை அகுதகவாவுடைய 'சுழலும் சக்கரங்கள்' கதைப்பகுதியை என் காதலியின் விசித்திரமான மூத்த சகோதரனுக்குப் படித்துக்காட்ட வேண்டியதாயிற்று. முதலில் எனக்குச் சற்று தயக்கமிருந்தாலும் போகப்போக பிடித்துப்போனது. துணைப்பாட நூலில் சிறுகதையின் கடைசி இரண்டு பாகங்கள் இருந்தன— 'சிவப்பு விளக்குகள்' மற்றும் 'விமானம்'—ஆனால் 'விமானம்' பகுதியை மட்டும் படித்தேன். கிட்டத்தட்ட எட்டுப் பக்கங்கள் கொண்ட அதன் கடைசிவரி இப்படி முடியும், "யாரேனும் நான் உறங்கும்போது என் கழுத்தை நெறித்து எனக்கு உதவக்கூடாதா?" அகுதகவா, இந்த வரிகளை எழுதியபின் தற்கொலை செய்துகொண்டார்.

படித்து முடித்தேன், ஆனால் இன்னும் அவர்கள் குடும்பத்திலிருந்து யாரும் வீடுவந்து சேரவில்லை. தொலைபேசி ஒலிக்கவில்லை, வெளியில் காகங்கள் ஏதும் கரையவில்லை. எங்கும் அசைவற்ற சூழ்நிலை. இலையுதிர்காலத்துச் சூரியன் ஜரிகைத் திரைச்சீலை வழியாக வரவேற்பறையை ஒளியூட்டியது. நேரம் மட்டும் அதன் மெதுவான, நிலையான வழியில் முன்னேறிக்கொண்டிருந்தது. என் காதலியின் சகோதரன் கைகளை மடித்துக் கண்களை மூடியபடி, வாசித்த கடைசி வரிகளைத் தன் மனத்துக்குள் அனுபவிப்பவன்போல அமர்ந்திருந்தான்: "தொடர்ந்து எழுத என்னில் வலுவில்லை. இவ்வுணர்வுகளோடு தொடர்ந்து வாழ்வதென்பது வார்த்தைகளில் சொல்லமுடியாத வலி. யாரேனும் நான் உறங்கும்போது என் கழுத்தை நெறித்து எனக்கு உதவக்கூடாதா?"

உங்களுக்கு இந்தப் படைப்பு பிடிக்கிறதோ இல்லையோ, ஒன்றுமட்டும் தெளிவானது: இது வெளிச்சம் நிறைந்த, தெளிவானதொரு ஞாயிற்றுக்கிழமையில் படிக்கக்கூடிய கதையல்ல. புத்தகத்தை மூடிவிட்டு சுவரிலிருந்த கடிகாரத்தைப் பார்த்தேன். அப்போதுதான் மணி பன்னிரண்டைக் கடந்திருந்தது.

"ஏதோ தவறான புரிதல் ஏற்பட்டிருக்க வேண்டும்" என்றேன். "புறப்பட வேண்டுமென்று நினைக்கிறேன்." நீளிருக்கையிலிருந்து எழுந்திருக்கத் தயாரானேன். அம்மா சிறுவயதிலிருந்தே எனக்குப் பலமுறை சொல்லி வளர்த்திருக்கிறார், உணவு நேரத்தில்

மற்றவர்கள் வீட்டில் இருந்துகொண்டு அவர்களைத் தொந்தரவு செய்யக்கூடாது. நல்லதற்கோ அல்லது கெட்டதற்கோ அது என் இருப்புக்குள் நுழைந்து ஓர் அனிச்சையான வழக்கமாகவே மாறிவிட்டது.

"இவ்வளவுதூரம் வந்துவிட்டாய், ஏன் இன்னும் முப்பது நிமிடங்கள் வரை காத்திருந்து பார்க்கக்கூடாது?" என்று அவளது சகோதரன் கேட்டான். "இன்னும் முப்பது நிமிடங்கள் பார், அப்போதும் அவள் வரவில்லை என்றால் அதற்குப்பின் நீ கிளம்பலாமே?"

அவனது வார்த்தைகள் விசித்திரமானவகையில் தெளிவாக இருந்தன, நான் மீண்டும் அமர்ந்து கைகளை மடிமீது வைத்துக் கொண்டேன்.

"நீ வாய்விட்டுப் படிப்பதில் மிகவும் தேர்ந்தவன்" என்றான், அவன் குரலில் உண்மையிலேயே ஈர்க்கப்பட்டதன் தொனி. "இதை எப்போதாவது, யாராவது உனக்குச் சொல்லியிருக்கிறார்களா?"

இல்லையென்று தலையசைத்தேன்.

"அதன் சாரம் புரியவில்லை என்றால் உன்னால் இப்படிப் படிக்க முடியாது. குறிப்பாக, கடைசிப் பகுதி மிகவும் நன்றாக இருந்தது."

"ஓ" என்று தெளிவற்றமுறையில் பதிலளித்தேன். என் கன்னங்கள் சற்று சிவப்பாவதை உணர்ந்தேன். அந்தப் பாராட்டு இலக்குத்தவறிய ஒன்றைப்போலிருந்தது. மேலும், அது என்னைச் சங்கடப்படுத்தியது. ஆனால் இந்த வார்த்தைகள் இன்னும் அரைமணிநேரம் அவனோடு பேசிக்கொண்டிருப்பதற்காகச் சொல்லப்பட்டவை என்றளவில் புரிந்துகொண்டேன். யாருடனாவது பேச விரும்புகிறவன்போல் இருந்தான்.

அவன், தனது உள்ளங்கைகளை பிரார்த்தனை செய்வதைப் போல, தனக்கு முன்னால் இறுக்கமாக சேர்த்துக் கொண்டான், பிறகு திடீரென இப்படிக் கேட்டான்: "இது விசித்திரமான கேள்வியாக இருக்கலாம், ஆனால் உனக்கு எப்போதாவது நினைவு நின்றுபோயிருக்கிறதா?"

"நிற்பதா?"

"என்ன சொல்லவருகிறேன் என்றால், காலத்தின் ஒரு புள்ளியிலிருந்து மற்றொரு புள்ளிவரை நீ எங்கிருந்தாய் அல்லது என்ன செய்துகொண்டிருந்தாய் என்பது உனக்கு நினைவிருக்காது."

இல்லையென்று தலையசைத்தேன். "எனக்கு எப்போதும் அப்படி நடந்ததில்லை என்று நினைக்கிறேன்."

"அப்படியென்றால், எப்போது என்ன செய்தாய் என்ற விபரங்கள் காலவரிசைப்படி உனக்கு நினைவிருக்கும் இல்லையா?"

"சமீபத்தில் நடந்ததென்றால், ஆமாம் என்று சொல்வேன்."

"ஹ்ம்ம்..." என்று கூறியபடி, சிறிதுநேரத்திற்குப் பின்னந்தலையைச் சொறிந்துகொண்ட பிறகு பேசினான்: "அது இயல்பானது என்றே நினைக்கிறேன்."

அவன் தொடரக் காத்திருந்தேன்.

"உண்மையில், எனக்குப் பலமுறை இவ்வாறு நினைவு தப்பிப்போவது நிகழ்ந்திருக்கிறது. அதாவது, பகல் மூன்று மணிக்கு என் நினைவு நின்றுபோகிறது என்றால், அடுத்து எனக்குத் தெரிவது ஏழு மணிதான். மேலும், அந்த நான்கு மணிநேரங்களுக்கு எங்கிருந்தேன் அல்லது என்ன செய்துகொண்டிருந்தேன் என்பதை என்னால் நினைவுக்குக் கொண்டுவர முடியாது. அந்தநேரத்தில் குறிப்பிட்டுச் சொல்லும்படி எனக்கு ஏதோ நடந்தது என்றில்லை. அதாவது, தலையில் அடிபட்டது அல்லது அதிகமாகக் குடித்துவிட்டேன் அல்லது வேறெதுவும் இல்லை. என்னுடைய வழக்கமான வேலைகளைச் செய்துகொண்டிருப்பேன், திடீரென எவ்வித எச்சரிக்கையும் இல்லாமல் நினைவு துண்டிக்கப்படும். இது எப்போது நடக்கும் என்று முன்கூட்டியே சொல்லமுடியாது. மேலும் எத்தனை மணி நேரத்திற்கு, எத்தனை நாட்களுக்கு என்றுகூடச் சொல்லலாம், என் நினைவு மறைந்துபோகும் என்பதும் எனக்குத் தெரியாது."

"அப்படியா" பேசுவதைத் தொடர்ந்து கேட்கிறேன் என்பதைக் காண்பிக்க முணுமுணுத்தேன்.

"நீ ஒலிநாடாவில் மொஸார்ட்டின் சிம்பொனி ஒன்றைப் பதிவு செய்திருக்கிறாய் என்று கற்பனை செய்துகொள். அதை மீண்டும் இயக்கும்போது ஒலி, இரண்டாவது இயக்கத்தின் நடுப்பகுதியிலிருந்து மூன்றாவது இயக்கத்தின் நடுப்பகுதிக்குத் தாவிச்செல்கிறது, இடையில் இருக்கவேண்டியது மறைந்து போய்விட்டது. அப்படித்தான் இது நடக்கும். 'மறைந்து' என்று சொல்லும்போது ஒலிநாடாவில் அந்த இடத்தில் ஒன்றுமற்ற அமைதியான பதிவு இருக்கிறது என்று அர்த்தம் இல்லை. அது இல்லை, காணாமல் போய்விட்டது. சொல்வது புரிகிறதா?"

"புரிகிறது என்று நினைக்கிறேன்" என்று நிச்சயமற்ற தொனியில் சொன்னேன்.

"அது, இசை என்று வரும்போது ஒருவகையான சங்கடம், உண்மையில் கெடுதல் ஏதுமில்லை, சரிதானே? ஆனால் அது உன் நிஜ வாழ்க்கையில் நடந்தால் வலி, என்னை நம்பு... நான் சொல்லவருவது புரிகிறதா?"

நான் ஆமோதிப்பாகத் தலையசைத்தேன்.

"நீ நிலவின் இருண்ட பகுதிக்குச் சென்று வெறுங்கையுடன் திரும்புகிறாய்."

மீண்டும் தலையசைத்தேன். இந்த உவமையை முழுமையாகப் புரிந்துகொண்டேனா என்று தெரியவில்லை.

"இது, ஒருவகை மரபணுக்கோளாறினால் உருவாவது, என்னைப்போல தெளிவான பாதிப்புள்ளவர்கள் அரிது. பல பத்தாயிரக்கணக்கானவர்களில் ஒருவருக்கு இந்தப் பாதிப்பு உருவாகும். மேலும், நிச்சயமாக அவர்களுக்குள் இதில் வித்தியாசங்கள் இருக்கும். மேல்நிலைப்பள்ளியில் கடைசிவருடம் படித்துக் கொண்டிருந்தபோது பல்கலைக்கழக மருத்துவமனையில் நரம்பியல் நிபுணர் ஒருவர் என்னைச் சோதித்துப் பார்த்தார். அம்மாதான் என்னை அங்கே அழைத்துச் சென்றிருந்தார்."

அவன் சிறிது இடைவெளிவிட்டு மீண்டும் தொடர்ந்தான்: "வேறுவார்த்தைகளில் சொல்வதானால், உன் நினைவுகளின் வரிசை குழப்பத்திற்கு உள்ளாகிறது. உன்னுடைய நினைவுகளில் சிறுபகுதி தவறான இழுப்பறையில் பதுக்கிவைக்கப்பட்டு

விடுகிறது. எனவே, அதைக் கண்டுபிடிப்பது சாத்தியமற்றதற்கு முன்னுள்ள விஷயம் அல்லது உண்மையில் சாத்தியமற்றது. இப்படித்தான் அவர் எனக்கு அதை விளக்கினார். இது உயிரை எடுக்கக்கூடிய அல்லது படிப்படியாக ஞாபகசக்தியை இழக்கவைக்கக் கூடிய பயங்கரமான கோளாறு அல்ல. ஆனால் அன்றாட வாழ்க்கையில் சிக்கலை உண்டாக்கக்கூடியது. இந்தக் கோளாறின் பெயரைச் சொல்லி அவர்கள் சில மாத்திரைகளைக் கொடுத்தார்கள், ஆனால் அந்த மாத்திரைகள் எதுவும் செய்வதில்லை. அவை வெறும் மருந்துப்போலிகள்."

என் காதலியின் சகோதரன் ஒருகணம் அமைதியாக, எனக்குப் புரிகிறதா என்று நுணுக்கமாகக் கவனித்தபடி இருந்தான். அது வீட்டிற்கு வெளியே நின்று சாளரத்தின்வழியாக வெறித்துப் பார்ப்பதுபோல் இருந்தது.

"இந்நிகழ்வுகள் இப்போது வருடத்திற்கு ஒருமுறை அல்லது இருமுறை நடக்கின்றன" என்றான். "அடிக்கடி நடப்பதில்லை, ஆனால் எத்தனைமுறை நடக்கிறது என்பதல்ல விஷயம். அது நடக்கும்போது உண்மையான பிரச்சினைகளை உருவாக்குகிறது. எப்போதாவதுதான் நடக்கிறது என்றாலும் இவ்வகையான நினைவிழத்தலைக் கொண்டிருப்பது, அது எப்போது நிகழும் என்று தெரியாமல் இருப்பது மிகவும் அச்சம்தரக்கூடியது. அது உனக்குப் புரிகிறதா?"

"அஹ்-ம்ம்" என்று தெளிவில்லாமல் பதிலளித்தேன். அவனுடைய புதுமையான, குறுகிய நேரத்தில் சொல்லப்பட்ட கதையைத் தொடரும்போது அவ்வளவுதான் முடிந்தது.

"நான் சொன்னதுபோல, அது எனக்கு நிகழ்கிறது, என்னுடைய நினைவு சட்டென்று நின்றுபோகிறது, அந்த இடைப்பட்ட நேரத்தில் பெரிய சுத்தியலை எடுத்து யாருடைய மண்டையிலேனும் அடித்துவிட்டேன், எனக்குப் பிடிக்காத யாரோ ஒருவராக இருக்கலாம். 'இது மிகவும் மோசமானது' என்று சொல்லி அதைக் கடந்துவிட உன்னால் முடியாது, சரிதானே?"

"அப்படித்தான் நினைக்கிறேன்."

"காவலர்கள் இதில் சம்பந்தப்படுகிறார்கள். அவர்களிடம் இப்படிச் சொல்கிறேன், 'விஷயம் என்னவென்றால்,

எனக்கு எதுவும் நினைவில்லை', அவர்கள் நிச்சயம் இதை ஏற்றுக்கொள்ளப் போவதில்லை, இல்லையா?"

இல்லையென்று தலையசைத்தேன்.

"உண்மையில், எனக்கு சுத்தமாகப் பிடிக்காத ஓரிருவர் இருக்கிறார்கள். என்னை மிகவும் கோபப்படுத்துபவர்கள். என் அப்பாவும் அவர்களில் ஒருவர். ஆனால் இப்படி நினைவுடன் இருக்கும்போது அப்பாவின் தலையில் சுத்தியலால் அடிக்கப்போகிறேனா என்ன? என்னால் என்னைக் கட்டுப்படுத்திக்கொள்ள முடியும். ஆனால் நினைவின்றி இருக்கும்போது என்ன செய்கிறேன் என்பதே எனக்குத் தெரியாது."

எந்தக் கருத்தையும் வெளியிடாமல் தலையை லேசாக சாய்த்தேன்.

"மருத்துவர் அப்படியான ஆபத்திற்குச் சாத்தியமில்லை என்கிறார். எனக்கு நினைவு இல்லாமல் போகும்போது என்னுடைய ஆளுமையை வேறொருவர் எடுத்துக்கொள்ளப் போவதில்லை. அதாவது, டாக்டர்.ஜெகிள் மற்றும் மிஸ்டர். ஹைட்[4] போல. நான் எப்போதும் நான்தான். பதிவு செய்யப்பட்டதில் இரண்டாம் அசைவிலிருந்து மூன்றாம் அசைவின் நடுவில் உள்ள பகுதி மட்டும் காணாமல் போகிறது. எப்போதுமே நான் யார் என்பது என்னுடைய கட்டுப்பாட்டில் இருக்கும், பெரும்பாலும் இயல்பாகவே நடந்துகொள்வேன். மொஸார்ட் திடீரென ஸ்ட்ராவின்ஸ்கி[5]யாக மாறமாட்டார். மொஸார்ட் மொஸார்ட்டாகவே இருப்பார்—ஒருபகுதி மட்டும் எங்கோ இருக்கும் இழுப்பறைக்குள் காணாமல் போய்விடுகிறது."

இந்த இடத்தில் அவன் அமைதியாகி, தன்னுடைய இரட்டை இறக்கை விமானத்தின் படமுள்ள காஃபி குவளையிலிருந்து ஒரு மிடறு அருந்திக்கொண்டான். எனக்கும் கொஞ்சம் காஃபி இருந்தால் நன்றாக இருக்கும் என்று விரும்பினேன்.

---

4. ராபர்ட் லூயிஸ் ஸ்டீவன்சன் எழுதிய Strange Case of Dr Jekyll and Mr Hyde குறுநாவலில் வரும் கதாபாத்திரங்கள்.

5. 19ஆம் நூற்றாண்டைச் சேர்ந்த ரஷ்ய இசையமைப்பாளர், பியானோ கலைஞர் மற்றும் இசை நடத்துநர்.

"குறைந்தபட்சம் அதுதான் மருத்துவர்கள் எனக்குச் சொன்னது. ஆனால் மருத்துவர்கள் எதைச்சொன்னாலும் அதில் ஒருகல் உப்பைச் சேர்த்துதான் புரிந்துகொள்ள வேண்டும். மேல்நிலைப்பள்ளியில் இருந்தபோது அது எனக்குப் பீதியை உண்டாக்கியது. ஒருவேளை, என்ன செய்கிறேன் என்று தெரியாதபோது, உடன் பயிலும் மாணவர்கள் யாருடைய தலையிலாவது சுத்தியலால் அடித்துவிடுவேனோ என்று பயந்தேன். மேல்நிலைப்பள்ளி வயதில் இருக்கும்போது, உண்மையில் நீ யார் என்று உனக்குத் தெரியாது இல்லையா? மேலும் நினைவில்லாமல் போவதற்கான மனவலியை இதனோடு சேர்த்துக்கொள், உன்னால் தாங்கிக்கொள்ள முடியாது."

அமைதியாக தலையசைத்தேன். அவன் சொல்வது சரியாக இருக்கலாம்.

"இதனால் பள்ளிக்குச் செல்வதையே கிட்டத்தட்ட நிறுத்திக்கொண்டேன்" என் காதலியின் சகோதரன் தொடர்ந்தான். "இதுகுறித்து எவ்வளவு யோசித்தேனோ, அவ்வளவு பீதியடைந்தேன், பள்ளிக்குச் செல்லவேண்டும் என்ற எண்ணத்தை என்னால் உருவாக்கிக்கொள்ள முடியவில்லை. அம்மா, என் சூழ்நிலையை ஆசிரியரிடம் விளக்கினார், பெரும்பாலான நாள்கள் பள்ளிக்கு வராமல் இருந்தாலும் என்னுடைய நிலையை விதிவிலக்காகக் கொண்டு என்னைத் தேர்வெழுத அனுமதித்தனர். எனது பள்ளி, என்னைப்போன்ற சிக்கலான மாணவனை எவ்வளவு சீக்கிரம் வெளியே அனுப்ப முடியுமோ அவ்வளவு நல்லது என்று நினைத்திருக்கலாம். ஆனால் நான் கல்லூரிக்குச் செல்லவில்லை. என்னுடைய மதிப்பெண்கள் அவ்வளவு மோசமில்லை, என்னால் ஏதேனும் கல்லூரியில் சேர்ந்திருக்க முடியும், ஆனால் எனக்கு வெளியே செல்லும் தைரியம் இல்லை. அப்போதிருந்து வீட்டிற்குள்ளேயே சுற்றிக்கொண்டிருக்கிறேன். நாயை வெளியே நடைக்கு அழைத்துச் செல்வதுண்டு, அதைத்தவிர வீட்டைவிட்டு வெளியேறுவது அபூர்வம். சமீபமாக முன்னளவு பீதி அல்லது வேறெதையும் உணரவில்லை. விஷயங்கள் இன்னும் கொஞ்சம் அமைதியடைந்தால் அநேகமாக கல்லூரிக்குச் செல்லத் தொடங்குவேன் என்று நினைக்கிறேன்."

அதற்குப்பின் அவன் அமைதியானான், நானும் அமைதியாக அமர்ந்திருந்தேன். என்ன பேசுவதென்று எனக்குப் புரியவில்லை. என் காதலி, தனது சகோதரன்குறித்து ஏன் எதுவும் பேச விரும்புவதில்லை என்று புரிந்தது.

"எனக்காக அந்தக் கதையை வாசித்ததற்கு நன்றி" என்றான். "'சுழலும் சக்கரங்கள்' மிகநன்றாக இருந்தது. நிச்சயமாக அது சோகமான கதை, ஆனால் அதன் சிலவரிகள் உண்மையில் என்னைப் பாதித்தன. உனக்கு நிச்சயம் காஃபி வேண்டாமா? தயாரிக்க ஒரு நிமிடம்தான் ஆகும்."

"இல்லை, பரவாயில்லை. நான் சீக்கிரம் கிளம்புவது நல்லது."

அவன் மீண்டும் சுவரில் இருந்த கடிகாரத்தைப் பார்த்தான். "நீ ஏன் ஒருமணி வரையில் காத்திருக்கக்கூடாது. ஒருவேளை, அப்போதும் யாரும் வரவில்லை என்றால் நீ கிளம்பலாம். நான் மேலே என்னுடைய அறையில் இருப்பேன். எனவே, நீ தனியாக இருக்கலாம். என்னைப்பற்றிய கவலை வேண்டாம்."

சரியென்று தலையசைத்தேன்.

"சயோகோவுடன் வெளியே செல்வது சுவாரஸ்யமாக இருக்கிறதா?" என் காதலியின் சகோதரன் மீண்டும் ஒருமுறை கேட்டான்.

ஆமோதிப்பாக தலையசைத்தேன். "சுவாரஸ்யமாகத்தான் இருக்கிறது."

"எது சுவாரஸ்யம்?"

"அவளைப்பற்றி எனக்குத் தெரியாத விஷயங்கள் எவ்வளவு இருக்கின்றன என்பது" என்று பதிலளித்தேன். மிக நேர்மையான பதில் என்று நினைக்கிறேன்.

"ஹ்ம்ம்…" என்றான் அதைப்பற்றி யோசித்தபடி. "நீ இதைக் குறிப்பிட்டபின் எனக்குத் தோன்றுகிறது. அவள் என் தங்கை, ரத்த உறவு, ஒரே மரபணு எல்லாமும், நாங்கள் இருவரும் அவள் பிறந்ததிலிருந்து ஒரே கூரையின்கீழ் வாழ்கிறோம். ஆனால் அவளைப்பற்றி என்னால் புரிந்துகொள்ள முடியாத விஷயங்கள் கணக்கற்ற அளவில் உள்ளன. எனக்கு அவளைத் தெரியவில்லை—இதை எப்படிச் சொல்வது? எது அவளுக்கு

உந்துதல் அளிக்கக்கூடியது? அந்த விஷயங்களை எனக்காக நீ புரிந்துகொண்டால் நன்றாக இருக்கும். புரிந்துகொள்ள முயற்சி செய்யாமல் இருப்பதே நல்லது எனும்படியான சில விஷயங்களும் இருக்கும் என்றாலும்."

கையில் காஃபி குவளையோடு அவன் நாற்காலியிலிருந்து எழுந்தான்.

"எப்படியோ, உன்னால் முடிந்தவரை முயற்சி செய்" என்றான். மற்றொரு கையை என்னை நோக்கி அசைத்துவிட்டு அந்த அறையை விட்டுச் சென்றான்.

"நன்றி" என்றேன்.

ஒரு மணி ஆகியும் யாரும் திரும்பிவருவதுபோல் தெரியவில்லை. எனவே, தனியாக முன்பக்கக் கதவுக்குச் சென்றேன். செருப்பை மாட்டிக்கொண்டு அங்கிருந்து கிளம்பினேன். பைன் மரங்களின் காட்டைக் கடந்து ரயில் நிலையத்திற்குச் சென்று ரயிலில் ஏறி வீட்டிற்கு வந்துசேர்ந்தேன். அதுவொரு வித்தியாசமான, அசைவற்ற மற்றும் அமைதியான இலையுதிர்காலத்து ஞாயிற்றுக்கிழமை மதியம்.

இரண்டு மணிக்குப் பிறகு காதலியிடமிருந்து தொலைபேசி அழைப்பு வந்தது. "நீ அடுத்த ஞாயிற்றுக்கிழமைதான் வருவதாக இருந்தது" என்றாள். எனக்கு அதில் முழுஒப்புதல் இல்லை. ஆனால் அவள் அந்த விஷயத்தில் மிகவும் தெளிவாக இருந்தாள் என்பதால் ஒருவேளை, அவள் சொல்வதுகூட சரியாக இருக்கலாம். அவளது இடத்திற்கு ஒரு வாரத்திற்கு முன்னதாகச் சென்றதற்காக பணிவுடன் மன்னிப்புக் கேட்டேன்.

அவளது வீட்டில் காத்திருந்தபோது நானும் அவளது அண்ணனும் உரையாடலில் ஈடுபட்டிருந்தோம் என்று அவளிடம் கூறவில்லை—அநேகமாக 'உரையாடல்' என்பது சரியான வார்த்தையாக இல்லாமல் இருக்கலாம். ஏனென்றால் அடிப்படையில் நான் அவன் சொல்வதைக் கேட்டுக் கொண்டிருந்தேன். அகுதகவாவின் 'சுழலும் சக்கரங்கள்' கதையை அவனுக்குப் படித்துக் காட்டியதை, அவன் தனக்கிருந்த நினைவிழப்பு நோய் குறித்து என்னிடம் கூறியதை

அவளிடம் சொல்லாமல் இருப்பதே சரி என்று எனக்குத் தோன்றியது. ஒருவேளை, இந்த விஷயங்களை அவன் அவளிடம் சொல்லவில்லை என்றால் நான் சொல்வதற்கு எவ்விதக் காரணங்களும் இல்லை.

***

பதினெட்டு வருடங்கள் கழித்து அவளது சகோதரனை மீண்டும் சந்தித்தேன். அது, அக்டோபர் மாதத்தின் நடுப்பகுதி. அப்போது எனக்கு முப்பத்தைந்து வயது, டோக்கியோவில் என் மனைவியுடன் வசித்துக் கொண்டிருந்தேன். என்னுடைய வேலை, என்னை எப்போதும் பரபரப்பாக வைத்திருந்ததால் மிக அரிதாகத்தான் மீண்டும் கோபேவுக்கு சென்றேன்.

அது பின்மதியம், சரிசெய்யக் கொடுத்திருந்த கைக்கடிகாரத்தை வாங்குவதற்காக ஷிபூயாவிலுள்ள குன்றின்மீது நடந்து சென்றுகொண்டிருந்தேன். ஏதோ சிந்தனையில் ஏறிக்கொண்டிருந்தபோது என்னைக் கடந்துசென்ற மனிதர் என்னை அழைத்தார்.

"மன்னிக்கவும்" என்றார். அவரிடமிருந்தது தெளிவான கான்சாய் பேச்சுவழக்கு. நின்று திரும்பி அடையாளம் தெரியாத அந்த மனிதரைப் பார்த்தேன். அவருக்கு என்னைவிடச் சற்று வயது அதிகம், உயரமும் சிறிது அதிகம். அடர் சாம்பல்நிற மேலங்கி அணிந்திருந்தார், கழுத்துப்பட்டி இல்லாத வட்டக் கழுத்து, பாலேட்டு நிறத்தில் காஷ்மீரி கம்பளிச்சட்டை, அரக்குநிறக் காற்சட்டை அணிந்திருந்தார். குட்டையான தலைமுடி, தடகள வீரரைப் போன்ற தளராத உடற்கட்டு மற்றும் ஆழமான பழுப்புநிறம் (கோல்ஃப் விளையாட்டினால் உண்டாகும் பழுப்பு நிறம்போல இருந்தது). அவரது அம்சங்கள் மாசற்றவை என்று சொல்ல முடியாவிட்டாலும் ஈர்க்கக்கூடியதாக இருந்தன. அழகன் என்றே சொல்வேன். இம்மனிதர், தன்னுடைய வாழ்க்கைகுறித்து மகிழ்ச்சியாக இருப்பவர் என்று எனக்குத் தோன்றியது. நன்கு வளர்க்கப்பட்ட மனிதர் என்பது என்னுடைய யூகம்.

"உங்கள் பெயர் எனக்கு நினைவில்லை. ஆனால் நீங்கள் என் தங்கையின் நண்பராக சிலகாலம் இருந்தீர்கள் இல்லையா?" என்று கேட்டார்.

அவரது முகத்தை மீண்டும் கவனமாகப் பார்த்தேன். ஆனால் எனக்கு எதுவும் நினைவுக்கு வரவில்லை.

"உங்களுடைய தங்கையா?"

"சயோகோ" என்றார். "நீங்கள் இருவரும் மேல்நிலைப்பள்ளியில் ஒரே வகுப்பில் படித்தீர்கள் என்று நினைக்கிறேன்."

என் பார்வை பாலேட்டு நிற கம்பளிச்சட்டையின் முன்பக்கமிருந்த தக்காளிச்சாறு கறையில் நிலைகொண்டது. அவர் சுத்தமான ஆடையை அணிந்திருந்தார். அந்தச் சிறுகறை, அதிலிருந்து தனித்துத் தெரிந்தது. திடீரென நினைவுக்கு வந்தது—தூக்கக் கலக்கமான கண்களுடன், ரொட்டித்துணுக்குகள் ஒட்டிக்கொண்டிருந்த அடர்நீல வட்டக்கழுத்துடைய கம்பளிச்சட்டை அணிந்திருந்த அந்தச் சகோதரன்.

"இப்போது ஞாபகம் வந்துவிட்டது" என்றேன். "நீங்கள் சயோகோவின் மூத்த சகோதரர். ஒருமுறை, உங்கள் வீட்டில் சந்தித்தோம் இல்லையா?"

"நீங்கள் சொல்வது சரி. நீங்கள் அகுதகவாவின் 'சுழலும் சக்கரங்கள்' கதையை எனக்காக வாசித்தீர்கள்."

சிரித்தேன். "ஆனால் இவ்வளவு கூட்டத்தில் நீங்கள் என்னை அடையாளம் கண்டுகொண்டது ஆச்சரியமாக இருக்கிறது. நாம் ஒரேயொருமுறை மட்டுமே சந்தித்திருக்கிறோம், அதுவும் வெகுகாலத்திற்கு முன்பு."

"ஏனென்று தெரியாது, ஆனால் நான் முகங்களை மறப்பதில்லை. மேலும், நீங்கள் மாறவேயில்லை."

"ஆனால் நீங்கள் நிறைய மாறிவிட்டீர்கள்" என்றேன். "இப்போது முற்றிலும் வேறுமாதிரியாக இருக்கிறீர்கள்."

"இருக்கலாம்—கடந்தகாலத்தில் நிறைய நிகழ்வுகள், அவற்றைப் பற்றி பேசிப் பயனில்லை" என்றார் புன்னகைத்தபடி. "உங்களுக்கே தெரியும், என்னைப் பொறுத்தவரை விஷயங்கள் சிலகாலம் மிகச் சிக்கலானவையாக இருந்தன."

"சயோகோ எப்படியிருக்கிறாள்?" என்று கேட்டேன்.

சங்கடமான பார்வையை ஒருபக்கம் வீசி தன்னைச் சுற்றியுள்ள காற்றின் அடர்த்தியை அளவிடுபவர்போல மெதுவாக மூச்சை இழுத்துப் பின்பு வெளியேற்றினார்.

"இங்கே தெருவில் நின்று பேசுவதற்குப் பதிலாக ஏன் எங்காவது அமர்ந்து பேசக்கூடாது? அதாவது, உங்களுக்கு வேலை எதுவும் இல்லையென்றால்" என்றார்.

"அவசர வேலை எதுவும் இல்லை" என்றேன்.

"சயோகோ காலமாகிவிட்டாள்" என்று நிதானமான குரலில் கூறினார். நாங்கள் அருகிலிருந்த காஃபி விடுதியில், பிளாஸ்டிக் மேசையொன்றில் எதிரெதிரே அமர்ந்திருந்தோம்.

"காலமாகிவிட்டாளா?"

"இறந்துவிட்டாள். மூன்று வருடத்திற்குமுன்பு."

பேச்சற்றுப் போனேன். வாய்க்குள் நாக்கு வீங்கிக்கொண்டதுபோல் உணர்ந்தேன். சேரும் எச்சிலை விழுங்குவதற்கு முயற்சி செய்தேன், ஆனால் முடியவில்லை.

நான் கடைசியாக சயோகோவைப் பார்த்தது, இருபது வருடங்களுக்கு முன்னால், அப்போதுதான் அவளுக்கு ஓட்டுநர் உரிமம் கிடைத்திருந்தது, கோபேயின் ரோக்கோ மலை உச்சிக்கு, அவளது அப்பாவின் வெள்ளைநிற டொயோட்டா கிரௌன் வண்டியில் என்னை அழைத்துச்சென்றாள். அவள் வண்டியோட்டும் விதம் சற்று மோசமாகத்தான் இருந்தது, ஆனால் மிகவும் உற்சாகமாக வண்டியை ஓட்டினாள். யூகிக்கக்கூடியதாக வானொலி பீட்டில்ஸின் பாடல் ஒன்றைப் பாடிக்கொண்டிருந்தது. எனக்கு நன்றாக நினைவிலுள்ளது. "ஹலோ, குட் பை." *you say goodbye and I say hello.* முன்பே சொன்னதுபோல, அந்தக் காலகட்டத்தில் அவர்களது பாடல்கள் எங்கும் ஒலித்துக் கொண்டிருந்தன. அவள் இறந்துவிட்டாள், இந்த உலகத்தில் அவள் இனியில்லை என்ற உண்மையை என்னால் ஏற்றுக்கொள்ள முடியவில்லை. இதை எப்படிச் சொல்வது என்று எனக்குப் புரியவில்லை அதீத கற்பிதமாகத் தோன்றியது.

"எப்படி அவள்.... இறந்தாள்?" என்று கேட்டேன், வாய் உலர்ந்துபோனது.

தனது சொற்களை கவனமாகத் தேர்ந்தெடுப்பவர்போல, "தற்கொலை செய்துகொண்டாள்" என்றார். "அவளுக்கு இருபத்தாறு வயதிருக்கும்போது அவள் வேலைசெய்த காப்பீட்டு நிறுவனத்தில் உடன் வேலைசெய்தவரைத் திருமணம் செய்துகொண்டாள், இரண்டு குழந்தைகள் பெற்றுக்கொண்டாள், பிறகு தற்கொலை செய்துகொண்டாள். அவளுக்கு முப்பத்து இரண்டு வயதுதான் ஆகியிருந்தது."

"குழந்தைகளை கைவிட்டுச்சென்றாளா?"

முன்னாள் காதலியின் சகோதரர் ஆமோதிப்பாகத் தலையசைத்தார். "மூத்தது ஆண் குழந்தை, இளையது பெண்குழந்தை. இப்போது அவளது கணவர்தான் குழந்தைகளைக் கவனித்துக் கொள்கிறார், நானும் அவ்வப்போது சென்று பார்ப்பேன். அற்புதமான குழந்தைகள்."

எனக்கு இன்னமும் இவையனைத்தின் நிதர்சனத்தைத் தொடர்வது சிக்கலாக இருந்தது. என் முன்னாள் காதலி தற்கொலை செய்துகொண்டுவிட்டாள், அதுவும் இரண்டு சிறு குழந்தைகளைக் கைவிட்டுவிட்டு?

"அவள் ஏன், அப்படிச் செய்யவேண்டும்?"

அவர் தலையசைத்தார். "ஏன் என்று யாருக்குமே தெரியாது. அவள் கவலையில் அல்லது மனச்சோர்வில் இருப்பதாகக் காட்டிக்கொள்ளவில்லை. அவளது உடல்நிலை நன்றாகத்தான் இருந்தது, அவளுக்கும் அவளது கணவருக்குமிடையே உறவும் நன்றாகவே இருந்தது, தன் குழந்தைகள்மீது மிகுந்த அன்போடு இருந்தாள். மேலும் அவள் கடிதமோ அல்லது வேறு எதுவுமோ விட்டுச் செல்லவில்லை. அவளது மருத்துவர், அவளுக்குத் தூக்க மாத்திரைகளைப் பரிந்துரைத்திருந்தார், அவள் அவற்றை கொஞ்சம்கொஞ்சமாக சேகரித்து மொத்தமாக ஒரேமுறையில் எடுத்துக் கொண்டுவிட்டாள். எனவே, தன்னைக் கொன்றுகொள்ளத் திட்டமிட்டுக் கொண்டிருந்தாள் என்று தெரிகிறது. உயிரை விட விரும்பி, ஆறு மாதங்களாக, சிறுகச்சிறுக மாத்திரைகளைச் சேமித்து வைத்திருந்திருக்கிறாள். இது, திடீரென்று உருவான தூண்டல் அல்ல."

வெகுநேரம் அமைதியாக இருந்தேன். அவரும் அவ்வாறே இருந்தார். இருவரும் அவரவர் சிந்தனையில் மூழ்கியிருந்தோம்.

அந்த நாள், ரோக்கோ மலையின் உச்சியிலிருந்த காஃபி விடுதியில் வைத்து நானும் என் காதலியும் பிரிந்தோம். அப்போது டோக்கியோவில் இருந்த கல்லூரிக்குச் சென்றுகொண்டிருந்தேன், அங்கிருந்த பெண்ணுடன் எனக்குக் காதல் ஏற்பட்டிருந்தது. எனவே, வெளிப்படையாக அனைத்தையும் அவளிடம் ஒப்புக்கொண்டேன். அவள் ஒரு வார்த்தைகூடப் பேசாமல் தனது கைப்பையை எடுத்துக்கொண்டு எழுந்து விடுதியைவிட்டு விரைந்து சென்றாள், என்னை அவ்வளவாக திரும்பிப் பார்க்கக்கூட இல்லை.

அங்கிருந்து கேபிள்கார் மூலம் தனியாக மலையிறங்கி வந்தேன். அவள் வெள்ளைநிற டொயோட்டா கிரௌன் வண்டியை வீட்டிற்கு ஓட்டிச்சென்றிருக்க வேண்டும். அது அழகான, வெளிச்சம் நிறைந்த நாள், கேபிள்கார் பெட்டியின் கண்ணாடிவழியாக கோபே முழுவதையும் பார்க்க முடிந்தது. அது அற்புதமான காட்சி.

சயோகோ, அதைத்தொடர்ந்து கல்லூரிக்குச் சென்றாள், பெரிய காப்பீட்டு நிறுவனத்தில் வேலைக்குச் சேர்ந்தாள், தன்னுடன் வேலை பார்ப்பவரைத் திருமணம் செய்துகொண்டாள், குழந்தைகள் பெற்றாள், தூக்க மாத்திரைகளை சேமித்து வைத்தாள், பிறகு தற்கொலை செய்துகொண்டாள்.

அன்றில்லை என்றாலும் சிறிதுகாலத்திற்குப் பிறகேனும் அவளைப் பிரிந்திருப்பேன். ஆனால் இன்னமும் நாங்கள் ஒன்றாகக் கழித்த வருடங்கள் குறித்த இனிய நினைவுகள் என்னிடம் உண்டு. அவள், என் முதல் காதலி. எனக்கு அவளை மிகவும் பிடிக்கும். அவள்தான் பெண்ணுடலை எனக்குக் கற்பித்தவள். நாங்கள் அனைத்துவிதமான புதிய விஷயங்களையும் ஒன்றாக அனுபவித்தோம், அற்புதமான தருணங்களைப் பகிர்ந்துகொண்டோம், அனைத்தும் பதின்மத்தில் இருக்கும்போது மட்டுமே சாத்தியமுள்ளவை.

இப்போது இதைச் சொல்வதற்குக் கடினமாக உள்ளது, ஆனால் அவள் எப்போதும் அந்தத் தனிப்பட்ட மணிச்சத்தத்தை

168

என் காதுகளுக்குள் உருவாக்கவில்லை. என்னால் எவ்வளவு உன்னிப்பாகக் கேட்கமுடியுமோ கேட்டிருக்கிறேன், ஒருமுறைகூட அது ஒலிக்கவில்லை. துரதிர்ஷ்டவசமானதுதான். ஆனால் டோக்கியோவில் சந்தித்த பெண், எனக்குள் அதை உருவாக்கினாள். இது, உங்கள் விருப்பம்போல தர்க்கரீதியாக அல்லது ஒழுக்கமுறை சார்ந்து நீங்கள் தேர்ந்தெடுக்கும் விஷயமல்ல. ஒன்று, அது நிகழும் அல்லது நிகழாது. நிகழும்போது அதன் சொந்த இசைவின்பேரில் உங்களது பிரக்ஞைக்குள் அல்லது ஆன்மாவின் ஆழமானதொரு புள்ளிக்குள் நிகழும்.

"**உ**ங்களுக்குத் தெரியுமா" என் முன்னாள் காதலியின் சகோதரர் கூறினார், "சயோகோ தற்கொலை செய்துகொள்வாள் என்று எனக்குத் தோன்றியதே இல்லை, ஒருமுறைகூட. உலகத்தில் இருக்கும் அனைவரும் தற்கொலை செய்துகொண்டாலும் அவள் உயிரோடு, நல்லபடியாக இருப்பாள் என்று புரிந்துவைத்திருந்தேன்—தவறென்று பின்னால் தெரிந்தது. ஏமாற்றமடைகிற அல்லது தனக்குள் கவலையைப் புதைத்துவைத்துக்கொள்கிற வகையினளாக அவளை என்னால் பார்க்க முடிந்ததில்லை. நேர்மையாகச் சொன்னால், அவள் சற்று மேலோட்டமானவள் என்று நினைத்திருக்கிறேன். நான் எப்போதுமே அவள்மீது கவனம் செலுத்தியதில்லை, என் விஷயத்தில் அவளும் அப்படித்தான் இருந்தாள் என்று நினைக்கிறேன். ஒருவேளை, நாங்கள் இருவரும் ஒரே அலைவரிசையில் இல்லாமல் இருக்கலாம்... உண்மையில், என்னால் என்னுடைய இன்னொரு தங்கையுடன் ஒத்துப்போக முடிந்தது. ஆனால், இப்போது சயோகோவிற்கு ஏதோ கெடுதல் செய்துவிட்டதாக உணர்கிறேன், அது எனக்கு வலியைத் தருகிறது. ஒருவேளை, நான் அவளைத் தெரிந்துகொள்ளவேயில்லையோ. அவளைப்பற்றிய எந்த விஷயத்தையும் புரிந்துகொள்ளவில்லையோ. ஒருவேளை, என்னுடைய சொந்த வாழ்க்கையிலேயே மூழ்கி இருந்துவிட்டேனா. ஒருவேளை, என்னைப்போன்ற ஒருவனுக்கு அவளது வாழ்க்கையைக் காப்பாற்றும் சக்தி இல்லையோ. ஆனால் அவளைப்பற்றி ஏதேனும் புரிந்துகொண்டிருக்க வேண்டும். அது, அதிகமாக இல்லாவிட்டாலும் பரவாயில்லை. இதைத் தாங்கிக்கொள்வதுதான் இப்போது மிகவும் கடினமாக இருக்கிறது. மிகவும் கர்வத்துடன், சுயநலமாக இருந்துவிட்டேன்."

இதில் நான் சொல்வதற்கு எதுவும் இல்லை. நானும்கூட அவளைப் புரிந்துகொள்ளவேயில்லை. அவரைப்போலவே, நானும் சொந்த வாழ்க்கையில் மூழ்கியிருந்தேன்.

எனது முன்னாள் காதலியின் சகோதரர் கூறினார்: "நீங்கள் அன்று எனக்குப் படித்துக் காண்பித்த அகுதகவாவின் 'சுழலும் சக்கரங்கள்' கதையில் ஒருபகுதி வரும், விமானி ஒருவன் ஆகாயத்தில் உள்ள காற்றை சுவாசித்துப் பழகியபின் அவனுக்கு பூமியிலுள்ள காற்றைச் சுவாசிக்கமுடியாமல் போகும்... 'விமானநோய்' என்றழைப்பார்கள். உண்மையில், அப்படியான நோய் இருக்கிறதா அல்லது இல்லையா என்று எனக்குத் தெரியவில்லை, ஆனால் அந்த வரிகளை இன்னமும் நினைவில் வைத்திருக்கிறேன்."

"அந்தச் சிலமணி நேரங்களுக்கு நினைவு நின்றுபோகக்கூடிய நிலை சரியாகிவிட்டதா? "என்று கேட்டேன். விஷயத்தை சயோகோவிடமிருந்து மாற்ற விரும்பினேன் என்று நினைக்கிறேன்.

"ஓ, சரி, அதுவா..." கண்களைச் சுருக்கியபடி கூறினார்: "அது சற்று விசித்திரமானது, திடீரென்று என்னைவிட்டுப் போய்விட்டது. அது மரபணுக்கோளாறு, காலப்போக்கில் இன்னமும் மோசமடைந்திருக்க வேண்டும், அப்படித்தான் மருத்துவர் கூறினார், ஆனால் திடீரென்று அது காணாமல்போனது. அது என்னிடம் இருந்ததேயில்லை என்பதுபோல, துர்ஆவி ஒன்று என்னிலிருந்து வெளியேற்றப்பட்டதுபோல."

"இதைக் கேட்டதில் மகிழ்ச்சி" என்றேன். உண்மையிலேயே மகிழ்ச்சியடைந்தேன்.

"உங்களைச் சந்தித்த சிறிதுநாட்களிலேயே அது நடந்தது. அதன்பிறகு அப்படியான நினைவிழப்பு எதையும் அனுபவிக்கவில்லை. ஒருமுறைகூட இல்லை. அமைதியாக உணர்ந்தேன், நல்ல கல்லூரியில் இடைப்பருவத்தில் சேர்ந்து பட்டம் பெற்று, அப்பாவின் தொழிலை ஏற்றுக்கொண்டேன். அதிலிருந்து சில வருடங்களுக்கு விஷயங்கள் வேறுபாதையில் சென்றன, ஆனால் இப்போது இயல்பான வாழ்க்கை வாழ்ந்துகொண்டிருக்கிறேன்."

"இதைக் கேட்பதில் மிக்க மகிழ்ச்சி." என்று மீண்டும் கூறினேன். "ஆக, நீங்கள் சுத்தியலால் உங்கள் அப்பாவின் தலையிலடிப்பதில் இது முடியவில்லை."

"நீங்கள் முட்டாள்தனமான விஷயங்களைக்கூட நினைவில் வைத்திருக்கிறீர்கள், இல்லையா" என்று அவர் சத்தமாகச் சிரித்தார். "இருந்தாலும் வியாபார நிமித்தமாக டோக்கியோவிற்கு அடிக்கடி வருவதில்லை, இவ்வளவு பெரிய நகரத்தில் உங்களைச் சந்திக்க முடிந்தது மிகவும் விநோதமானது. ஏதோவொன்று நம்மைச் சந்திக்கவைத்தது என்று நினைக்காமலிருக்க முடியவில்லை."

"நிச்சயமாக" என்றேன்.

"நீங்கள் என்னசெய்கிறீர்கள்? நீங்கள் இவ்வளவு காலமாக டோக்கியோவில்தான் இருந்தீர்களா?"

"கல்லூரியில் பட்டம் பெற்றபிறகு உடனே திருமணம் செய்துகொண்டேன்" என்று அவரிடம் கூறினேன். "அப்போதிருந்து டோக்கியோவில்தான் வசிக்கிறேன். தற்சமயம் எழுத்தாளராக வாழ்க்கையை நடத்திக்கொண்டிருக்கிறேன்."

"எழுத்தாளரா?"

"ஆமாம். முழுமையாக இல்லாவிட்டாலும் குறிப்பிட்ட அளவு."

"உண்மையிலேயே நீங்கள் வாய்விட்டுப் படிப்பதில் சிறந்தவர்" என்றார், அவர். "இப்போது இதைச்சொல்வது உங்களுக்குச் சுமையாக இருக்கலாம், ஆனால் சயோகோவிற்கு உங்களைத்தான் அதிகம் பிடித்திருந்தது என்று நினைக்கிறேன்."

நான் பதிலேதும் கூறவில்லை. அதன்பிறகு என் முன்னாள் காதலியின் சகோதரர் எதுவும் பேசவில்லை.

அதோடு நாங்கள் விடைபெற்றுக் கொண்டோம். சரிசெய்யக் கொடுத்திருந்த என் கடிகாரத்தை வாங்கச் சென்றேன், என் முன்னாள் காதலியின் மூத்த சகோதரர் மெதுவாக மலையிலிருந்து இறங்கி ஷிபுயா ரயில் நிலையத்தை நோக்கிச் சென்றார். கனமான மேலங்கி அணிந்த அவரது உருவம் அந்த மதிய நேரத்துக் கூட்டத்தில் விழுங்கப்பட்டது.

அதன்பிறகு நான் அவரைச் சந்திக்கவே இல்லை. காலம் எங்களை இரண்டாவது முறையாக இணைத்தது. சந்திப்புகளின் இடையே கிட்டத்தட்ட இருபதுவருட இடைவெளி, முன்னூறு மைல்கள் தள்ளியிருந்த நகரங்களில் வசித்த நாங்கள், மேசையில் அமர்ந்து காஃபியை அருந்தியபடி சிலவிஷயங்கள் குறித்துப் பேசினோம். ஆனால் இப்படியான விஷயங்கள் காஃபியின்போது பேசக்கூடியவையல்ல. எங்களுடைய பேச்சில் இன்னமும் முக்கியமான ஒன்று இருந்தது, எங்களுக்கு அர்த்தமுள்ளதாகத் தோன்றிய விஷயம், எங்களது வாழ்க்கையை நாங்கள் வாழும்விதத்தில் உள்ள ஏதோவொன்று. இருப்பினும் அது வெறும் குறிப்புதான், தற்செயலாக எங்களுக்கு அளிக்கப்பட்டது. முறைப்படுத்தப்பட்ட அல்லது ஸ்தூலமான வழியில் எங்கள் இருவரையும் இணைக்கக்கூடியதென எதுவுமேயில்லை. (கேள்வி: இவ்விரு மனிதர்களது வாழ்க்கையின் எக்கூறுகள் அவர்களுடைய இரண்டு சந்திப்புகள் மற்றும் உரையாடல்கள்வழி குறியீடாகப் பரிந்துரைக்கப்படுகிறது?)

'பீட்டில்ஸுடன்' எல்.பி. இசைத்தட்டை வைத்திருந்த அந்த அழகான இளம்பெண்ணையும் அதன்பிறகு சந்திக்கவே இல்லை. சிலசமயங்களில் நான் வியப்பதுண்டு—அவள் இன்னமும் அந்த மேல்நிலைப்பள்ளியின் மங்கலான வெளிச்சமுள்ள தாழ்வாரத்தில், 1964ஆம் வருடத்தில், தனது அரைப்பாவாடையின் ஓரங்கள் படபடக்க விரைந்து கொண்டிருக்கிறாளா? இப்போதும் அதே பதினாறு வயதில், ஜான், பால், ஜார்ஜ் மற்றும் ரிங்கோ பாதி வெளிச்சத்தில் இருக்கும் புகைப்படமுள்ள அந்த அற்புதமான பாடல் தொகுப்பினை, அவளது வாழ்க்கையே அதில் அடங்கியிருப்பதுபோல இறுகப் பற்றியபடி.

***

பெண்களற்ற ஆண்கள்

நள்ளிரவு ஒரு மணிக்குப் பிறகு அந்தத் தொலைபேசி அழைப்பு என்னை எழுப்பியது. நடுஇரவில் ஒலிக்கும் தொலைபேசி மணி எப்போதும் இனிமையற்றதாகவும் விரும்பத்தகாத ஒன்றாகவும் இருக்கிறது. உலகத்தை அழிக்கக் கிளம்பியிருக்கும் அநாகரிகமான உலோகக்கருவி போல. மனிதகுலத்தின் அங்கத்தினன் என்றவகையில் அதை நிறுத்துவது என்னுடைய கடமை என்று உணர்ந்தேன் என்பதால் படுக்கையை விட்டு எழுந்து மெதுவாக முன்னறைக்குச் சென்று தொலைபேசியை எடுத்தேன்.

ஓர் ஆணின் தணிவான குரல், பெண்ணொருத்தி இந்த உலகத்திலிருந்து நிரந்தரமாக மறைந்துவிட்ட செய்தியை எனக்கு அறிவித்தது. அந்தக் குரல். பெண்ணின் கணவருடையது. குறைந்தபட்சம் அப்படித்தான் அவர் கூறினார். கூறிவிட்டு மேலும் தொடர்ந்தார், கடந்த புதன்கிழமையன்று என் மனைவி தற்கொலை செய்துகொண்டாள். எது எப்படி இருப்பினும், உங்களுக்குத் தெரிவிக்க வேண்டும் என்று நினைத்தேன். எது எப்படி இருப்பினும். எனக்கு விளங்கிய வரையில் அவரது குரலில் துளி உணர்ச்சிகூட இல்லை. தந்தியின் வாசகங்களைப் படிப்பதுபோல இருந்தது, வார்த்தைகளுக்கு இடையே இடைவெளிகூட இல்லை. தெளிவான மற்றும் எளிமையான ஓர் அறிவிப்பு. அலங்கரிக்கப்படாத யதார்த்தம். அவ்வளவுதான்.

பதிலுக்கு நான் என்ன கூறினேன்? எதையாவது கூறியிருப்பேன், ஆனால் அது நினைவில்லை. எப்படியிருப்பினும் நீண்ட அமைதி அங்கிருந்தது. சாலையின் நடுவே இருக்கும் ஆழமான பள்ளத்தை இருவரும் எதிரெதிராக நின்று வெறித்துப் பார்த்துக்கொண்டிருப்பது போல. பிறகு, உடையக்கூடிய

கலைப்பொருளை நிதானமாக தரையில் வைப்பதுபோன்று அம்மனிதர் அழைப்பைத் துண்டித்தார். நான் அங்கே வெள்ளைநிற டி-ஷர்ட் மற்றும் நீலநிற பாக்சர் அணிந்து அர்த்தமின்றி தொலைபேசியைக் கையில் பிடித்தபடி நின்றிருந்தேன்.

அவருக்கு என்னைப்பற்றி எப்படித் தெரியும்? எனக்குத் தெரியவில்லை. அவள், தன் கணவரிடம் என்னை முன்னாள் காதலன் என்று குறிப்பிட்டிருப்பாளா? ஆனால் ஏன் நான்? மேலும் அவருக்கு என் தொலைபேசி எண் எப்படிக் கிடைத்தது (தொலைபேசி புத்தகத்தில் இல்லாதது)? முதலில், ஏன் நான்? ஏன் அவளது கணவர், தனது மனைவி இறந்த செய்தியை சிரமப்பட்டு எனக்குத் தெரிவிக்க வேண்டும்? தன்னுடைய பிரியாவிடை குறிப்பில் இப்படியொரு கோரிக்கையை அவள் குறிப்பிட்டிருப்பாள் என்று கற்பனை செய்துகொள்ள என்னால் முடியவில்லை. நாங்கள் பிரிந்து பல வருடங்களாகின்றன. அதன்பிறகு நாங்கள் ஒருவரையொருவர் சந்தித்துக்கொள்ளவேயில்லை—ஒருமுறைகூட இல்லை. தொலைபேசியில்கூட பேசிக் கொண்டதில்லை.

எவ்விதக் காரணங்களோ, சாத்தியங்களோ இல்லை. இதில் பெரியசிக்கல் என்னவென்றால், அவர் எனக்கு எந்தவொரு விஷயத்தைப் பற்றியும் விளக்கமளிக்கவில்லை. அவருடைய மனைவி தன்னைக் கொலை செய்துகொண்டாள் என்பதை எனக்குத் தெரிவிக்க நினைத்தார். எப்படியோ, என்னுடைய தொலைபேசி எண் கிடைத்துவிட்டது. அதைத் தாண்டி— ஒன்றும் தெரியவில்லை. அறிதலுக்கும் அறியாமைக்கும் இடையே எங்கேனும் நான் மாட்டிக்கொள்ள வேண்டும் என்பதே அவருடைய நோக்கம் என்று தெரிகிறது. ஆனால் ஏன்? எதுகுறித்தாவது நான் சிந்திக்க வேண்டும் என்றா?

எது குறித்து?

எனக்கு ஒன்றும் புரியவில்லை. நோட்டுப் புத்தகத்தில் குழந்தை ரப்பர் அச்சு ஒன்றை வைத்து அச்சுப் பதித்துக்கொண்டே செல்வதுபோல கேள்விக்குறிகள் அதிகரித்துக்கொண்டே சென்றன.

எனவே, அவள் ஏன் தற்கொலை செய்துகொண்டாள் அல்லது எவ்வாறு செய்துகொண்டாள் என்பதெல்லாம் இன்னமும் எனக்குத் தெரியாது. ஒருவேளை, இதை விசாரித்துத் தெரிந்துகொள்ள விரும்பினாலும் அதற்கு வழியேதுமில்லை. அவள் எங்கே வசித்தாள் என்பது எனக்குத் தெரியாது, உண்மையைச் சொன்னால், அவளுக்குத் திருமணமாகிவிட்டது என்பதே எனக்குத் தெரியாது. எனவே, திருமணத்திற்குப் பிறகான அவளது பெயர் என்னவென்று தெரியாது (தொலைபேசியில் அம்மனிதர் தன்னுடைய பெயரைக் கூறவில்லை). அவர்களுக்குத் திருமணமாகி எவ்வளவு காலம் ஆகிறது? அவர்களுக்குக் குழந்தை உண்டா—அல்லது குழந்தைகள்?

இருப்பினும் அவளது கணவர் கூறியதை நான் ஏற்றுக்கொண்டேன். அதைச் சந்தேகப்பட வேண்டும் என்று எனக்குத் தோன்றவில்லை. என்னைப் பிரிந்தபிறகு, அவள் இந்த உலகத்தில் தொடர்ந்து வாழ்ந்திருக்கிறாள், அநேகமாக வேறு ஒருவரோடு காதலில் விழுந்திருக்கிறாள், அவரைத் திருமணமும் செய்திருக்கிறாள், பிறகு கடந்த புதன்கிழமை— என்ன காரணத்தினாலோ, எந்தவகையிலோ—தன் வாழ்வை முடித்துக்கொண்டு விட்டாள். எவ்வகையிலேனும். அந்த மனிதரின் குரலில் இருந்த ஏதோ ஒன்று, அவரை இறந்தவர்களின் உலகத்தோடு ஆழமாகப் பிணைத்தது. நள்ளிரவின் அமைதியில் அந்தத் தொடர்பை என்னால் கேட்கவும், இறுக்கமான அந்த நூலின் பளபளப்பைப் பார்க்கவும் முடிந்தது. எனவே, அதுபோல நள்ளிரவு ஒருமணிக்கு என்னை அழைத்தது— அது வேண்டுமென்று செய்ததோ, இல்லையோ—சரியான முடிவுதான். ஒருவேளை அவர், பகல் ஒருமணிக்கு என்னை அழைத்திருந்தால் இதை உணர்ந்திருக்க மாட்டேன்.

தொலைபேசியை வைத்துவிட்டு மீண்டும் படுக்கைக்குத் திரும்புவதற்குள் என் மனைவி விழித்திருந்தாள்.

"அந்தத் தொலைபேசி அழைப்பு எதைப் பற்றியது? யாரேனும் இறந்துவிட்டார்களா?" என்று கேட்டாள்.

"யாரும் இறக்கவில்லை. அது தவறான அழைப்பு," என்றேன். என் குரல் மெதுவாக, தூக்கக் கலக்கத்தோடு ஒலித்தது.

என் மனைவி நிச்சயமாக அதை நம்பவில்லை. ஏனெனில் என் குரலிலும் இப்போது லேசாக மரணத்தின் சாயல். புதிதாக இறந்தவர்கள் நமக்குள் ஏற்படுத்தும் அமைதியற்ற உணர்வு அதிகம் தொற்றக்கூடியது. அது, மெல்லிய நடுக்கமாக தொலைபேசி இணைப்பின் வழி நகர்கிறது, சொற்களின் ஒலியை மாற்றி, உலகத்தை அதன் சொந்த அதிர்வோடு ஒத்திசையச் செய்கிறது. என் மனைவி வேறெதுவும் பேசவில்லை. இருளில் படுத்துக்கொண்டு, அமைதியை கவனமாகச் செவிமடுத்தபடி, இருவரும் அவரவர் சிந்தனைகளில் தொலைந்திருந்தோம்.

நான் பழகிய பெண்களில் தற்கொலை செய்துகொண்ட மூன்றாவது பெண் இவள். யோசித்துப் பார்த்தோமானால் உண்மையில் யோசிக்கத் தேவையில்லை ஏனெனில், இது வெளிப்படையானது. இது மிகஅதிகமான இறப்பு விகிதம். என்னால் நம்பமுடியவில்லை. நான் நிறையப் பெண்களோடு பழகியவனல்ல. ஏன் இந்தப் பெண்கள், இளம்வயதில் தங்களை மாய்த்துக் கொள்கிறார்கள் அல்லது தங்களுடைய உயிரை மாய்த்துக்கொள்வது ஒன்றே வழி என்று ஏன் உணர்கிறார்கள் என்பது என்னுடைய புரிதலுக்கு அப்பாற்பட்ட விஷயம். அது, என் காரணமாக அல்லது ஏதோ ஒருவகையில் என்னோடு தொடர்புடையதாக இருக்காது என நம்பிக்கொள்கிறேன். மேலும் அவர்களது மரணத்திற்கு நான் சாட்சியாக இருப்பேன் என்று அவர்கள் அனுமானித்திருக்க மாட்டார்கள் என்றும் நம்புகிறேன். மனதின் ஆழத்தில் இது, இப்படியாக இருக்க வேண்டுமென்று பிரார்த்தனை செய்கிறேன். மேலும் — இதை எப்படிச் சொல்வது? — இந்தப் பெண் (அவளை பெயரில்லாமல் குறிப்பிடுவது விஷயங்களை இசைகேடாக்குகிறது. எனவே, அவளை 'M' என்று அழைக்கிறேன்) — தற்கொலை செய்துகொள்ளக்கூடியவள் அல்ல. அதற்கும் இவளுக்கும் வெகுதூரம். நான் கூறவிரும்புவது என்னவென்றால், இந்த உலகத்தில் துணிச்சலான பல்வேறு கடலோடிகள் அவளைப் பாதுகாத்துக் கொண்டிருந்தனர், அவளை கவனித்துக் கொண்டிருந்தனர்.

M எவ்வகையான பெண்ணாக இருந்தாள் அல்லது நாங்கள் எவ்வாறு சந்தித்துக் கொண்டோம் அல்லது நாங்கள் இருவரும் சேர்ந்து என்ன செய்தோம் போன்ற விவரங்களை என்னால்

கூறமுடியாது. உண்மைகள் வெளிவந்தால் இன்னமும் உயிரோடிருக்கும் சிலருக்குச் சிக்கலை உருவாக்கலாம். எனவே, என்னால் இங்கே எழுத முடிந்ததெல்லாம், வெகுகாலத்திற்கு முன்பு நானும் அவளும் மிக நெருக்கமாக இருந்தோம், குறிப்பிட்ட கட்டத்தில் பிரிந்தோம் என்பது மட்டுமே.

நான் *M*-ஐ பதிநான்கு வயதிருக்கும்போது சந்தித்ததாகவே நினைக்க விரும்புகிறேன். உண்மையில், அது அப்படி நடக்கவில்லை. ஆனால் குறைந்தபட்சம் இங்கே நான் அவ்வாறாக கற்பனை செய்ய விரும்புகிறேன். எங்களுக்குப் பதிநான்கு வயது இருக்கும்போது இடைநிலைப் பள்ளியின் வகுப்பறையில் சந்தித்துக் கொண்டோம். அது உயிரியல் வகுப்பு என்று ஞாபகம். அம்மோனைட்டுகள்[1] மற்றும் ஸீலகாந்த்துகள்[2] பற்றிய வகுப்பு. அவள், என் இருக்கைக்கு அடுத்த இருக்கையில் அமர்ந்திருந்தாள். "என்னுடைய அழிரப்பரை மறந்துவிட்டேன்," என்று அவளிடம் கூறினேன், "உன்னிடம் ஒன்று அதிகமாக இருந்தால் எனக்குத் தர முடியுமா?" அவள், தனது அழிரப்பரை எடுத்தாள், அதை இரண்டாக உடைத்துப் பாதியை எனக்குக் கொடுத்தாள். பிறகு அகலமாக புன்னகைத்தாள். பழமொழிகள் கூறுவதுபோல் அந்தக் கணமே காதலில் விழுந்துவிட்டேன். நான் சந்தித்ததிலேயே மிக அழகான பெண் அவள். குறைந்தபட்சம் அந்தநேரத்தில் அப்படித் தோன்றியது. அவளை அப்படித்தான் பார்க்க விரும்புகிறேன், முதன்முதலில் இடைநிலைப் பள்ளியின் வகுப்பறையில் நாங்கள் சந்தித்துக் கொண்டதாகவே நினைக்க விரும்புகிறேன். அமைதியான ஆனாலும் அதிக சக்திவாய்ந்த அம்மோனைட்டுகள் மற்றும் ஸீலகாந்த்துகளின் பரிந்துரையின் பேரில் ஒன்றானவர்கள். இவ்வகையிலாக அதை யோசிப்பது விஷயங்களை ஏற்றுக்கொள்ளச் சுலபமானதாக ஆக்குகிறது.

நான் ஆரோக்கியமான பதிநான்கு வயதுச் சிறுவனாக இருந்தேன், எந்தளவுக்கு என்றால், எனது குறியை விறைப்புக்குக் கொண்டுவர வெதுவெதுப்பான மேலைக்காற்று போதுமானது. அப்படியான வயதில் இருந்தேன். அவள், எனக்கு விறைப்புத்தன்மையை அளித்தாள் என்று சொல்லவில்லை. அவள் எந்தவித மேலைக்காற்றையும்விட மேலானவள்.

1. அழிந்து வரும் கடல் மெல்லுடலி விலங்குகளின் குழு.

2. ஆப்பிரிக்காவின் கிழக்குக் கடற்கரையில் உள்ள கொமோரோ தீவு மற்றும் இந்தோனேசியாவில் காணப்படும் அரிதான பெரிய மீனினம்.

மேலைக்காற்று மட்டுமல்ல; அவள் பிரமிக்கத்தக்க வகையில் இருந்தாள் என்பதால் அனைத்துத் திசைகளிலிருந்தும் வரும் காற்றுகளை காணாமல் போகவைத்தாள். இப்படியொரு அற்புதமான பெண் முன்னால் எவ்வாறு அருவெறுக்கத்தக்கதாக விறைப்புத்தன்மை அடையமுடியும்? என் வாழ்க்கையில் இவ்வாறான உணர்வை எனக்களித்த முதல் பெண் அவள்.

நான் M-ஐ சந்தித்தது, அதுவே முதல்முறை என்ற உணர்வு எனக்குள்ளது. உண்மையில், அது அப்படி நடக்கவில்லை, ஆனால் அப்படியாக அதை நினைத்துக்கொள்வது மற்ற விஷயங்கள் அதனதன் இடத்தில் சரியாகப் பொருந்த வகைசெய்யும். எனக்குப் பதிநான்கு வயது, அவளுக்கும் பதிநான்கு வயது. அதுவே நாங்கள் ஒருவரையொருவர் சந்தித்துக்கொள்ளச் சிறப்பான வயது. உண்மையில், நாங்கள் அப்படித்தான் சந்தித்திருக்க வேண்டும்.

ஆனால் நான் உணர்வதற்குள்ளாகவே M சென்றுவிட்டாள். எங்கே? எனக்குத் தெரியாது. ஒருநாள், என்னால் அவளைப் பார்க்க முடியவில்லை. கணநேரத்திற்குப் பார்வையை விலக்கி வேறுபக்கம் பார்த்துவிட்டுத் திரும்பினால் அவளைக் காணவில்லை. ஒரு நொடி அங்கே இருந்தாள், மறுநொடி காணாமல் போய்விட்டாள். யாரோ வஞ்சகமிக்க கடலோடி அவளை மார்சேவுக்கு அல்லது ஐவரி கோஸ்ட்டுக்கு தன்னோடு ஓடிவரச் செய்திருக்கவேண்டும். என்னுடைய விரக்தி எந்தக் கடலையும்விட ஆழமானதாக இருந்தது. ராட்சதக் கணவாய் மீன்களும் கடல் டிராகன்களும் நீந்திக்கொண்டிருக்கும் எந்தக் கடலையும்விட ஆழமானது. அநேகமாக, அவர்கள் அதைக் கடந்து சென்றிருக்கக்கூடும். நான் என்னையே வெறுக்கத் தொடங்கினேன். எதிலும் நம்பிக்கையில்லாமல் ஆனேன். இது எப்படிச் சாத்தியமானது? எந்த அளவுக்கு நான் M-ஐ நேசித்தேன், அவள் எனக்கு எவ்வளவு முக்கியமானவள்? எந்த அளவுக்கு அவள் எனக்குத் தேவைப்பட்டாள்? நான் ஏன் பார்வையைத் திருப்பினேன்?

மாறாக, அன்றிலிருந்து M அனைத்து இடங்களிலும் இருந்தாள். நான் செல்லுமிடமெல்லாம் அவளைப் பார்த்தேன். பல்வேறு இடங்களில், பல்வேறு சமயங்களில், பல்வேறு மனிதர்களின் பகுதியாக அவள் இருந்தாள். அந்தப் பாதி அழிரப்பரை

பிளாஸ்டிக் பைக்குள் வைத்து, தாயத்துப்போல சுமந்து திரிந்தேன் அல்லது திசைமானியைப் போல. அது என் பையில் இருக்கும்வரை என்றோ ஒருநாள், எங்கோ ஓரிடத்தில் மீண்டும் M-ஐ பார்ப்பேன் என்று எனக்குத் தெரியும். அதில் உறுதியாக இருந்தேன். கவரும்விதத்தில் பேசக்கூடிய கடலோடி ஒருவன் இனிமையாகப் பேசி அவளைத் தன் பெரிய கப்பலில் ஏறச்செய்து எங்கோ தொலைதூரத்திற்கு அழைத்துச் சென்றுவிட்டான், அவ்வளவுதான். அவள் எப்போதும் பிறரை நம்புகின்ற பெண்ணாக இருந்தாள். புத்தம்புதிய அழிரப்பரை இரண்டாக உடைத்துத் தனக்கு அறிமுகமில்லாத பையனுக்குக் கொடுக்கக்கூடிய வகையினள்.

அனைத்துவகையான இடங்களிலும் அனைத்துவகையான மனிதர்களிடமிருந்தும் அவள் இருப்பிடம் குறித்த தகவல் துணுக்குகளைச் சேகரிக்க முயற்சிசெய்தேன். ஆனால் அவை பயனில்லாத குப்பைகள், சிதறிக்கிடக்கும் துண்டு, துணுக்குகள். அவற்றை நீங்கள் எவ்வளவு சேகரித்தாலும் துணுக்குகள் எப்போதும் துணுக்குகளே. அவளுடைய சாரம் என்பது, எப்போதும் கானல் நீரைப்போல மறைந்துபோனது. நிலத்திலிருந்து தொடுவானம் முடிவற்றது. அது கடலிலிருந்தும் அவ்வாறாகவே இருந்தது. மும்முரமாக, ஒரு புள்ளியிலிருந்து மற்றொரு புள்ளிக்கென அதைத் துரத்திக்கொண்டிருந்தேன் — பம்பாயில் இருந்து கேப் டவுனில் இருந்து ரேகெவிக்கில் இருந்து பஹாமாஸ். துறைமுகம் இருக்கும் ஒவ்வொரு நகரத்தையும் சுற்றிவந்தேன். ஆனால் நான் வந்துசேர்வதற்குள் அவள் ஏற்கனவே அங்கிருந்து சென்றிருந்தாள். கலைந்து கிடக்கும் படுக்கையில் அவளுடைய கதகதப்பின் மெல்லிய தடயம் மட்டுமே மிச்சமிருந்தது. அவளது கழுத்துத்துண்டு தனது நீர்ச்சுழல் வடிவத்துடன் நாற்காலியின் பின்புறத்தில் தொங்கிக் கொண்டிருக்கும். பாதி படித்த புத்தகம் திறந்த பக்கங்களுடன் மேசைமீதிருக்கும். அரைகுறையாய்க் காய்ந்த காலுறைகள் குளியலறையில் தொங்கிக் கொண்டிருக்கும். ஆனால் அவள் அங்கே இருக்கமாட்டாள். வஞ்சகம் மிகுந்த கடலோடிகள் என்னுடைய வருகையை உணர்ந்து அவளைக் கவர்ந்து சென்று மீண்டும் ஒருமுறை ஒளித்து வைத்துவிடுவர். இந்தக் காலகட்டத்தில் நான் பதினான்கு வயதில் இல்லை என்பது புரிந்துகொள்ளக்கூடியதே. அதிகம் பழுப்பேறியவனாக,

உடலுறுதி கொண்டவனாக இருக்கிறேன். என்னுடைய தாடி அடர்த்தியானது, மேலும் இப்போது எனக்கு உவமைக்கும் உருவகத்திற்கும் வித்தியாசம் தெரியும். ஆனால் என்னில் ஒருபகுதி இன்னமும் பதிநான்கில் இருக்கிறது. நிரந்தரமாகப் பதிநான்கில் இருக்கும் என்னுடைய அந்தப்பகுதி மிகவும் பொறுமையாகக் காத்திருக்கிறது, மென்மையான மேலைக்காற்று என்னுடைய வெகுளியான குறியை தடவிச் செல்வதற்காக. எங்கே அந்த மேலைக்காற்று வீசுகிறதோ அங்கே நிச்சயமாக *M* கிடைப்பாள்.

M எனக்கு அப்படிப்பட்டவள்.

எப்போதும் ஒரே இடத்தில் தங்காத பெண்.

ஆனால் தன்னுடைய உயிரை மாய்த்துக்கொள்ளக்கூடிய பெண்ணல்ல.

இங்கே என்ன சொல்ல முயற்சி செய்கிறேன் என்று எனக்குச் சரியாகத் தெரியவில்லை. ஒருவேளை, உண்மையைக் காட்டிலும் சாரத்தை எழுத முயற்சி செய்கிறேனாக இருக்கும். ஆனால் உண்மையல்லாத ஒன்றின் சாரத்தைக் குறித்து எழுதுவதென்பது நிலவின் இருண்ட பகுதியில் ஒருவரைச் சந்திக்க முயல்வது போன்றது. மங்கலானது, நிலக்குறிகளற்றது. மேலும் மிகப் பரந்தது. நான் சொல்லவிரும்புவது என்னவென்றால், என்னுடைய பதிநான்கு வயதில் காதலில் விழுந்திருக்க வேண்டிய பெண் *M*. ஆனால் வெகுகாலத்திற்குப் பிறகே அவள்மீது காதல் கொண்டேன். அதற்குள்ளாக, வருந்தத்தக்கவிதத்தில், அவள் பதிநான்கு வயதில் இல்லை. நாங்கள் சந்தித்திருக்க வேண்டிய காலத்தை நாங்கள் தவறாகப் புரிந்துகொண்டுவிட்டோம். நீங்கள் யாரையேனும் சந்திக்கவேண்டியிருந்து அதை மறந்துவிட்டதுபோல. நீங்கள் நேரத்தையும் இடத்தையும் சரியாக நினைவில் வைத்திருக்கிறீர்கள். ஆனால் நாளை தவறாகக் கணக்கிட்டுவிட்டீர்கள்.

இருப்பினும், பதிநான்கு வயதுப் பெண்ணொருத்தி அவளுக்குள் எப்போதும் இருந்தாள். அந்தப் பெண் முழுமையாக அவளுக்குள் இருந்தாள், பகுதிகளாக அல்ல. கவனமாகப் பார்த்தேனென்றால், அந்தப் பெண்ணின் கணநேரத் தோற்றம்

அவளிலிருந்து வெளிவருவதும் உட்செல்வதுமாக இருப்பதை என்னால் காணமுடியும். காதல் செய்யும் தருணங்களில் என் கைகளில் கிடக்கும்போது, ஒருகணம் வளர்ந்தவளாகி அடுத்த கணத்தில் சிறுமியாக மாறுவாள். அவள் எப்போதும் தன்னுடைய சொந்த நேரமண்டலத்தில் பயணிப்பவள். அதற்காக அவளை நேசித்தேன். அவளை இறுக்கமாக அணைத்துக்கொள்வேன். எந்தளவுக்கு இறுக்கமாக என்றால் அவள் வலிக்கிறது என்பாள். ஒருவேளை, அளவுக்கதிகமான இறுக்கத்துடன் அவளை அணைத்துக் கொண்டுவிட்டேனோ என்னவோ. ஆனால் அதுகுறித்து என்னால் எதுவும் செய்ய முடியாது. நான் ஒருபோதும் அவளை இழக்க விரும்பியதில்லை.

ஆனால், நிச்சயமாக, அவளை மீண்டும் இழக்கும் நேரம் வந்தது. அனைத்திற்கும் மேலாக, உலகத்தில் உள்ள அத்தனை கடலோடிகளும் அவளை தங்களது கவனத்தில் வைத்திருந்தனர். நான் தனியொருவனாக அவளைப் பாதுகாப்பேன் என்பது எதிர்பார்க்கக்கூடியதல்ல. யாராக இருந்தாலும் ஒருவர்மீது ஒவ்வொரு நொடியும் கவனத்தை வைத்திருப்பதென்பது சாத்தியமற்றது. நீங்கள் தூங்கவேண்டும், கழிவறையை உபயோகப்படுத்த வேண்டும். சிலசமயம், குளியல் தொட்டியைச் சுத்தம் செய்ய வேண்டியதிருக்கும். வெங்காயம் வெட்ட வேண்டியதிருக்கும், பீன்ஸ் நுனிகளை கத்தரிக்க வேண்டியதிருக்கும். வாகனத்தின் சக்கரத்தில் காற்றழுத்தத்தின் அளவைச் சோதிக்க வேண்டியதிருக்கும். அப்படித்தான் நாங்கள் ஒருவரையொருவர் பிரிந்தோம் அல்லது அப்படித்தான் அவள் என்னைப் பிரிந்தாள். சந்தேகமற்று, பின்னணியில் எப்போதுமே கடலோடியின் நிழல் இருந்தது. கட்டடத்தின் சுவரில் வழுக்கியேறும் இருண்ட, தனித்துச் செயல்படக்கூடிய, ஒற்றை நிழல். குளியல் தொட்டிகள், வெங்காயங்கள் மற்றும் காற்று என்பவையெல்லாம் பலகையூசி போல அந்நிழலால் சிதறடிக்கப்பட்ட உருவகத்தின் துணுக்குகள் மட்டுமே.

அவள் சென்றபிறகு எவ்வளவு இழிவாக என்னை உணர்ந்தேன், அது எவ்வளவு ஆழமானது என்பது யாருக்கும் தெரியாது. எப்படித் தெரியும்? என்னாலேயே அதைத் தெளிவாக நினைவுகூர முடியவில்லை. எவ்வளவு துன்பப்பட்டேன்? எவ்வளவு வலியை அனுபவித்தேன்? வருத்தத்தை துல்லியமாக

அளக்கக்கூடிய கருவி இருக்கவேண்டுமென்று விரும்புகிறேன், நீங்கள் பதிவுசெய்து வைப்பதற்காக வருத்தத்தின் அளவை அது எண்களில் காட்டும். அதுவும் அக்கருவி உள்ளங்கைக்குள் அடங்குவதாக இருந்தால் இன்னமும் சிறப்பாக இருக்கும். வாகனத்தின் சக்கரத்தில் காற்றழுத்தத்தைச் சோதிக்கும் ஒவ்வொருமுறையும் இதை நினைப்பதுண்டு.

முடிவில், அவள் இறந்துவிட்டாள். நடுஇரவில் வந்த தொலைபேசி அழைப்பு அதைத் தெளிவாக்கியது. எங்கே அல்லது எப்படி அல்லது ஏன் அல்லது எதன் காரணமாக என்று எனக்குத் தெரியாது, ஆனால் *M*, தனது வாழ்க்கையை முடித்துக்கொள்ள முடிவெடுத்தாள், முடித்துக்கொண்டு விட்டாள். மேலும் அநேகமாக இந்த நிஜவுலகில் இருந்து அமைதியாகப் பின்வாங்கிவிட்டாள். உலகத்தில் உள்ள அனைத்துக் கடலோடிகளும் அவர்களது இனிமையான பேச்சுகளும் இறந்தவர்களின் உலகிலிருந்து இப்போது அவளைக் காப்பாற்றவில்லை அல்லது அங்கிருந்து அவளைக் கவர்ந்து செல்லவும் முடியவில்லை. நடுஇரவில் உன்னிப்பாகக் கேட்டீர்களேயானால், உங்களுக்கும் தொலைதூரத்தில் ஒலிக்கும் அக்கடலோடிகளின் கையறுநிலைப் பாடலின் ஒலி கேட்கக்கூடும்.

அவள் இறந்ததும் நான் எனது பதிநான்கு-வயது-சுயத்தை இழந்தேன். பேஸ்பால் வீரன் ஒருவனது எண் ஓய்வுபெற்று விலகியதுபோல, என்னுள்ளிருந்த பதிநான்கு-வயது-சுயம் நிரந்தரமாக விடைபெற்றுக்கொண்டது. என்னுடைய பதிநான்கு-வயது-சுயம், இப்போது கனமான பெட்டகமொன்றில் சிக்கலான முறையில் அடைக்கப்பட்டு கடலின் அடியாழத்தில் புதைக்கப்பட்டுவிட்டது. அந்தப் பெட்டகத்தின் கதவுகள் பில்லியன் வருடங்களுக்கு திறக்கப்படப் போவதில்லை. அதுவரையில் அம்மோனைட்டுகள் மற்றும் ஸீலகாந்த்துகள் அமைதியாக அதைப் பாதுகாத்துக்கொள்ளும். சுகமான அந்த மேலைக்காற்று இனி வீசப்போவதில்லை. உலகத்தின் அனைத்துக் கடலோடிகளும் அவளது மரணத்திற்காக வருந்துகின்றனர். கடலோடிகள் அல்லாதவர்களும் என்பதை தனியாகக் குறிப்பிட வேண்டியதில்லை.

M-ன் இறப்பைக் கேள்விப்பட்டதும் உலகத்தின் இரண்டாவது தனிமையான மனிதன் நானென உறுதியாக உணர்ந்தேன்.

முதல் தனிமையான மனிதன் அவளது கணவர். அந்த இருக்கையை அவருக்காக ஒதுக்குகிறேன். அவர் எவ்வகையான மனிதர் என்று எனக்குத் தெரியாது. அவருக்கு என்ன வயது என்பதும் எனக்குத் தெரியாது. அவர் என்ன செய்கிறார் அல்லது செய்யவில்லை என்பதுகுறித்து என்னிடம் எந்தத் தகவலும் இல்லை. எனக்குத் தெரிந்ததெல்லாம் அவருக்கு ஆழ்ந்த, கனமான குரல். ஆனால் அது எனக்கு எந்தத் தகவலையும் அளிப்பதில்லை. அவர் கடலோடியா? அல்லது கடலோடிகளை எதிர்ப்பவரா? இரண்டாவதாக இருந்தால் உடனொத்தவராகிறார். ஒருவேளை, முதல் வகையைச் சேர்ந்தவர் என்றால்... அப்போதும் அவருக்காக வருந்துகிறேன். அவருடைய வேதனையைத் தணிக்க ஏதாவது செய்யவேண்டும் என்றே விரும்புகிறேன்.

ஆனால், என்னுடைய முன்னாள் காதலியின் கணவரைக் கண்டுபிடிக்க எந்த வழியும் இல்லை. எனக்கு அவரது பெயர் அல்லது அவர் எங்கே வசிக்கிறார் என்பது தெரியாது. ஒருவேளை அவர், ஏற்கனவே தன்னுடைய பெயரையும் இடத்தையும் தொலைத்திருக்கலாம். ஏனெனில், அவரே இந்த உலகின் மிகத்தனிமையான மனிதர். நடைக்குச் செல்லும்போது ஒற்றைக்கொம்புக் குதிரையின் சிலைக்கு முன்னால் அமர்ந்திருப்பதை விரும்புவேன் (இந்தக் குறிப்பிட்ட சிலை உள்ள பூங்கா, நான் வழக்கமாகச் செல்லும்வழியில் உள்ளது), மேலும் நீரூற்றில் உள்ள குளிர்ந்த நீரைப் பார்த்தபடி இந்த மனிதரைப்பற்றி நினைத்துக் கொண்டிருப்பேன். உலகின் மிகத் தனிமையான மனிதனாக இருப்பது எப்படியிருக்கும் என்று கற்பனை செய்வேன். உலகின் இரண்டாவது தனிமையான மனிதனாக இருப்பது எப்படியிருக்கும் என்று எனக்குத் தெரியும். ஆனால் முதலாவதாக இருப்பதுகுறித்து இன்னமும் தெரியவில்லை. உலகின் முதல் மற்றும் இரண்டாவது தனிமையான மனிதர்களை மிக ஆழமான வளைகுடா ஒன்று பிரிக்கிறது. அநேகமாக, அது ஆழமானது மற்றும் அகலமானதும்கூட. அதன் அடிப்பகுதியில் அதைக் கடக்க

முயற்சி செய்து தோற்றுப்போன பறவைகளின் உடல்கள் குவிந்து கிடக்கின்றன.

திடீரென ஒருநாள் நீங்கள், பெண்களற்ற ஆண்கள் என்றாகிறீர்கள். அந்த நாள் முற்றிலுமாக ஒன்றுமற்றதிலிருந்து வந்துசேர்கிறது, அதற்குமுன்பாக மெல்லிய எச்சரிக்கை அல்லது குறிப்புகள்கூடக் கிடைப்பதில்லை. முன்னுணர்வுகள் அல்லது கெடுநிமித்தங்கள் இல்லை, கதவைத் தட்டுவதோ அல்லது தொண்டையைச் செறுமுவதோ இல்லை. நீங்கள் வளைவில் திரும்புகிறீர்கள், திரும்பியதும் ஏற்கெனவே அங்கு வந்துவிட்டதை உணர்வீர்கள். ஆனால் அதற்குமேல் திரும்பிப்போகும் சாத்தியம் இல்லை. அந்த வளைவில் திரும்பியபின் நீங்கள் வசிக்கச் சாத்தியமான ஒரே உலகம் அது மட்டுமே. அந்த உலகத்தில் நீங்கள் 'பெண்களற்ற ஆண்கள்' என்று அழைக்கப்படுவீர்கள். எப்போதும் இரக்கமற்ற, உறைந்துபோன பன்மை.

பெண்களற்ற ஆண்கள் மட்டுமே அப்படி ஆவது எவ்வளவு வலிமிக்கது, எந்தளவுக்கு இதயத்தை நொறுங்கச்செய்வது என்பதைப் புரிந்துகொள்ள முடியும். அந்த அற்புதமான மேலைக்காற்றை நீங்கள் இழக்கிறீர்கள். என்றென்றைக்குமாக பதிநான்கு உங்களிடமிருந்து களவாடப்படும் (பில்லியன் வருடங்கள் என்பது என்றென்றைக்குமாக என்று அர்த்தப்படும்). கடலோடிகளின் தொலைதூர, சோர்வுற்ற புலம்பல். அம்மோனைட்டுகள் மற்றும் ஸீலகாந்த்துகளுடன் உள்ள கடலின் அடியாழம். நடுஇரவு ஒருமணி தாண்டி இன்னொருவர் வீட்டிற்கு அழைப்பது. அறிமுகமில்லாத அந்நியரிடமிருந்து நள்ளிரவு ஒருமணிக்கு மேல் தொலைபேசி அழைப்பைப் பெறுவது. அறிதல் மற்றும் அறியாமைக்கு இடையில் எங்கேயோ உங்களுக்கு அறிமுகமில்லாத ஒருவருக்காகக் காத்திருப்பது. வாகனத்தின் சக்கரங்களில் காற்றழுத்தத்தைச் சோதிக்கும்போது வறண்ட சாலையில் கண்ணீர்த் துளிகள் விழுவது.

ஒற்றைக்கொம்புக் குதிரையின் சிலைக்கு முன்பாக அமர்ந்திருக்கும்போது, அவளது கணவர் என்றேனும் இயல்புநிலைக்குத் திரும்பவேண்டும் என்று பிரார்த்தனை செய்தேன். மிகமுக்கியமான விஷயங்களை அவர் எப்போதும் மறவாமல் இருக்கவும்—சாரமானவை அதேசமயம்

முக்கியமில்லாத, இரண்டாம்பட்சமான விஷயங்கள் அனைத்தையும் மறந்துவிடவும் பிரார்த்தித்துக் கொண்டேன். தான் அவற்றை மறந்துவிட்ட உண்மையைக்கூட அவர் மறந்துவிட வேண்டும் என்று விரும்பினேன். உண்மையாகவே இதுபோல நினைத்தேன். மேலும் இது எவ்வளவு சிறப்பானது என்றும் நினைத்துக்கொண்டேன்: உலகின் இரண்டாவது தனிமையான மனிதன் (அவன் ஒருபோதும் சந்தித்திராத) உலகின் முதல் தனிமையான மனிதனுக்காகக் கருணை கொள்கிறான், பிரார்த்தனை செய்கிறான்.

ஆனால் அவர், ஏன் என்னை அழைக்கும் சிரமத்தை ஏற்கவேண்டும்? அதற்காக நான் அவரைக் குறைகூறவில்லை, இப்போதும்கூட அடிப்படையான அந்தக் கேள்விக்கு என்னிடம் பதிலில்லை. முதலில் அவருக்கு எப்படி என்னைத் தெரியும்? தெரிந்தாலும் ஏன் அக்கறை? இதற்கான பதில் அநேகமாக எளிமையானதாக இருக்கலாம். M என்னைப்பற்றி தனது கணவரிடம் சொல்லியிருக்க வேண்டும். என்னைப்பற்றிய ஏதோ விஷயம். அவர் என்னை அழைத்ததற்கு என்னால் கற்பனை செய்துகொள்ள முடிந்த ஒரே காரணம் இதுமட்டுமே. அவள், அவரிடம் என்ன சொல்லியிருப்பாள் என்பது குறித்து எனக்கு எந்தப் புரிதலும் இல்லை. என்னைக் குறித்து எவ்விதமான மதிப்பு, என்ன அர்த்தம்கொண்டிருந்தால் தன் கணவரிடம் என்னைப்போன்ற முன்னாள் காதலனைப் பற்றி சொல்லியிருப்பாள்? அது முக்கியமான ஒன்றாக, அவளது மரணத்தோடு தொடர்புடையதாக இருக்குமா? அவளது இறப்பில் ஏதோவகையில் என்னுடைய தாக்கம் இருந்ததா? ஒருவேளை M, தனது கணவரிடம் எனது குறி எவ்வளவு அழகானது என்று சொல்லியிருக்கலாம். மதியநேரத்தில் நாங்கள் படுக்கையில் படுத்திருக்கும்போது அவள் மிகுந்த அன்புடன் அதைத் தனது உள்ளங்கையில் வைத்து இந்தியாவின் புகழ்பெற்ற மகுடத்தில் இருக்கும் கற்களைப்போல போற்றிக் கொண்டிருப்பாள். "இது, அவ்வவ்வளவு அழகாக இருக்கிறது," என்பாள். அது உண்மையா, பொய்யா என்பது எனக்குத் தெரியாது.

இதுதான், அவள் கணவரை என்னை அழைக்கவைத்ததா? நடுஇரவு ஒரு மணிக்குப் பிறகு என்னுடைய குறியின் வடிவம்

பற்றிய அவரது மரியாதையை வெளிப்படுத்தவா என்னை அழைத்திருப்பார்? வாய்ப்பில்லை. இது அபத்தமானது. எப்படியிருப்பினும் நீங்கள் பார்த்தீர்களென்றால், என்னுடைய குறி பிரமிக்கத்தக்க ஒன்றைக்காட்டிலும் குறைவானதாகவே இருக்கும். அதிகபட்சமாக உங்களால் இது மிகவும் சாதாரணமானது என்றுதான் சொல்லமுடியும். அவளது அழகுணர்ச்சி எப்போதும் என்னை மறுப்பாகத் தலையசைக்க வைக்கக்கூடியது. விழுமியங்களைப் பொறுத்தவரை, மற்றவர்களைப்போல் அல்லாமல் அவளுக்கு வழக்கத்துக்கு மாறான உணர்வு உண்டு.

ஒருவேளை (இது என்னுடைய கற்பனை) அவள், தன்னுடைய கணவரிடம், தான் இடைநிலைப்பள்ளி வகுப்பறையில் பாதி அழிரப்பரை என்னோடு பகிர்ந்துகொண்டதைச் சொல்லியிருக்கலாம். அவரிடம் அதைச் சொன்னதில் அவளுக்கு உள்நோக்கம் எதுவும் இருந்திருக்காது, நல்லதை நினைத்தே சொல்லியிருப்பாள். அது, அவளது கடந்தகாலத்திலிருந்து சொல்லநேர்ந்த சிறியதொரு ஞாபகம். அது, நிச்சயம் அவருக்குப் பொறாமையை ஏற்படுத்தியிருக்கும். *M* என்னிடம், தனது பாதி அழிரப்பரை பகிர்ந்துகொண்டாள் என்ற உண்மை-*M*, இரண்டு பேருந்துகள் நிறையுமளவு எண்ணிக்கையில் கடலோடிகளோடு உறவுகொண்டாள் என்பதைக்காட்டிலும் அதிகப் பொறாமையை உண்டாக்கியிருக்க வேண்டும். அது எதிர்பார்க்கக்கூடியதே. இரண்டு பேருந்துகள் நிறையத் துணிச்சலான கடலோடிகள் என்பதற்கு என்ன அர்த்தம்? *M*-ம் நானும் பதிநான்கு வயதுடையவர்கள். மேலும் எனக்கோ, குறி விரைக்க மேலைக்காற்று மட்டும் போதுமானது. தனது புத்தம்புதிய அழிரப்பரை பாதியாக உடைத்துத் தரக்கூடிய பெண் இருப்பதென்பது அசாதாரணமானது. மிகப்பெரிய சூறாவளியிடம் ஒரு டஜன் தானியக் களஞ்சியங்களை ஒப்படைத்ததுபோல.

அதன்பிறகு, ஒற்றைக்கொம்புக் குதிரையின் சிற்பத்தைக் கடக்கும்போதெல்லாம் சிறிதுநேரம் அங்கே அமர்ந்து பெண்களற்ற ஆண்கள் குறித்துச் சிந்திப்பேன். ஏன், அந்த இடம்? ஏன், ஒற்றைக்கொம்புக் குதிரை? ஒருவேளை, ஒற்றைக்கொம்புக் குதிரையும் பெண்களற்ற ஆண்களாக

இருக்கலாம். என்ன சொல்லவருகிறேன் என்றால், நான் ஒருபோதும் ஒற்றைக்கொம்புக் குதிரையை ஜோடியாகப் பார்த்ததில்லை. கூரிய கொம்பு வானத்தை நோக்கி நீண்டிருக்க அவன் - அது அவன் ஆகத்தான் இருக்கவேண்டும் இல்லையா?—எப்போதும் தனியாக இருக்கிறான். ஒருவேளை, பெண்களற்ற ஆண்கள் பாரமாகச் சுமந்துகொண்டிருக்கும் தனிமையின் அடையாளமாக அவனை ஏற்றுக்கொள்ளலாம். சொல்லப்போனால், ஒற்றைக்கொம்புக் குதிரைச்சின்னம் பொறிக்கப்பட்ட வில்லைகளை சட்டைப்பைகள் மற்றும் தொப்பிகளில் அணிந்து உலகம் முழுக்க தெருக்களில் ஊர்வலமாக வரவேண்டும். இசை முழக்கங்கள் இல்லாமல், கொடிகள் இல்லாமல், காகித நாடாக்களை வீசிப் பறக்கவிடாமல் அதை நடத்தவேண்டும். அநேகமாக. (இந்த 'அநேகமாக' என்ற வார்த்தையை அநேகமாக அதிகம் பயன்படுத்துகிறேன் என்று நினைக்கிறேன்).

பெண்களற்ற ஆண்களாவது மிகவும் சுலபம். நீங்கள் ஒரு பெண்ணை ஆழமாக நேசிக்கிறீர்கள், பிறகு அவள் எங்கோ காணாமல் போய்விடுகிறாள். தேவையானது அது மட்டுமே. பெரும்பாலான நேரங்களில் (இது, உங்களுக்கும் நன்றாகத் தெரியும்) அவர்களைத் தூக்கிச்சென்றது வஞ்சகமான கடலோடிகளாக இருக்கும். அவர்கள் இனிமையாகப் பேசித் தங்களுடன் வரவைப்பார்கள், பிறகு மார்சே அல்லது ஐவரிகோஸ்ட்டுக்குத் தூக்கிச் சென்றுவிடுவார்கள். அதுகுறித்து நாம் செய்வதற்கு எதுவுமில்லை அல்லது கடலோடிகளோடு பெண்களுக்குத் தொடர்பேதும் இல்லாமலிருந்து தங்களது உயிரை மாய்த்துக் கொள்கிறார்கள். அதுகுறித்தும் நம்மால் எதுவும் செய்யமுடிவதில்லை. அதற்குக் கடலோடிகள்கூட எதுவும் செய்யமுடியாது.

எவ்வாறாயினும், நீங்கள் பெண்களற்ற ஆண்களாவது அப்படித்தான். நீங்கள் அதை உணரும் முன்பாகவே. ஒருமுறை நீங்கள் பெண்களற்ற ஆண்களாகிவிட்டால், வெளிர்நிறத் தரைவிரிப்பில் சிவப்பு ஒயின் கறை படிந்ததுபோலத் தனிமை உங்கள் உடலுக்குள் ஊடுருவி விடும். எத்தனை வீட்டு உபயோகக் குறிப்புப் புத்தகங்களைப் படித்தாலும் அந்தக் கறையைப் போக்குவது சுலபமல்ல. காலத்தால் கறை சற்று

மங்கிப் போகலாம். இருப்பினும் அது, கறையாகவே உங்கள் கடைசிமூச்சு வரை நீடிக்கும். அது, அவ்வாறு நீடிப்பதற்கான உரிமையும் அவ்வப்போது பொதுவில் கறை-போன்ற பிரகடனங்களை வெளியிடுவதற்கான உரிமையும் அதற்கு இருக்கிறது. பிறகு, நீங்கள் மீதமுள்ள வாழ்க்கை முழுவதும் மெதுமெதுவாய் பரவிக் கொண்டிருக்கும் நிறத்துடனும் அதன் தெளிவற்ற வெளிவரையுடனும் வாழும்படி விடப்படுகிறீர்கள்.

அந்த உலகின் ஒலிகள் வேறானவை. தாகத்தை உணர்வதும் அதுபோலவே வேறானது. உங்கள் தாடி வளரும்விதமும் அப்படியே. ஸ்டார்பக்ஸில் இருக்கும் காஃபி தயாரிப்பவர் உங்களை நடத்தும்விதம் வேறாக இருக்கும். கிளிஃபோர்டு பிரவுனின் தனிப்பாடல்கள் வேறுவிதமாக ஒலிக்கும். பாதாள ரயிலின் கதவுகள் மூடுவது புதிய மற்றும் எதிர்பாராதவிதத்தில் இருக்கும். ஒமோட்டே சாண்டோவில் இருந்து அவ்யாமா இட்சோம் செல்லும்போது தூரம் முன்பு இருந்ததைப்போல இல்லை என்பதைக் கண்டுகொள்வீர்கள். நீங்கள் புதிய பெண்ணைச் சந்திக்கலாம் ஆனால் அவள் எவ்வளவு சிறப்பானவளாக இருந்தாலும் (அவள் எந்தளவுக்குச் சிறப்பாக இருக்கிறாளோ அந்தளவுக்கு இது உண்மையாக இருக்கும்) அவளைச் சந்தித்த கணம் முதல் அவளை இழப்பதுகுறித்து சிந்திக்கத் தொடங்குவீர்கள். தூண்டலைக் கொண்ட கடலோடிகளின் நிழல், அவர்கள் பேசும் அந்நிய மொழிகளின் ஒலி (அது கிரேக்கமா? எஸ்தோனியமா? தகலாகுவா?) உங்களைப் பதட்டத்தில் ஆழ்த்தும். உலகெங்குமுள்ள அதியற்புதமான துறைமுகங்களின் பெயர்கள் உங்கள் தைரியத்தை இழக்கச்செய்யும். ஏனெனில் பெண்களற்ற ஆண்களாக இருப்பது என்னவென்று உங்களுக்கு ஏற்கனவே தெரியும். நீங்கள் வெளிர்நிற பாரசீகத் தரைவிரிப்பு, தனிமை என்பது போர்டாக்ஸ் ஒயின் ஏற்படுத்தும் கறை, அது அவ்வளவு சுலபத்தில் போகாது. தனிமை பிரான்சிலிருந்து கொண்டு வரப்படுகிறது, காயத்தின் வலியோ மத்தியத்தரைக் கடலில் இருந்து. பெண்களற்ற ஆண்களுக்கு உலகம் மிகப் பரந்தது, அது வருத்துகின்ற கலவை, நிலவின் வெகு தொலைதூரப் பகுதி.

M-ம் நானும் இரண்டு வருடங்கள் ஒன்றாக வெளியில் சென்று கொண்டிருந்தோம். நீண்டகாலம் என்று சொல்வதற்கில்லை.

ஆனால் கணிசமான இரண்டு வருடங்கள். இரண்டு வருடங்கள் மட்டுமே என்று நீங்கள் சொல்லலாம் அல்லது நீண்ட இரண்டு வருடங்கள் எனலாம். இதெல்லாம் உங்களின் பார்வையைப் பொறுத்தது. நான் "வெளியே சென்றோம்" என்று சொல்கிறேன், ஆனால் உண்மையில், மாதத்தில் இரண்டு அல்லது மூன்றுமுறை மட்டுமே நாங்கள் சந்தித்துக் கொண்டோம். அதற்கான காரணங்கள் அவளுக்கு இருந்தன, எனக்கும் இருந்தது. இந்தக் கட்டத்தில், துரதிஷ்டவசமாக நாங்கள் பதிநான்கு வயதில் இல்லை. இந்தக் காரணங்களே எங்களைப் பிரித்தன. அவள் என்னைவிட்டுச் சென்றுவிடக்கூடாது என்பதற்காக எவ்வளவு இறுக்கமாக பற்றிக்கொண்டிருந்தாலும் அது பயன்படவில்லை. கடலோடிகளின் கனத்த கரிய நிழல்கள் இடைவிடாது, கூர்மையான உருவகப் பலகையூசிகளை நாற்புறமும் சிதறடித்துக் கொண்டிருந்தன.

M-பற்றி எனக்குத் தெளிவாக நினைவிலிருக்கும் விஷயம், அவள் மின்தூக்கிகளில் வரும் இசையை எவ்வளவு விரும்பினாள் என்பது. பெர்சி ஃபெய்த், மான்டோவானி, ரேமண்ட் லெஃப்ரே, ஃபிராங்க் சாக்ஸ்ஃபீல்ட், பிரான்சிஸ் லாய், *101* ஸ்ட்ரிங்ஸ், பால் மௌரியட், பில்லி வான். அவளுக்கு இந்தப் பாதிப்பில்லாத இசைகுறித்து முன்முடிவான விருப்பம் — என்னைப் பொறுத்தவரை — இருந்தது. தேவதைத்தனமாக ஒலிக்கும் தந்திகள், மர இசைக் கருவிகளின் இனிமையான இசைப்பெருக்கம், மிக மெல்லியதாக ஒலிக்கும் பித்தளைக்கருவிகள், இதயத்தை மெதுவாக மீட்டிச்செல்லும் யாழிசை. ஒருபோதும் உத்வேகம் குறையாத அழகான மெல்லிசை, வாயில் மிட்டாய் கரைவதுபோல ஒத்திசையும், மிகச்சரியான அளவில் எதிரொலியுடன் ஒலிப்பதிவு செய்யப்பட்டவை.

நான் பொதுவாக, வண்டி ஓட்டும்போது ராக் அல்லது ப்ளூஸ் வகை இசை கேட்பேன். டெரெக் மற்றும் டொமினோஸ், ஓடிஸ் ரெட்டிங், தி டோர்ஸ் போன்றவர்களின் இசை. ஆனால், *M* இவ்வகையான இசையை ஒருபோதும் அனுமதிக்கமாட்டாள். எப்போதும் காகிதப்பை ஒன்றைச் சுமந்துவருவாள். அதில் டஜனுக்கும் மேலான கேசட்டுகள்—இவ்வகையான மின்தூக்கியில் ஒலிக்கும் இசை பதியப்பட்டது—இருக்கும்,

தொடர்ந்து ஒன்றன்பின் ஒன்றாக அவற்றைப் போடுவாள். அவள் பிரான்சிஸ் லாயின் பாடலை முணுமுணுத்துக் கொண்டிருக்க இலக்கின்றி வண்டியில் சுற்றிக்கொண்டிருப்போம். அவளது அழகான, கவர்ச்சியான, மெல்லிய சாயப்பூச்சுகொண்ட உதடுகள். எப்படியிருந்தாலும் அவளிடம் குறைந்தது பத்தாயிரம் கேசட்டுகள் இருந்திருக்கும்போல. உலகத்தில் உள்ள அத்தனை வெகுளித்தனமான இசையும் அவளுக்குத் தெரியும். ஒருவேளை, மின்தூக்கிகளில் ஒலிக்கும் இசைக்கான அருங்காட்சியகம் என ஒன்று இருந்தால் அவள், அதன் பொறுப்பாளராக இருக்க முடியும்.

நாங்கள் உடலுறவில் ஈடுபடும்போதும் இதே நிலை. அவளுக்கு எப்போதும் படுக்கையில் இருக்கும்போது இசை வேண்டும். நாங்கள் அதில் ஈடுபட்டிருக்கும்போது எத்தனைமுறை பெர்சி ஃபெய்த்தின் "எ சம்மர் ப்ளேஸ்" இசையைக் கேட்டிருப்பேன் என்று எனக்கே தெரியாது. இதைச் சொல்வதற்குச் சிறிது சங்கடமாக இருக்கிறது, ஆனால் இப்போதுகூட அந்த இசையைக் கேட்கும்போது பாலுணர்வுத் தூண்டலுக்கு உள்ளாவேன்—மூச்சுத் திணறும், முகம் சிவக்கும். உலகம் முழுக்கத் தேடிப் பார்த்தாலும் "எ சம்மர் ப்ளேஸ்" பாடலைக் கேட்டதும் பாலுணர்வுத் தூண்டுதல் அடையக்கூடிய ஒரேயொரு மனிதனை மட்டுமே உங்களால் கண்டுகொள்ள முடியும்—அது நான் மட்டுமே. இல்லை—ஒருவேளை, அவளது கணவரும் அப்படியிருக்கலாம். எனவே, இந்தச் சாத்தியத்தை திறந்தநிலையில் வைத்திருப்போம். நீங்கள் உலகம் முழுக்கச் சலித்து எடுத்தாலும் "எ சம்மர் ப்ளேஸ்" பாடலால் பாலுணர்வுத் தூண்டலுக்கு உள்ளாகக்கூடிய இருவர் மட்டுமே (என்னையும் சேர்த்து) கிடைப்பார்கள் என்று இதைத் திருத்திக்கொள்ளலாம். அது சரியாக இருக்கும்.

வெளி.

ஒருமுறை M கூறினாள், "இவ்வகையான இசையை நான் விரும்புவதன் காரணம் வெளி."

"வெளியா?"

"இந்த இசையைக் கேட்கும்போது நான் பரந்து-திறந்த வெட்டவெளியில் இருப்பதாகத் தோன்றும். அது, மிகவும் பரந்தவெளி, அதை மூடுவதற்கு எதுவும் இல்லை. சுவர்களோ, கூரையோ இல்லை. அங்கே நான் எதையும் சிந்திக்க வேண்டியதில்லை, எதையும் சொல்லவேண்டியதில்லை, அல்லது எதையும் செய்யவேண்டியதில்லை. வெறுமனே அங்கு இருப்பது போதுமானது. கண்களை மூடிக்கொண்டு தந்திகளின் அற்புதமான இசைக்கு என்னை ஒப்புவிப்பேன். தலைவலிகள் இல்லை, குளிர் பாதிப்பு இல்லை, மாதவிடாய் இல்லை அல்லது கருமுட்டை வெளிப்படுதல் இல்லை. அனைத்தும் எளிமையாக, அழகுடன், அமைதியுடன், பொங்கி வழிந்துகொண்டிருக்கும். நான் வெறுமனே இருக்கலாம்."

"சொர்க்கத்தில் இருப்பது போலவா?"

"மிகச்சரி," என்றாள் M. "நிச்சயமாக சொர்க்கத்தில் பெர்சி ஃபெய்த்தின் இசை பின்னணியில் ஒலித்துக் கொண்டிருக்கும். இன்னும் சிறிதுநேரம் என் முதுகைப் பிடித்துவிட முடியுமா?"

"நிச்சயமாக," என்று பதிலளித்தேன்.

"உண்மையில், நீ சிறப்பான முறையில் முதுகைப் பிடித்து விடுகிறாய்."

ஹென்றி மான்சினி[3]யும் நானும் ரகசியப் பார்வையைப் பரிமாறிக் கொள்கிறோம், எங்கள் உதடுகளில் மெல்லிய புன்னகை தோன்றுகிறது.

நான் இழந்தவற்றின் பட்டியலில் இந்த மின்தூக்கி இசையும் உண்டு. இந்தச் சிந்தனை வண்டியில் போகும் ஒவ்வொருமுறையும் எனக்கு ஏற்படும். சமிக்ஞை விளக்குகள் மாறுவதற்காகக் காத்திருக்கும்போது, இதற்குமுன்னால் நான் பார்த்திராத பெண் ஒருத்தி திடீரென பயணியர் பக்கக் கதவைத் திறந்து உள்ளே நுழைந்து, ஒரு வார்த்தை பேசாமல் அல்லது பார்வையைப் பரிமாறிக் கொள்ளாமல், "எ சம்மர் பிளேஸ்" பாடல்கொண்ட கேசட்டை இசைக்கருவிக்குள் நுழைத்து ஒலிக்கவிடுவாள் என்ற மெல்லிய நம்பிக்கை எப்போதும் உண்டு. நான் அவ்வாறாக கனவுகூடக் கண்டிருக்கிறேன். நிச்சயமாக,

---

3. அமெரிக்க இசையமைப்பாளர், நடத்துனர், ஏற்பாட்டாளர், பியானோ கலைஞர்.

அது ஒருபோதும் நடக்கப் போவதில்லை. நான் சொல்லவருவது என்னவென்றால், என்னுடைய காரில் கேசட் கேட்பதற்கான கருவிகளே இப்போது இல்லை. வண்டி ஓட்டும்போது யுஎஸ்பி கேபிள்கொண்ட ஐ-பாட் ஒன்றை பயன்படுத்துகிறேன். *பிரான்சிஸ் லாய் மற்றும் 101 ஸ்ட்ரிங்ஸ்* ஆகியவை நிச்சயமாக என்னுடைய ஐ-பாடில் இல்லை. கொரில்லாஸ் அல்லது பிளாக் ஐட் பீஸ் போன்ற இசைக்குழுக்களின் பாடல்கள்தான் இருக்கும்.

ஒரு பெண்ணை இழப்பதென்பது இப்படியாக இருக்கிறது. குறிப்பிட்ட காலகட்டத்தில், ஒரு பெண்ணை இழப்பது என்பது அனைத்துப் பெண்களையும் இழப்பதுதான். இவ்வாறாக, நாம் பெண்களற்ற ஆண்களாகிறோம். பெர்சி ஃபெய்த், பிரான்சிஸ் லாய் மற்றும் 101 ஸ்ட்ரிங்ஸ் ஆகியோரை இழக்கிறோம். அம்மோனைட்டுகள் மற்றும் ஸீலகாந்த்துகளை இழக்கிறோம். மேலும் அவளது அழகான முதுகையும் இழக்கிறோம். ஹென்றி மான்சினியின் வடிவத்தில் வந்த "மூன் ரிவர்" பாடலின் மென்மையான தாளகதிக்கு ஏற்ப உள்ளங்கையால் *M*-ன் முதுகை நான் பிடித்துவிடுவது வழக்கம். *வெயிட்டிங் ரவுண்ட் தி பெண்ட், மை ஹக்கிள்பெரி ஃப்ரெண்ட்...* ஆனால் அவையெல்லாம் மறைந்து போய்விட்டன. மிச்சமிருப்பது, பழைய உடைந்த அழிரப்பர் மற்றும் தொலைதூரத்தில் ஒலிக்கும் கடலோடிகளின் கையறுநிலைப் பாடல் மட்டுமே. நீரூற்றுக்கு அருகில் இருக்கும் ஒற்றைக்கொம்புக் குதிரையின் தனிமையான கொம்பு வானத்தைப் பார்த்தபடி இருக்கிறது.

M இப்போது "எ சம்மர் பிளேஸ்" பாடலை ரசித்தபடி சொர்க்கத்தில் இருப்பாள் என்று நினைக்கிறேன்—அல்லது அதுபோன்ற ஏதோவொரு இடத்தில். திறந்த, வரம்பற்ற அந்த இசையால் மென்மையாகப் பொதியப்பட்டு இருப்பாள். அங்கே ஜெபர்சன் ஏரோப்ளேன் ராக் இசைக்குழுவின் பாடல் இருக்காது என்று நம்புகிறேன். (நிச்சயம், கடவுள் அத்தனை குரூரத்துடன் இருக்கமாட்டார்). "எ சம்மர் பிளேஸ்" பாடலின் பிசிகேட்டோ[4] வயலின்களைக் கேட்கும்போது அவளது சிந்தனைகள் எப்போதேனும் என்பக்கம் திரும்பியது என்றால்

4. வில்லைப் பயன்படுத்துவதற்குப் பதிலாக விரல்களால் வயலின், வயோலா, செல்லோ போன்றவற்றின் தந்திகளைச் சுண்டுவது.

நன்றாக இருக்கும். ஆனால் அது, அதிகமான எதிர்பார்ப்பாக ஆகிவிடும். நான் அதில் பங்கெடுக்கவில்லை என்றாலும்கூட முஸாக்[5]கின் இசை நித்தியத்தில் ஒலித்துக்கொண்டிருக்க M மகிழ்ச்சியாகவும் நிம்மதியாகவும் இருக்கவேண்டும் என்று பிரார்த்திக்கிறேன்.

பெண்களற்ற ஆண்களில் ஒருவனாக இதை என் மனதாரப் பிரார்த்திக்கிறேன். இந்தக் கட்டத்தில் பிரார்த்தனை ஒன்று மட்டுமே நான் செய்யக்கூடியது. அநேகமாக.

****

---

5. வணிக நிறுவனங்கள் மற்றும் பிற பொது நிறுவனங்களில் பின்னணியில் ஒலிக்க விடப்படும் அமெரிக்கப் பின்னணி இசை. முஸாக் என்பது அதன் விற்பனைப் பெயர்.

மின்மினி

ஒருகாலத்தில்—சரியாகச் சொன்னால், பதினைந்து வருடங்களுக்கு முன்புபோல—டோக்கியோவில், கல்லூரி மாணவர்களுக்காக தனியாரால் நடத்தப்படும் விடுதியொன்றில் தங்கியிருந்தேன். அப்போது எனக்கு பதினெட்டு வயது, புத்தம்-புதிய கல்லூரி முதலாம் ஆண்டு மாணவன், நகரத்தைப் பற்றிய எந்த விஷயமும் தெரியாது. எப்போதும் தனியாக வாழ்ந்ததும் இல்லையென்பதால், இயல்பாக என்னுடைய பெற்றோர் சற்று கவலையாக இருந்தனர்; என்னை விடுதியில் தங்கவைப்பதுதான் சிறந்த வழியாக இருந்தது. நிச்சயமாக, பணம் என்பது அப்போது முக்கியமான விஷயம். எனவே, விடுதியில் தங்கவைப்பதே மலிவான வழி. நான் அடுக்கக வீடொன்றில் தனியாக வசிக்கும், அற்புதமான முறையில் நேரத்தைச் செலவிடும் கற்பனையில் இருந்தேன். ஆனால் என்ன செய்வது? என் பெற்றோர் கல்லூரிச் செலவுகளுக்கே சிரமப்பட்டுக் கொண்டிருந்தனர்—கல்வி மற்றும் பிற கட்டணங்கள், மாதாந்திர செலவுத்தொகை எனும்போது அதுதான் வாய்த்தது.

அந்த விடுதி, பங்கியோ வார்டில் தாராளமான அளவிலிருந்த மேட்டுநிலப் பகுதியில் அற்புதமான புறக்காட்சிகளோடு அமைந்திருந்தது. மொத்த இடமும் உயரமான கான்கிரீட் சுவரால் சூழப்பட்டிருக்க, பிரதான வாயிலின் உள்ளே பெரிய ஸெல்கோவா மரம் நின்றிருக்கும். கிட்டத்தட்ட, 150 வருடங்கள் வயதுடையது, அதற்கு மேலும்கூட இருக்கலாம். அதனடியில் நின்று நிமிர்ந்துபார்த்தால் இலைகளடர்ந்த பெரிய கிளைகள் வானத்தை மறைக்கும். கான்கிரீட்டினாலான நடைபாதை மரத்தை சுற்றிச்சென்று பிறகு நேராக முற்றத்தைக் கடந்து செல்லும். முற்றத்தின் இருபுறமும் மூன்று தளங்கள்கொண்ட

கான்கிரீட்டினாலான இரண்டு தங்குமிடக் கட்டடங்கள் அருகருகே கட்டப்பட்டிருக்கும். மிகப்பெரிய கட்டடங்கள். திறந்திருக்கும் ஜன்னல்களின் வழியாக யாரோ ஒருவருடைய டிரான்சிஸ்டர் ரேடியோ எப்போதும் ஏதோவொரு அறிவிப்பாளரின் குரலை ஒலித்துக்கொண்டிருக்கும். அறைகளில் உள்ள திரைச்சீலைகள் அனைத்தும் ஒரேநிறம் கொண்டவை, பாலேட்டு நிறம் சூரிய வெளிச்சத்தில் அதிகம் மங்காதது.

இரண்டு தளங்கள்கொண்ட பிரதான கட்டடம் நடைபாதையை நோக்கியிருந்தது. உணவுக்கூடம் மற்றும் பொதுக்குளியலறை முதல் தளத்திலும் கலையரங்கம், விருந்தினர் அறைகள் மற்றும் சந்திப்பறைகள் இரண்டாவது தளத்திலும் இருந்தன. பிரதான கட்டடத்தை அடுத்து மூன்றாவதாக இன்னுமொரு தங்குமிடக் கட்டடம் இருந்தது, அதுவும் மூன்று தளங்கள் கொண்டது. முற்றம் விசாலமானது, புல்தரைகளில் நீர்த்தூவிகள் சூரியஒளியில் ஒளிர்ந்தபடி சுழன்றுகொண்டிருக்கும். இவற்றை முழுமைப்படுத்தும் விதமாக. கால்பந்து மற்றும் ரக்பி விளையாட்டு மைதானம் மற்றும் ஆறு டென்னிஸ் மைதானங்கள் ஆகியவை பிரதான கட்டடத்தின் பின்னாலிருந்தன. மேலதிகமாக என்ன கேட்கமுடியும்?

அந்த விடுதியிலிருந்த ஒரே சிக்கல் (இதைச் சிக்கல் என எல்லோரும் நினைப்பதில்லை) அதை நடத்தியவர்கள்—தீவிரமான வலது-சாரி சிந்தனைகொண்ட நபரின் தலைமையில் அமைந்த மர்மமான நிறுவனம். விடுதியின் துண்டுப்பிரசுரத்தை ஒருமுறை பார்த்தாலே இது தெளிவாகும். அந்த விடுதி "கல்வியின் அடிப்படை இலக்குகளை அடைதல் மற்றும் நாட்டிற்குச் சேவை செய்வதற்கான நம்பிக்கைக்குரிய திறமையாளர்களை வளர்த்தல்" என்ற நோக்கத்தோடு தொடங்கப்பட்டது. இந்தத் தத்துவத்தோடு உடன்பட்ட செழுமையான வணிகர்கள் பலர் விடுதி தடையின்றி நடப்பதற்கு உதவி செய்தனர். குறைந்தபட்சம், பொதுவில் சொல்லப்பட்ட கதை இதுதான். மேற்பரப்புக்கு அடியிலிருக்கும் விஷயங்கள்—பல்வேறு விஷயங்கள் இருக்கலாம்—மற்றவர்களின் யூகம் மட்டுமே. அந்த மொத்த இடமும் வரி ஏய்ப்புக்காகத் தொடங்கப்பட்டது, அல்லது நிலமோசடி சார்ந்தது போன்ற வதந்திகள் இருந்தன. ஆனால்

இவையனைத்தும் விடுதியின் தினசரி நடவடிக்கைகளில் சிறு மாற்றங்களைக்கூட ஏற்படுத்தவில்லை. நடைமுறை மட்டத்தில் அதை நடத்துவது யார் என்பது பொருட்படுத்தக்கூடிய விஷயமாக இருக்கவில்லை என்று யூகிக்கிறேன்—வலது-சாரி, இடது-சாரி, நயவஞ்சகர், பொறுக்கிகள். இதுபோன்று யாரோ. உண்மை என்னவாகயிருந்தாலும், 1967ஆம் வருடத்து வசந்தகாலம் முதல் 68ஆம் வருடத்தின் இலையுதிர்காலம் வரை இந்த விடுதியைத்தான் நான் வீடென்று கருதினேன்.

விடுதியில், நாள் என்பது முறையான கொடியேற்ற நிகழ்வுடன் துவங்கும். கொடி ஏற்றுவதற்கான மேடை, முற்றத்தின் நடுவில் அமைக்கப்பட்டிருந்தது. எனவே, விடுதியின் அனைத்து ஜன்னல்களிலிருந்தும் அதைக் காணமுடியும். தேசிய கீதம் இசைத்தனர் என்பதை தனியே குறிப்பிட வேண்டியதில்லை. விளையாட்டும் அணிவகுப்புகளும் ஒன்றாக இருப்பதுபோல, ஒன்றைவிட்டு இன்னொன்று தனித்திருக்க முடியாது.

நான் இருந்த கிழக்குப்பகுதி கட்டடத்தின் பொறுப்பாளர்தான் கொடியேற்றுபவராக இருந்தார். கிட்டத்தட்ட ஐம்பது வயது, முரட்டுத்தனமான தோற்றமுடைய மனிதர். ஆங்காங்கே நரைத்திருக்கும் நார்போன்ற தலைமுடி, வெயிலில் பழுப்பேறிய கழுத்தில் நீண்ட தழும்பு. நகானோ ராணுவக் கல்லூரியில் பட்டம் பெற்றவர் என்று கிசுகிசுக்கப்பட்டது. அவரையடுத்து அவருக்கு உதவியாள் போலச் செயல்பட்ட மாணவன் ஒருவன் இருந்தான். அடிப்படையில் புரிந்துகொள்ளப்பட முடியாதவன். மிகநெருக்கமாக வெட்டப்பட்ட தலைமுடி, எப்போதும் பள்ளிச்சீருடையில் இருப்பான். யாருக்கும் அவனது பெயர் என்ன அல்லது அவன் எந்த அறையில் வசிக்கிறான் என்பது தெரியாது. உணவுக்கூடத்திலோ அல்லது பொதுக்குளியலறையிலோ நான் அவனைப் பார்த்ததேயில்லை. அவன் உண்மையில், மாணவனா என்பதுகூட எனக்கு உறுதியாகத் தெரியாது. ஆனால் சீருடை அணிந்திருக்கிறான் என்பதால் அவன் வேறுஎன்னவாக இருக்கமுடியும்? ராணுவக் கல்லூரி மனிதரைப்போல் அல்லாமல் இவன் குட்டையாக, பருத்த உடலுடன், வெளிறிப்போய் இருப்பான். தினமும்

காலையில் ஆறுமணிக்கு இருவரும் சேர்ந்து எழுஞாயிற்றுக் கொடியை¹ கம்பத்தில் ஏற்றுவர்.

இந்தக் காட்சியை எத்தனைமுறை பார்த்திருப்பேன் என்று எனக்கே தெரியாது. ஆறு மணிக்கான மணியோசை ஒலிக்கும்போது இருவரும் முற்றத்திலிருப்பர், சீருடைப் பையன் கையில் மரப்பெட்டி ஒன்று இருக்கும், ராணுவக்கல்லூரி நபரின் கையில் சோனி நிறுவனத்தின் கையடக்க ஒலிப்பதிவுக் கருவி. ராணுவக் கல்லூரி நபர் ஒலிப்பதிவுக் கருவியை மேடைக்குக் கீழே வைப்பார், சீருடைப்பையன் பெட்டியைத் திறப்பான். உள்ளே ஜப்பானியக் கொடி அழகாக மடித்து வைக்கப்பட்டிருக்கும். சீருடைப்பையன் அதை, தனது எஜமானரிடம் கொடுக்க அவர் அதைக் கயிறுடன் இணைப்பார். பிறகு சீருடைப்பையன் ஒலிப்பதிவுக் கருவியை இயக்குவான்.

"உங்களது அமைதியான ஆட்சி நீண்டகாலம் நீடிக்கட்டும்..." என்ற ஜப்பானின் தேசிய கீதத்தோடு கொடி கம்பத்தின்மீது ஏறும்.

"இந்தச் சிறிய கற்கள் வரை..." என்ற பகுதி வரும்போது கொடி கம்பத்தில் பாதிதூரம் வரை ஏறியிருக்கும், தேசியகீதம் முடியும்போது உச்சியிலிருக்கும். பிறகு இருவரும் விறைப்பாக நின்று தேசியக்கொடியை நிமிர்ந்து பார்ப்பர். வெளிச்சம் மிகுந்த நாட்களில் காற்று வீசும்போது இந்தக் காட்சி பார்க்க அற்புதமாக இருக்கும்.

மாலைநேர நிகழ்வென்பது காலைநேர நிகழ்வைப் போலத்தான், ஆனால் தலைகீழாக நடக்கும். கொடி, கம்பத்திலிருந்து இறக்கப்பட்டு மரப்பெட்டியில் வைக்கப்படும். இரவுநேரங்களில் கொடி பறப்பதில்லை.

இரவில் ஏன் கொடி பறப்பதில்லை என்று எனக்குத் தெரியாது. நாடு என்பது இரவிலும் இருக்கிறது, இல்லையா? மேலும் ஏராளமான மக்கள் கடுமையாக உழைக்கின்றனர்.

---

1. எழுஞாயிற்றுக் கொடி என்பது சிவப்பு வட்டம் மற்றும் வட்டத்திலிருந்து வெளிப்படும் பதினாறு சிவப்புக்கதிர்கள் கொண்டது. ஜப்பானிய தேசியக்கொடியைப் போலவே, எழுஞாயிற்றுக் கொடியும் சூரியனைக் குறிக்கிறது. 17—19ஆம் நூற்றாண்டுகளில் நிலப்பிரபுத்துவ போர்வீரர்களால் இக்கொடி முதலில் பயன்படுத்தப்பட்டது. தற்போது ஜப்பானியப் படைப்பிரிவுகளால் பயன்படுத்தப்படுகிறது.

அந்த மக்கள்மீது இதே கொடி பறப்பதில்லை என்பதும் நியாயமானதாகத் தெரியவில்லை. ஒருவேளை, இதுகுறித்து கவலைப்படுவதேகூட முட்டாள்தனமானதாக இருக்கலாம். இது, என்னைப் போன்றவர்கள் சிந்தித்து வருத்தம்கொள்ளக்கூடிய விஷயம்.

விடுதியில் முதல் மற்றும் இரண்டாமாண்டு மாணவர்கள் அறைக்கு இருவர் எனவும், இளநிலை மற்றும் முதுநிலை மாணவர்கள் அறைக்கு ஒருவரெனவும் வசித்தனர். நானிருந்த இருவர் தங்கும் அறை நெரிசலானதாக மற்றும் குறுகியதாக இருந்தது. அறைக்கதவிலிருந்து தள்ளியிருந்த சுவரில் அலுமினியச் சட்டம் கொண்ட ஜன்னல் உண்டு. அறையிலிருந்த மரச்சாமான்கள் எளிமையானவை. ஆனால் உறுதியாகத் தயாரிக்கப்பட்டவை—இரண்டு மேசைகள் மற்றும் நாற்காலிகள், ஓர் அடுக்குக் கட்டில், இரண்டு லாக்கர்கள், மற்றும் சுவரில் பதிக்கப்பட்ட அலமாரிகள். பெரும்பாலான அறைகளில் அலமாரிகள் வழக்கமான பொருள்களால் நிறைந்து வழியும்: கையடக்க வானொலிகள், முடியுலர்த்திகள், மின்சார காஃபி குடுவைகள், உடனடி-காஃபிக்கான குடுவைகள், சர்க்கரை, உடனடி-நூடுல்ஸ் தயாரிப்பதற்கான பாத்திரங்கள், குவளைகள் மற்றும் தட்டுகள். சுவர்களில் பிளேபாய் இதழின் நடுப்பக்கப் படங்கள் ஒட்டப்பட்டிருக்கும், மேசைமீது பாடப்புத்தகங்கள் மற்றும் வித்தியாசமான, பிரபலமான நாவல்கள் அடுக்கிவைக்கப்பட்டிருக்கும்.

ஆண்கள் மட்டும் வசிப்பதால் அறைகள் அருவருப்பான நிலையிலிருந்தன. குப்பைக்கூடையின் அடிப்பகுதியில் அழுகிய ஆரஞ்சுப்பழத்தின் தோல்கள் ஒட்டிக் கொண்டிருக்கும், சாம்பல் கிண்ணங்களாகச் செயல்படும் குளிர்பான தகரக் குவளைகளில் நான்கங்குல உயரத்திற்கு சிகரெட் துண்டுகள் நிறைந்திருக்கும். காஃபி குவளைகளில் காய்ந்துபோன காஃபி துகள்கள், தரைமுழுக்க உடனடி நூடுல்ஸ் பொதியின் மேலிருக்கும் பிளாஸ்டிக் தாள்கள் மற்றும் காலியான பீர் குவளைகள் இறைந்துகிடக்கும். காற்று வீசும்போது தரையிலிருந்து தூசு உயரக் கிளம்பும். அறைகளின் துர்நாற்றம் சொர்க்கம் வரை வீசக்கூடியது, ஏனெனில், அனைவரும் அழுக்குத் துணிகளை படுக்கைக்கு அடியில் சொருகி வைத்திருப்பர். படுக்கையை

வெயிலில் உலர்த்துவது என்பதையெல்லாம் மறந்துவிடுங்கள், அவை வியர்வை மற்றும் உடல் துர்நாற்றத்தால் நாறிக் கொண்டிருக்கும்.

இருந்தாலும் என்னுடைய அறை அப்பழுக்கற்றது. தரையில் துளி தூசு இருக்காது, சாம்பல் கிண்ணங்கள் கண்பார்வைக்குத் தெரிந்தவரை சுத்தமாக மின்னிக்கொண்டிருக்கும். படுக்கைகள் வாரம் ஒருமுறை வெய்யிலில் உலரவைக்கப்படும், பென்சில்கள் கூட்டில் வரிசையாக வைக்கப்பட்டிருக்கும். நடுப்பக்கப் படங்களுக்குப் பதிலாக, எங்களது அறையில் ஆம்ஸ்டர்டாமின் கால்வாய்களது படம் ஒட்டப்பட்டிருக்கும். ஏன்? விஷயம் எளிமையானது—என்னுடைய அறைத்தோழன் சுத்தம் செய்வதில் முனைப்பானவன். பீரைக் குடித்து முடித்தேன் என்று வையுங்கள்; அந்தக் காலிக்குவளையை மேசைமீது வைத்ததுதான் தாமதம், உடனே அதையெடுத்துக் குப்பைக்கூடையில் சேர்த்துவிடுவான்.

என் அறைத்தோழன் புவியியல் துறையில் படித்துக் கொண்டிருந்தான்.

"நான் வ-வ-வரைபடங்கள் குறித்துப் படிக்கிறேன்," என்றான்.

"வரைபடங்களைப் பற்றிப் படிக்கிறாயா?" என்றேன்.

"ஆமாம். தேசியப் புவியியல் நிறுவனத்தில் வேலைக்குச் சேர்ந்து வ-வ-வரைபடங்கள் தயாரிக்க விரும்புகிறேன்."

அவரவர் விருப்பம் என்று நினைத்துக்கொண்டேன். அதுவரையில், எவ்வகையான மனிதர்கள் வரைபடங்கள் தயாரிக்க விரும்புவார்கள் என்று சிந்தித்ததே இல்லை— மேலும் ஏன், ஒருவர் அப்படி விரும்பப்போகிறார். ஆனால் இதை நீங்கள் ஒப்புக்கொள்ளத்தான் வேண்டும், புவியியல் நிறுவனத்தில் வேலைபார்க்க விரும்பும் ஒருவன், 'வரைபடம்' என்று சொல்வதற்கே திக்கித்திணறுவது விநோதமானது. அவனுக்குச் சிலநேரங்களில் திக்கும், சிலநேரம் திக்கலில்லாமல் பேசுவான். ஆனால் 'வரைபடம்' என்ற சொல்வரும்போது நிச்சயமாகத் திக்குவான்.

"நீ எந்தத் துறையிலிருக்கிறாய்?" என்று கேட்டான்.

"நாடகம்," என்று பதிலளித்தேன்.

"நாடகமா? அதாவது, நீ நாடகத்தில் நடிப்பாயா?"

"இல்லை, நான் நாடகத்தில் நடிப்பதில்லை. நான் திரைக்கதை குறித்துப் படிக்கிறேன். ரசின், அயோனெஸ்கோ, ஷேக்ஸ்பியர் போன்றவர்களைப் படிப்பது."

ஷேக்ஸ்பியரைக் கேள்விப்பட்டிருக்கிறேன் ஆனால் மற்றவர்களைத் தெரியாது என்றான். உண்மையில், எனக்கும் அவர்களைப்பற்றி அதிகம் தெரியாது. துறைபற்றிய விளக்கமாக எனக்குச் சொல்லப்பட்டதை ஒப்பித்துக் கொண்டிருந்தேன்.

"எப்படியோ, இதுபோன்ற விஷயங்களில் உனக்கு ஆர்வம் இருக்கிறது, இல்லையா?" என்று கேட்டான்.

"அப்படி குறிப்பிட்டுச் சொல்லமுடியாது," என்றேன்.

அது அவனைத் திடுக்கிடச்செய்தது. அவன் பதைபதைப்புக்கு உள்ளாகும்போது வழக்கத்தைவிட அதிகமாகத் திக்குவான். நான் மிகப்பெரிய தவறைச் செய்துவிட்டதாக உணர்ந்தேன்.

"எந்தத் துறையாக இருந்தாலும் எனக்குச் சரிதான்," என்று அவசரமாக விளக்கமளித்து அவனை சமாதானம் செய்ய முயன்றேன். "இந்தியத் தத்துவம், கீழைத்தேய வரலாறு எதுவாக இருந்தாலும் சரி. எப்படியோ நாடகத்துறையைத் தேர்ந்தெடுக்க வேண்டியதாகிவிட்டது. அவ்வளவுதான்."

"எனக்குப் புரியவில்லை," என்று அழுத்திக் கூறினான், இன்னமும் பதட்டத்திலிருந்தான். "எ-எ-என் விஷயத்தில் எனக்கு வ-வ-வரைபடங்கள் பிடிக்கும், எனவே, அவற்றை எவ்வாறு உருவாக்குவது என்பதை கற்றுக்கொள்கிறேன். அதற்காக இவ்வளவுதூரம் பயணித்து ட்-ட்-டோக்கியோவிற்கு வந்து, இந்தக் கல்லூரிக்குச் செல்லும்பொருட்டு எ-எ-என்னுடைய பெற்றோரைச் செலவு செய்ய வைத்திருக்கிறேன். ஆனால் நீ... எனக்குப் பு-பு-புரியவில்லை."

அவனுடைய விளக்கம் என்னுடையதைக் காட்டிலும் அதிக அர்த்தமுள்ளதாகத் தோன்றியது. இதில் பலனில்லை என்று தெரிந்ததும் கதையில், என் பக்கத்தை விளக்கும் முயற்சியைக்

கைவிட்டேன். குச்சிகளை எடுக்கும் முறை[2] மூலம் படுக்கையில் யாருக்கு மேல்பகுதி, யாருக்குக் கீழ்ப்பகுதி என்று பார்த்தோம். எனக்கு மேல்பகுதி கிடைத்தது.

அவன் உயரமானவன், ஒட்ட-வெட்டப்பட்ட தலைமுடி, துருத்தலான கன்ன எலும்புகள். எப்போதும் வெள்ளைநிறச் சட்டை மற்றும் கருப்புநிறக் கால்சராய் மட்டுமே அணிவான். கல்விச்சாலைக்குச் செல்கிறான் என்றால் தவறாமல் சீருடை அணிந்து கருப்புக் காலணிகள் அணிந்துகொள்வான், கையில் கருப்பு நிறப்பெட்டி ஒன்று இருக்கும். அவனது தோற்றத்தைப் பார்த்தால், சரியான வலது-சாரி மாணவன் என்று தோன்றும், விடுதியிலிருந்த மற்ற மாணவர்களும் நிச்சயமாக அதே மதிப்பீட்டை அவன்மீது வைத்திருந்தனர். உண்மையில், அவனுக்கு அரசியலில் முற்றிலுமாக ஆர்வம் இல்லை. உடைகளைத் தேர்வுசெய்வது சிரமமான வேலை என்று நினைத்தான். கடற்கரையில் உண்டாகும் மாற்றங்கள், புதிதாகக் கட்டி முடிக்கப்பட்ட சுரங்கப்பாதைகள் போன்றவற்றில்தான் அவனுக்கு ஆர்வம். அந்த விஷயத்தைப் பேசத் தொடங்கிவிட்டானென்றால் இடையில் திக்கித் திணறினாலும் ஒருமணி நேரத்திற்கு, சமயத்தில் இரண்டுமணி நேரத்திற்குக்கூட பேசிக்கொண்டிருப்பான், நீங்கள் கருணைக்காகக் கதறினால் அல்லது தூங்கிவிட்டால் தவிர நிறுத்தாமல் பேசிக்கொண்டிருப்பான்.

தினமும் காலையில் சரியாக ஆறுமணிக்கு அலாரம்போல தேசிய கீதம் ஒலித்ததும் எழுந்துகொள்வான். அவ்வகையில் இந்தக் கொடியேற்றம் என்பது முற்றிலுமாகப் பயனற்றது என்று சொல்வதற்கில்லை. உடையணிந்து குளியலறைக்குச் செல்வான், முடித்துவிட்டு வர நம்பமுடியாத அளவுக்கு நீண்ட நேரமாகும். சிலசமயம் இவன் ஒவ்வொரு பல்லாகக் கழற்றிச் சுத்தம் செய்கிறானா என்று யோசிப்பதுண்டு. அறைக்குள் வந்ததும் கொண்டுசென்ற துண்டை நீவி ஹேங்கரில் மாட்டி வைப்பான், அவனது பல்துலக்கும் பிரஷ் மற்றும் சோப்பை அலமாரியில் அதனிடத்தில் வைப்பான். பிறகு வானொலியைத் திருப்பிவிட்டு காலைநேர உடற்பயிற்சி நிகழ்ச்சியின்படி உடற்பயிற்சி செய்யத் தொடங்குவான்.

2. வெவ்வேறு நீளமுள்ள குச்சியை எடுப்பதன்மூலம் எதையாவது தீர்மானிப்பது. பொதுவாக, குறுகிய நீளமுள்ள குச்சியை எடுக்கும் நபரே தேர்ந்தெடுப்பவர்.

நான் பெரும்பாலும் ஆந்தைபோல இரவில் விழித்திருப்பவன், உறங்கினேன் என்றால் ஆழ்ந்து உறங்குவேன். எனவே அவன், தனது நாளைத் தொடங்கும்போது நான் இந்த உலகத்திலேயே இருக்கமாட்டேன். ஒருகட்டத்தில், அவன் மேலும்கீழுமாகக் குதிக்கத்தொடங்குவான், படுக்கையிலிருந்து திடுக்கிட்டு எழுந்துகொள்வேன். ஒவ்வொருமுறை அவன் குதிக்கும்போதும்—நம்புங்கள், மிகஉயரமாகக் குதிப்பான் என் தலை மூன்று அங்குலத்திற்கு தலையணையிலிருந்து மேலே செல்லும். இந்தச் சூழ்நிலையில் தூங்க முயற்சிசெய்து பாருங்கள்.

"இப்படிக் கேட்பதற்கு மன்னிக்கவேண்டும்," நான்காவது நாளே ஆரம்பித்தேன், "நீ இந்த உடற்பயிற்சி விஷயத்தை மொட்டைமாடியில் அல்லது வேறெங்காவது செய்தால் நல்லது. என்னால் தூங்கமுடியவில்லை."

"அது முடியாது," என்று பதிலளித்தான். "ஒருவேளை அப்படிச் செய்தால் மூன்றாவது மாடியிலிருப்பவர்கள் புகார் செய்யக்கூடும், இதுதான் தரைத்தளம். எனவே, நமக்குக் கீழே யாரும் இல்லை."

"சரிதான், நீ முற்றத்தில் இதை முயற்சி செய்யலாமே?"

"அது முடியாது. ஏனென்றால் என்னிடம் கையடக்க வானொலி இல்லை என்பதால் என்னால் இசை கேட்க முடியாது. இசையில்லாமல் நான் உடற்பயிற்சி செய்யவேண்டுமென்று நீ எதிர்பார்க்க முடியாது."

அவனுடைய வானொலி மின்சாரத்தில் இயங்குவது. என்னுடைய கையடக்க வானொலியைக் கொடுக்கலாமென்றால் அதில் பண்பலை மட்டுமே எடுக்கும்.

"சரி, குறைந்தபட்சம் நீ ஒலியளவைக் குறைத்து, குதிப்பதை நிறுத்தலாமே? மொத்த அறையும் அதிர்கிறது. நான் இதுகுறித்து புகாரளிக்கவோ அல்லது வேறு எதுவும் செய்யவோ விரும்பவில்லை, ஆனால்..."

"குதிக்கிறேனா?" அவன் ஆச்சரியம் அடைந்ததுபோல் தெரிந்தது. "என்ன சொல்கிறாய், கு-கு-குதிக்கிறேனா?"

“குறிப்பிட்ட கட்டத்தில் நீ மேலும்கீழுமாகக் குதிப்பாயே.”

“என்ன சொல்கிறாய் நீ?”

தலைவலி வரப்போவதை உணர்ந்தேன். எப்படியோ போய்த்தொலை என்று விட்டுவிடத் தோன்றியது. ஆனால் இதைப்பற்றிய பேச்சை எடுத்தபிறகு பின்வாங்கத் தயாராக இல்லை. எனவே, என்.ஹெச்.கே வானொலியின் உடற்பயிற்சி நிகழ்ச்சியில் வரும் அந்த ராகத்தைப் பாடியபடி மேலும்கீழுமாக தாளத்திற்கு ஏற்ப குதித்துக் காண்பித்தேன்.

“பார்த்தாயா? இந்தக் கட்டம். இதை நீ தினமும் செய்கிறாய்தானே?”

“ஓ—ஆமாம். அப்படித்தான் நினைக்கிறேன். நான் இதைக் கவனித்ததில்லை.”

“அந்தப் பகுதியை மட்டும் செய்யாமல் விட்டுவிடமுடியுமா? மற்றதைக்கூட சமாளித்துக் கொள்வேன்.”

“மன்னித்துவிடு,” என்று என்னுடைய யோசனையைப் புறந்தள்ளினான். “என்னால் ஒருபகுதியை மட்டும் செய்யாமல் விடமுடியாது. இதை, கடந்த பத்து வருடங்களாகச் செய்து வருகிறேன். இதைச் செய்ய ஆ-ஆ-ஆரம்பித்துவிட்டேன் என்றால், சி-சிந்தனை இல்லாமல் செய்துகொண்டே இருப்பேன். அதில் ஒருபகுதியை மட்டும் வி-விட்டுவிட்டால் எதையுமே என்னால் செ-செய்ய முடியாது .”

“அப்படியென்றால், மொத்தத்தையும் செய்யாமல் நிறுத்தி விடலாமே?”

“நீ உன்னை யாரென்று நினைத்துக் கொண்டிருக்கிறாய், இப்படியெல்லாம் என்னை அதிகாரம் செய்கிறாய்?”

“அடடே! நான் அதிகாரம் செய்யவில்லை. எட்டுமணி வரை தூங்க விரும்புகிறேன். எட்டுமணி வரை தூங்க முடியாவிட்டாலும் குறைந்தபட்சம், சாதாரண மனிதர்களைப் போல கண்விழிக்க விரும்புகிறேன். நீ செய்யும் வேலையால் எனக்கு சாப்பாட்டுப் போட்டி அல்லது வேறெதோ ஒன்றின் நடுவே கண்விழிப்பதுபோல் இருக்கிறது. நான் சொல்வது புரிகிறதா?”

"புரிகிறது," என்றான்.

"இதைப்பற்றி என்ன செய்யலாம் என்று நினைக்கிறாய்?"

"ஹேய், இப்படிச் செய்யலாம்! ஏன், நாம் இருவரும் சேர்ந்து உடற்பயிற்சி செய்யக்கூடாது?"

நான் முயற்சியைக் கைவிட்டு மீண்டும் தூங்கச்சென்றேன். அதன்பிறகு அவன், தினமும் தனது காலை நேரத்து வழக்கத்தைத் தொடர்ந்தான், ஒருநாள் கூடத் தவறவில்லை.

அறைத்தோழனின் காலைநேர உடற்பயிற்சி குறித்து அவளிடம் கூறியதும் சிரித்தாள். வேடிக்கையாக இருக்கவேண்டும் என்று நினைத்துச் சொல்லவில்லை என்றாலும் கடைசியில் நானும் சிரித்துவிட்டேன். அவளுடைய சிரிப்பு ஒருகணத்திற்கே நீடித்தாலும் அவள் புன்னகைப்பதைப் பார்த்து நீண்டகாலமாகிறது என்பதை உணரவைத்தது.

அது, மே மாதத்து ஞாயிற்றுக்கிழமை ஒன்றின் மதியநேரம். நாங்கள் யோட்சுயா ரயில் நிலையத்தில் இறங்கிக்கொண்டு தண்டவாளத்தை ஒட்டி, கரையோரமாக இச்சிகயா ரயில் நிலையத்தை நோக்கி நடந்துகொண்டிருந்தோம். மதியம்போல மழைபெய்வது நின்றது, மேலும் தெற்குக்காற்று தாழ்வாக இருந்த மேகங்களைக் கலைத்துவிட்டது. செர்ரி மரங்களின் இலைகள் வானத்திற்கெதிராகக் கூர்மையாகப் பதிந்து காற்றிலசையும்போது மின்னின. சூரிய வெளிச்சத்தில் இளவேனிற்காலத்தைப் போன்ற வாசனை. எங்களைக் கடந்துசென்ற பெரும்பாலான மனிதர்கள், தங்களுடைய கம்பளியாடைகள் மற்றும் மேலங்கிகளைக் கழற்றி தோளில் தொங்கவிட்டபடி சென்றனர். அரைக்கால் சட்டை மட்டும் அணிந்த ஓர் இளைஞன், டென்னிஸ் மைதானத்தில் மட்டையை முன்னும்பின்னுமாக அசைத்துக்கொண்டிருந்தான். அதன் உலோகச்சட்டம் மதியநேரத்துச் சூரியஒளியில் மின்னியது. இரண்டு கன்னிகாஸ்திரிகள் மட்டும் குளிர்கால ஆடைகளைச் சுற்றிக்கொண்டு நீளிருக்கையொன்றில் அமர்ந்திருந்தனர். அவர்களைப் பார்த்ததும் இன்னமும் கோடைகாலம் வரவில்லையோ என்று தோன்றியது.

வியர்வைத்துளிகள் முதுகில் உருளத்தொடங்க பதினைந்துநிமிட நடைமட்டுமே தேவைப்பட்டது. அணிந்திருந்த கனமான பருத்திச் சட்டையைக் கழற்றிவிட்டு டி-ஷர்ட்டோடு நடந்தேன். அவள் தனது வெளிர்சாம்பல் நிற முழுக்கைச் சட்டையின் கைப்பகுதியை முழங்கைவரை மடித்துவிட்டுக் கொண்டாள். அந்த முழுக்கைச் சட்டை எண்ணற்ற முறை துவைக்கப்பட்டதால் மங்கிப்போன பழைய சட்டை. நீண்டகாலத்திற்கு முன்பு எப்போதோ அதைப்பார்த்தது போலத் தோன்றியது.

"இன்னொருவரோடு தங்கியிருப்பது நன்றாக இருக்கிறதா?" என்று கேட்டாள்.

"சொல்வது கடினம். இன்னும் அவ்வளவு நாட்கள் அங்கே தங்கவில்லை."

நீரூற்றுக்கு அருகில் வந்ததும் நின்று வாய் நிறையத் தண்ணீர் குடித்தாள், பிறகு கால்சராய் பையிலிருந்து எடுத்த கைக்குட்டையால் வாயைத் துடைத்துக்கொண்டாள். அணிந்திருந்த டென்னிஸ் காலணிகளின் நாடாக்களை அவிழ்த்து மீண்டும் கட்டிக்கொண்டாள்.

"அது எனக்கு ஒத்துவருமா என்று யோசிக்கிறேன்?" என்றாள்.

"எது விடுதியில் வசிப்பதா?"

"ஆமாம்," என்றாள்.

"தெரியவில்லை. ஆனால் உன்னால் கற்பனைசெய்ய முடியாத அளவு சிக்கல்கள் கொண்டது. நிறைய விதிமுறைகள். வானொலி உடற்பயிற்சி குறித்து தனியாகச் சொல்லவேண்டியதில்லை."

"அப்படித்தான் நினைக்கிறேன்," என்றபடி சிந்தனைக்குள் தொலைந்தாள். பிறகு நேராக என் கண்களைப் பார்த்தாள். அவளது கண்கள் இயல்பைக்காட்டிலும் அதிகத் தெளிவானவையாக இருந்தன. நான் இதுவரை கவனித்ததில்லை. வானத்தைப் பார்த்துக்கொண்டிருப்பது போன்ற விசித்திரமான, வெளிப்படையான உணர்வை எனக்களித்தன.

"ஆனால் சிலசமயம் அப்படிச் செய்யவேண்டுமென்று உணர்கிறேன். அதாவது..." என்றபடி, என் கண்களுக்குள்

பார்த்தாள். பிறகு, உதட்டைக் கடித்தபடி கீழே பார்த்தாள். “ஒன்றுமில்லை. விடு.”

உரையாடல் முடிந்தது. மீண்டும் நடக்கத் தொடங்கினாள்.

கடந்த அரைவருடமாக நான் அவளைப் பார்க்கவில்லை. மிகவும் உடல் மெலிந்திருந்தாள், என்னால் அவளை அடையாளம் காணவே முடியவில்லை. அவளது கொழுகொழுத்த கன்னங்கள் இப்போது இளைத்திருந்தன, கழுத்தும்கூட. எலும்பும்தோலுமாக இருக்கிறாள் என்றில்லை. முன்பைவிட அழகாக இருந்தாள். அதை அவளிடம் சொல்ல விரும்பினேன், ஆனால் எப்படித் தொடங்குவது என்று தெரியாததால் யோசனையைக் கைவிட்டேன்.

யோட்சுயாவுக்கு வந்ததற்குக் குறிப்பிட்ட காரணம் ஏதுமில்லை. ஷூவோ வழித்தடத்தில் ரயிலில் இருவரும் சந்தித்துக்கொண்டோம். இருவரிடமும் அடுத்துச் செய்வதற்கான திட்டங்கள் ஏதுமில்லை. இறங்கிவிடலாம் என்றாள், எனவே இறங்கினோம். தனியாக விடப்பட்டதும் பேசிக்கொள்ள எங்களுக்குள் அதிகமில்லை. ஏன், ரயிலிலிருந்து இறங்குவதைப் பரிந்துரைத்தாள் என்று எனக்குத் தெரியாது. ஆரம்பத்திலிருந்தே எங்களுக்குள் பேசிக்கொள்வதற்கு விஷயங்கள் அதிகமாக இருந்ததில்லை.

நிலையத்தில் இறங்கியவுடன் ஒருவார்த்தை கூட பேசாமல் நடக்கத் தொடங்கினாள். என்னால் முடிந்தவரை வேகமாக அவளுக்குப்பின்னால் நடந்தேன். எப்போதும் எங்களுக்குள் மூன்றடி இடைவெளி இருந்தது, அவளது முதுகைப் பார்த்தபடி தொடர்ந்து நடந்துகொண்டிருந்தேன். அவ்வப்போது ஏதாவது சொல்வதற்காகத் திரும்புவாள், நானும் பதிலுக்கு ஏதாவது சொல்வேன், இருப்பினும் பெரும்பாலான சமயங்களில் எனக்கு எப்படி, என்ன பதில் சொல்வது என்று புரியாமலிருக்கும். அவள் சொல்கிற அனைத்து விஷயங்களையும் என்னால் புரிந்துகொள்ளவும் முடியவில்லை, ஆனால் அவளுக்கு அது பொருட்டல்ல, அவளுக்கு, தனது கருத்தைச் சொல்லவேண்டும், பிறகு மீண்டும் திரும்பி அமைதியாக நடக்கத் தொடங்குவாள்.

இடாபாஷியில் வலதுபுறம் திரும்பி, அரண்மனையின் அகழிக்கருகில் வந்து, பின்னர் ஜிம்போச்சோவில்

உள்ள சந்திப்பைக் கடந்து, ஒகானோமிசு மேட்டில் ஏறி, ஹோங்கோவைக் கடந்தோம். பிறகு, கோமகோமிற்குச் செல்லும் ரயில் பாதையைத் தொடர்ந்தோம். மிக நீண்ட தொலைவு நடை, கோமகோமிற்கு வந்து சேர்ந்தபோது இருளத் தொடங்கியிருந்தது.

"எங்கிருக்கிறோம்?" என்று திடீரெனக் கேட்டாள்.

"கோமகோம், மிகப்பெரிய வட்டத்தில் சுற்றியிருக்கிறோம்," என்றேன்.

"இங்கே எப்படி வந்தோம்?"

"நீதான் அழைத்து வந்தாய். நான் 'தலைவியைப் பின்தொடர்ந்து செல்' என்று வந்தேன்."

நிலையத்திற்கு அருகிலிருந்த சோப்பா நூடுல்ஸ்[3] கடையொன்றில் சாப்பிட அமர்ந்தோம். சாப்பிட்டு முடிக்கும்வரை இருவரும் ஒருவார்த்தை கூட பேசிக்கொள்ளவில்லை. நடையினால் மிகவும் களைப்படைந்திருந்தேன், மயங்கி விழுந்துவிடுவேன் என்று தோன்றியது. அவள் சிந்தனைவயப்பட்டு அமர்ந்திருந்தாள்.

நூடுல்ஸை சாப்பிட்டு முடித்தாயிற்று, அவள்பக்கம் திரும்பி "நீ நல்ல வடிவத்திற்கு வந்துவிட்டாய்," என்றேன்.

"ஆச்சரியமாக இருக்கிறதா? நான் இடைநிலைப்பள்ளியில் இருக்கும்போதே, பாதைகள் இல்லாத இடத்தில் மலையேற்றம் செய்தவள். அப்பாவுக்கு மலையேற்றம் பிடிக்கும் என்பதால் சிறுவயதிலிருந்தே ஞாயிற்றுக்கிழமைகளில் மலையேற்றத்துக்குச் செல்வேன். இப்போதும்கூட என் கால்கள் மிகவும் பலமாக இருக்கின்றன."

"இதை என்னால் யூகித்திருக்கவே முடியாது."

அவள் சிரித்தாள்.

"நான் உன்னை வீட்டில் விட்டுவிடுகிறேன்," என்றேன்.

"பரவாயில்லை. நான் தனியாகப் போய்க்கொள்வேன். சிரமப்படாதே."

---

3. நெளிகோதுமையினால் தயாரிக்கப்படும் மெல்லிய நூடுல்ஸ்.

"இதில் எனக்கு எந்தச் சிரமமும் இல்லை," என்றேன்.

"இல்லை, பரவாயில்லை. நான் தனியாக வீட்டிற்குச் செல்வது பழகிய ஒன்றுதான்."

உண்மையைச் சொல்லவேண்டுமென்றால், அவள் அப்படி சொன்னதும் நான் நிம்மதியாக உணர்ந்தேன். அவளது இருப்பிடத்திற்குச் செல்ல ரயிலில் ஒருமணி நேரத்திற்கும் அதிகமாகப் பயணிக்க வேண்டும், நீண்ட தொலைவுப் பயணம், அவ்வளவு தூரத்திற்கு இருவரும் அருகருகே அமர்ந்து, எப்போதோ ஒருமுறை ஓரிரு வார்த்தைகள் மட்டுமே பேசியிருப்போம். கடைசியில், அவள் தனியாக கிளம்பிச் சென்றாள். அது எனக்கு உறுத்தலாக இருந்தது, எனவே எங்களது உணவுக்கான பணத்தை நானே செலுத்தினேன்.

இருவரும் விடைபெற்றுக்கொள்ள இருக்கும்போது அவள் என்னிடம், "அ - ஒரு விஷயம், அதிகமாக எதிர்பார்க்கிறேன் என்று நினைக்க வேண்டாம் - உன்னை மீண்டும் சந்திக்க முடியுமா? எனக்குத் தெரியும், உண்மையில் காரணங்கள் ஏதுமில்லை."

"தனிப்பட்டு காரணங்கள் ஏதும் இருக்கவேண்டிய அவசியமில்லை," என்று சிறிய ஆச்சரியத்துடன் கூறினேன்.

அவள் சற்று முகம் சிவந்தாள். நான் எவ்வளவு ஆச்சரியம் அடைந்தேன் என்பதை அவள் உணர்ந்திருக்கக்கூடும்.

"என்னால் அதைச் சரியாக விளக்க முடியவில்லை," என்றாள். முழுக்கைச் சட்டையின் கைப்பகுதியை முழங்கை வரை மடித்துவிட்டுக் கொண்டாள், பிறகு மீண்டும் கீழே இறக்கினாள். மின்சார விளக்குகள் அழகான தங்கநிறத்தைப் பொழிந்து அவள் கையை எடுப்பாகக் காட்டின. "காரணம் என்பது தவறான வார்த்தை. நான் வேறுவார்த்தையைத் தேர்ந்தெடுத்திருக்க வேண்டும்."

இரண்டு முழங்கைகளையும் மேசைமீது வைத்துக் கண்களை மூடிக்கொண்டாள், சரியான வார்த்தைகளைத் தேடுபவள்போல. ஆனால் அந்த வார்த்தைகள் கிடைக்கவில்லை.

"எனக்குச் சம்மதம்," என்றேன்.

"எனக்குத் தெரியவில்லை... இப்போதெல்லாம் என்ன நினைக்கிறேனோ அதைச் சரியாகச் சொல்ல முடியவில்லை," என்றாள். "என்னால் முடிவதில்லை. ஏதாவது சொல்ல முயற்சி செய்யும் ஒவ்வொருமுறையும் சொல்லவந்த கருத்து தவறிவிடுகிறது. ஒன்று அப்படி நடக்கிறது அல்லது சொல்லவந்ததற்கு முற்றிலும் எதிராக வேறொன்றைச் சொல்லிவிடுகிறேன். அதை எந்தளவுக்கு சரியாகச் சொல்ல முயற்சிசெய்கிறேனோ அந்தளவுக்குக் குழப்பமாகிறது. சிலநேரங்களில், என்ன சொல்லவருகிறேன் என்பது எனக்கு நினைவிருப்பதில்லை. இது எப்படியென்றால், என் உடல் இரண்டாகப் பிரிந்து ஒன்று மற்றொன்றை மிகப்பெரிய தூணைச்சுற்றி துரத்திக்கொண்டிருப்பது போல. நாங்கள் வட்டத்தில் சுற்றிக்கொண்டிருக்கிறோம். என்னுடைய இன்னொரு நான், சரியான வார்த்தைகளைக் கொண்டிருக்கிறது, ஆனால் என்னால் அவளைப் பிடிக்கவே முடியவில்லை."

அவள் மேசைமீது கைகளை வைத்துக்கொண்டு என்னை கண்களுக்குள் உற்றுப் பார்த்தாள்.

"நான் என்ன சொல்ல முயற்சி செய்கிறேன் என்று புரிகிறதா?"

"எல்லோருக்கும் இம்மாதிரியான உணர்வுகள் சிலநேரங்களில் உண்டாகும்," என்றேன். "நீ நினைக்கும்விதத்தில் உன்னால் உன்னை வெளிப்படுத்த முடியாது, அது நம்மைத் தொந்தரவு செய்யக்கூடியது."

நிச்சயமாக, அவள் கேட்க விரும்பியது இதல்ல.

"இல்லை, நான் சொல்லவந்தது அதில்லை," என்பதோடு நிறுத்திக் கொண்டாள்.

"உன்னை மீண்டும் சந்திப்பதில் எனக்கு ஆட்சேபணை இல்லை," என்றேன். "எனக்கு நிறைய நேரமிருக்கிறது, நாள் முழுக்கப் படுத்துக்கிடப்பதைக் காட்டிலும் நடைக்குச் செல்வது ஆரோக்கியமானது."

ரயில் நிலையத்தில் நாங்கள் பிரிந்தோம். நான் விடைபெற்றுக் கொண்டேன், அவளும் விடைபெற்றாள்.

அவளை நான் முதன்முதலில் சந்தித்தது, வசந்தகாலத்தில். அப்போது உயர்நிலைப் பள்ளியில் இரண்டாமாண்டில் இருந்தேன். எங்கள் இருவருக்கும் ஒரே வயது, அவள் மிகப்பிரபலமான கிறிஸ்தவப் பள்ளியொன்றில் படித்துக்கொண்டிருந்தாள். அவளது காதலனாக இருந்த என்னுடைய நெருங்கிய நண்பர்களில் ஒருவன், எங்களுக்குள் அறிமுகம் செய்துவைத்தான். அவர்கள் இருவரும் ஒருவரையொருவர் ஆரம்பப்பள்ளியிலிருந்தே அறிந்தவர்கள் மேலும் ஒரே தெருவில் வசிப்பவர்கள்.

சிறுவயதிலிருந்தே ஒன்றாக இருக்கும் பெரும்பாலான இணையர்களைப் போலவே இவர்களும் தனியாக இருப்பதில் ஆர்வமின்றி இருந்தனர். எப்போதுமே இருவரும் மற்றவர் வீட்டிற்குச் செல்வதும் மற்றவருடைய குடும்பத்தாருடன் சேர்ந்து உணவருந்துவதும் உண்டு. நாங்கள் ஒன்றாகச் சேர்ந்து பலமுறை இரட்டை-டேட்டிங்குகளுக்குச் சென்றிருக்கிறோம். பொதுவாக, பெண்களிடம் என்னுடைய உறவு எவ்வித முன்னேற்றமும் அடைவதில்லை என்பதால் அது மூவராகச் செல்வதில் முடியும். அதில் எனக்கு எந்த வருத்தமும் இல்லை. மூவருமே அவரவருக்கான பங்களிப்பைச் செய்தோம். நான் விருந்தினராவேன், அவன் விருந்தோம்பியாவான், அவள் அவனது உதவியாளர் மற்றும் முக்கியப்பாத்திரம் வகிக்கும் பெண்ணாவாள்.

எனது நண்பன் சிறந்த விருந்தோம்பி. சிலசமயங்களில் அவன் வித்தியாசமாக, நட்பற்றவிதத்தில் தெரியலாம், ஆனால் அடிப்படையில் கருணைமிக்கவன், அனைவரையும் ஒன்றுபோல நடத்தினான். அவன் எங்கள் இருவரையும்— அவள் மற்றும் நான்—பழைய நகைச்சுவைகளையே மீண்டும்மீண்டும் சொல்லிக் கேலி செய்வான். எங்களில் ஒருவர் அமைதியாகிவிட்டால் அமைதியிலிருந்து எங்களை வெளியே இழுத்துவந்து மீண்டும் உரையாடலைத் துவக்குவான். அவனது உணர்கொம்புகள் எங்கள் மனநிலையை உடனே கண்டுகொள்ளும், சரியான வார்த்தைகள் அவனிடமிருந்து வெளிப்படும். மற்றொரு திறமையும் அவனிடம் இருந்தது: உலகத்தின் ஆகச்சலிப்பான மனிதரைக்கூட அற்புதமாக உணரவைத்து விடுவான். எப்போதெல்லாம்

அவனுடன் பேசினேனோ அப்போதெல்லாம் அவ்வாறு உணர்ந்திருக்கிறேன்—என்னுடைய சலிப்பான வாழ்க்கை மிகப்பெரிய சாகசமாகத் தோன்றும்.

ஆனாலும் அறையைவிட்டு அவன் வெளியேறிய அடுத்தகணம், அவளும் நானும் அமைதியாகிவிடுவோம். எங்களுக்குள் பொதுவாக ஒரு விஷயம்கூட இல்லை, மேலும் என்ன பேசிக்கொள்வது என்ற யோசனையும் இல்லை. நாங்கள் அமைதியாக அமர்ந்து, சாம்பல் கிண்ணத்துடன் விளையாடியபடி அல்லது நீரை அருந்திக்கொண்டு அவன் மீண்டும் வருவதற்காகப் பொறுமையின்றிக் காத்திருப்போம். அவன் வந்தவுடன் உரையாடல் எங்கே நின்றதோ அங்கிருந்து மீண்டும் துவங்கும்.

அவனது இறுதிச்சடங்கிற்கு மூன்று மாதத்திற்குப் பிறகு அவளை மீண்டும் ஒருமுறை மட்டுமே பார்த்தேன். ஏதோ விஷயம் குறித்து நாங்கள் பேசவேண்டியிருந்தது. எனவே, காஃபி விடுதியொன்றில் சந்தித்துக் கொண்டோம். ஆனால் அதைப் பேசிமுடித்த உடனேயே எங்களுக்குள் தொடர்ந்துபேச எதுவுமில்லை. ஓரிருமுறை ஏதோ சொல்லத் தொடங்கினேன் ஆனால் உரையாடல் மேற்செல்லவில்லை. அவள் மன வருத்தத்திலிருந்தாள், என்மீது கோபத்தில் இருப்பவள்போலத் தெரிந்தாள், ஆனால் ஏனென்று என்னால் சொல்ல முடியவில்லை. நாங்கள் விடைபெற்றுக் கொண்டோம்.

ஒருவேளை, அவனை கடைசியாக உயிரோடு பார்த்தது அவளாக இல்லாமல் நானாக இருப்பதால் என்மீது கோபத்திலிருக்கலாம். இப்படிச் சொல்லக்கூடாது என்பது எனக்குத் தெரியும், ஆனால் எனக்கு வேறெதுவும் தோன்றவில்லை. நிச்சயமாக, என் இடத்தை அவளுக்குக் கொடுக்கவே விரும்பினேன், ஆனால் அது சாத்தியமில்லை. ஒருவிஷயம் நடந்து முடிந்துவிட்ட பிறகு செய்வதற்கு ஏதுமில்லை—உங்களால் ஒருபோதும் அதைப் பழையநிலைக்கு மாற்ற முடியாது.

மே மாதத்தின் அந்த மதியநேரத்தில், பள்ளியிலிருந்து வெளியேறியதும்—பள்ளி இன்னமும் முடிந்திருக்கவில்லை ஆனால் நாங்கள் வெளியே வந்துவிட்டோம்—நானும் அவனும்

விளையாட்டுக் கூடமொன்றில் நான்கு சுற்றுகள் ஸ்னூக்கர் விளையாடினோம். முதல் ஆட்டத்தில் நான் வெற்றி பெற்றேன், கடைசி மூன்றை அவன் வென்றான். நாங்கள் ஏற்கெனவே ஒப்புக்கொண்டபடி, தோற்றவர் விளையாட்டுக்கான காசைக் கொடுத்துவிட வேண்டும்.

அன்று இரவு, அவனது வீட்டின் வண்டி நிறுத்துமிடத்தில் இறந்துகிடந்தான். தனது *N360* காரின் புகை வெளியேற்றப் பாதையில் ரப்பர்குழாய் ஒன்றை மாட்டிக்கொண்டு காருக்குள்ளே நுழைந்து ஜன்னல் கண்ணாடிகள் அனைத்தையும் இடைவெளியில்லாமல் பசைநாடாவினால் ஒட்டிவிட்டு வண்டியை முடுக்கிவிட்டிருக்கிறான். அவன் சாவதற்கு எவ்வளவுநேரம் ஆகியிருக்கும் என்று எனக்குத் தெரியாது. உடல்நிலை பாதிக்கப்பட்டிருந்த தங்களது நண்பர் ஒருவரைப் பார்த்துவிட்டு அவனது பெற்றோர் திரும்பியபோது ஏற்கனவே இறந்திருந்தான். வண்டியில் வானொலி பாடிக்கொண்டிருந்தது, எரிபொருள் நிரப்பும் நிலையத்தில் கொடுக்கப்படும் ரசீது வைப்பரில் செருகி வைக்கப்பட்டிருந்தது.

தனது செயலுக்கான நோக்கத்தை வெளிப்படுத்தும்வகையில் குறிப்புகள் அல்லது தடயங்களை அவன் விட்டுவைக்கவில்லை. அவனை உயிரோடு கடைசியாகப் பார்த்தது நான்தான். எனவே, காவல்துறையினர் என்னை விசாரணைக்கு அழைத்தனர். அன்று அவன் வழக்கத்தைவிட வித்தியாசமாக ஏதும் நடந்துகொள்ளவில்லை என்று அவர்களிடம் கூறினேன். எப்போதும்போல இருந்தான். தற்கொலை செய்துகொள்ளப் போகிறவர்கள் ஸ்னூக்கர் விளையாட்டில் தொடர்ந்து மூன்றுமுறை வெற்றி பெறுவார்களா என்ன? காவல்துறை நாங்கள் இருவருமே சற்று சந்தேகத்துக்குரியவர்கள் என்று நினைத்தது. பள்ளிக்கு மட்டம் போட்டுவிட்டு ஸ்னூக்கர் விளையாடச் செல்லும் வகையான மாணவர்கள் தற்கொலை செய்துகொள்ளக்கூடிய வகையைச் சேர்ந்தவர்களே என்பது அவர்களின் கருத்தாகத் தோன்றியது. செய்தித்தாளில் அவனது இறப்புபற்றி சிறிய செய்திக்குறிப்பு வந்திருந்தது, அவ்வளவுதான். அவனது பெற்றோர் அந்தக் காரை விற்றுவிட்டனர், சிலநாட்களுக்கு பள்ளியில் அவனது மேசைமீது வெள்ளைநிறப் பூக்கள் வைக்கப்பட்டன.

உயர்நிலைப் பள்ளியை முடித்துவிட்டு டோக்கியோவிற்குச் சென்றபோது, செய்யவேண்டியது ஒன்றே ஒன்றுதான் என எனக்குத் தோன்றியது: அதிகம் சிந்திக்காமலிருப்பது. எல்லாவற்றையும் மறக்கவேண்டும் என்று எண்ணிக்கொண்டேன்—பச்சை நிறத்தில் விரிந்திருக்கும் ஸ்னூக்கர் மேசைகள், அவனது சிவப்புநிறக் கார், மேசைமீது வைக்கப்பட்ட வெள்ளைநிறப் பூக்கள், சுடுகாட்டின் உயரமான புகைபோக்கியிலிருந்து எழுந்த புகை, காவல் நிலையத்தில் விசாரணை அறையிலிருந்த கனமான காகித எடை. அனைத்தையும் மறக்கவேண்டும். முதலில் இவற்றை மறக்க முடியும் என்றுதான் தோன்றியது, ஆனால் காலப்போக்கில் எனக்குள்ளே ஏதோ தங்கிவிட்டது. காற்றைப்போல, என்னால் அதைப் பிடிக்க முடியவில்லை. காலம் செல்லச்செல்ல அந்தக் காற்று எளிமையான, தெளிவான வடிவம் கொண்டது. வார்த்தைகளாக. அந்த வார்த்தைகள் இவ்வாறாக இருந்தன:

மரணம் என்பது வாழ்க்கைக்கு எதிரானதல்ல, அதன் பகுதியே.

உரக்கச்சொன்னால் அற்பமாகத் தெரியும். எனினும், இது சுத்தமான இயல்பறிவு. ஆனால் அந்தச் சமயத்தில் அது வார்த்தைகளாக என்னைத் தாக்கவில்லை; அது அதிகமும் உடலுக்குள் காற்று நிறைவதைப்போல் இருந்தது. மரணம் என்னைச்சுற்றி எங்குமிருந்தது—காகித எடைக்கு உள்ளே, ஸ்னூக்கர் மேசையின் நான்கு பந்துகளுக்குள்ளே. வாழும்போது நாம் நுரையீரலுக்குள் தூசியின் நுண்துகள்களைப் போல மரணத்தைச் சுவாசித்துக் கொண்டிருக்கிறோம்.

அதுவரையில், மரணம் என்பது வேறொரு தனிஉலகத்தில் இருப்பதாக நினைத்திருந்தேன். மரணம் என்பது தவிர்க்கமுடியாதது என்பது எனக்கு நிச்சயமாகத் தெரியும். ஆனால் அது, நம்மிடம் வரும் நாள்வரையில் மரணத்துக்கும் நமக்குமிடையில் தொடர்பில்லை என்று நீங்கள் எளிதாகச்சொல்லி விஷயத்தைத் திருப்பிவிடலாம். வாழ்க்கை இதோ இந்தப்பக்கம் இருக்கிறது—மரணம் அந்தப்பக்கம் இருக்கிறது. இதைவிட தர்க்கரீதியாக வேறென்ன இருக்கமுடியும்?

இருப்பினும் என் நண்பன் இறந்தபிறகு மரணம்குறித்து இவ்வளவு எளிமையான விதத்தில் யோசிக்க முடியவில்லை. மரணம் என்பது வாழ்க்கைக்கு எதிரானதல்ல. மரணம் ஏற்கனவே எனக்குள் இருந்தது. என்னால் அந்தச் சிந்தனையைத் தவிர்க்கவே முடியவில்லை. மே மாத மாலைநேரத்தில், எனது பதினேழு வயது நண்பனை எடுத்துக்கொண்ட மரணம் என்னையும் அதன் பிடிக்குள் கொண்டுவந்திருந்தது.

அந்தமட்டிலும் புரிந்துகொண்டேன், ஆனால் அதுகுறித்து அதிகமாக யோசிக்க விரும்பவில்லை. யோசிக்காமலிருப்பதும் அவ்வளவு எளிதான காரியமாக இல்லை. எனக்கு அப்போதுதான் பதினெட்டு வயது, நிற்பதற்குப் பாதுகாப்பான, நடுநிலையான நிலைப்பாட்டைக் கண்டுகொள்ள பதினெட்டு என்பது மிகக் குறைவான வயது.

அதன்பிறகு அநேகமாக, மாதம் ஒருமுறை அல்லது இருமுறை அவளோடு டேட்டிங்கிற்குச் சென்றேன். அதை டேட்டிங் என அழைக்கலாமென யூகிக்கிறேன். அதைக்காட்டிலும் பொருத்தமான வேறுவார்த்தை கிடைக்கவில்லை.

டோக்கியோவிற்கு வெளியிலிருந்த பெண்கள் கல்லூரியில் அவள் படித்துக்கொண்டிருந்தாள், சிறிய கல்வி நிறுவனம்தான் என்றாலும் புகழ்பெற்றது. அவளது தங்குமிடம் கல்லூரியிலிருந்து பத்துநிமிட நடைதூரத்திலிருந்தது. கல்லூரிக்குச் செல்லும் வழியில் அழகான நீர்த்தேக்கம் ஒன்று உண்டு, சிலசமயம் நாங்கள் அதைச்சுற்றி நடப்போம். அவளுக்கு நண்பர்கள் இருப்பதாகத் தெரியவில்லை. முன்பைப்போலவே மிக அமைதியாக இருந்தாள். பேசுவதற்கு விஷயமில்லை என்பதால் நானும் அதிகம் பேசுவதில்லை. இருவரும் ஒருவரையொருவர் பார்த்தபடி தொடர்ந்து நடந்தோம், நடந்துகொண்டே இருந்தோம்.

எங்களது உறவில் முன்னேற்றமில்லை என்று சொல்லமுடியாது. கோடை விடுமுறை முடியும்தறுவாயில் இயல்பானமுறையில் அவள் எனக்கருகில் நடக்கத் தொடங்கினாள், எனக்கு முன்னால் அல்ல. நாங்கள் தொடர்ந்து நடந்துகொண்டே இருந்தோம், அருகருகே—சரிவுகளின் மேலும்கீழும்,

பாலங்கள்மீது, தெருக்கள்வழியே. குறிப்பாக, எந்த இடத்திற்கும் நாங்கள் செல்லவில்லை, குறிப்பிட்ட திட்டங்கள் ஏதுமில்லை. சிறிதுநேரம் நடப்போம், பிறகு ஏதேனுமொரு உணவகத்தில் காஃபி அருந்துவோம், மீண்டும் நடக்கத் தொடங்குவோம். புரொஜெக்டரில் ஸ்லைடுகள் மாறுவதுபோல பருவங்கள் மட்டும் மாறிக்கொண்டே இருந்தன. இலையுதிர்காலம் வந்தது, நான் தங்கியிருந்த விடுதியின் முற்றம் ஸெல்கோவா இலைகளால் மூடப்பட்டது. கம்பளி ஆடையொன்றை எடுத்து அணிந்தால் புதிய பருவத்தின் வாசனையை நுகரமுடியும். எனக்கென புதிய தோல்காலணி ஒன்றை வாங்கிக் கொண்டேன்.

இலையுதிர்காலத்தின் முடிவில் காற்று குளிர்ந்துவீசத் தொடங்கியபோது, அவள் எனக்கு நெருக்கமாக, எனது கையை உரசியபடி நடக்கத் தொடங்கினாள். என்னுடைய கனமான மேலங்கியின் வழி அவளது மூச்சை என்னால் உணரமுடிந்தது. ஆனால் அது மட்டும்தான். எனது கைகள் மேலாடையின் பைக்குள் இறுக்கமாகத் திணிக்கப்பட்டிருக்கும், தொடர்ந்து நடந்தேன், நடந்துகொண்டே இருந்தேன். எங்கள் இருவரின் காலணிகளும் ரப்பர் அடிப்பகுதி கொண்டவை, எனவே காலடிச்சத்தம் கேட்காது. உதிர்ந்துகிடக்கும் சிகமோர் இலைகள்மீது கால்வைக்கும்போது மட்டுமே சத்தம் உருவாகும். அவள் விரும்பியது என்னுடைய கையல்ல, வேறு எவருடையதோ. அவளுக்குத் தேவைப்பட்டது என்னுடைய கதகதப்பல்ல, இன்னொருவருடைய கதகதப்பு. குறைந்தபட்சம் அந்தக் காலகட்டத்தில் அப்படித்தான் உணர்ந்தேன்.

நான் தங்கியிருந்த விடுதியில் உள்ளவர்கள் அவள் எனக்குத் தொலைபேசியில் அழைக்கும்போது அல்லது ஞாயிற்றுக்கிழமை காலை வேளைகளில் நான் அவளைச் சந்திக்கச் செல்லும்போது என்னை கிண்டல் செய்தனர். எனக்கொரு காதலி கிடைத்துவிட்டதாக அவர்கள் நினைத்துக் கொண்டிருந்தனர். என்னால் சூழ்நிலையை அவர்களுக்கு விளக்கமுடியாது, மேலும் அதற்குக் காரணங்களும் இல்லை. எனவே, விஷயங்கள் எப்படியிருக்கிறதோ அப்படியே விட்டுவிட்டேன். டேட்டிங் முடிந்து நான் திரும்பும்போது, தவறாமல் எவரேனும் எப்படிச் செய்தேன் என்று கேட்பது வழக்கம். “குறை சொல்லமுடியாது” என்பதே என்னுடைய பதிலாக இருந்தது.

இவ்வாறாக, என்னுடைய பதினெட்டாவது ஆண்டு கடந்தது. சூரியன் உதித்து மறைந்தது, கொடி மேலேறிக் கீழே இறங்கியது. ஞாயிற்றுக்கிழமைகளில் என்னுடைய காலஞ்சென்ற நண்பனின் காதலியுடன் டேட்டிங் சென்றேன். என்ன செய்துகொண்டிருக்கிறாய்? என்று எனக்கு நானே கேட்டுக்கொள்வேன். அடுத்து நடக்கப்போவது என்ன? அதுகுறித்து எனக்கு எந்தப்புரிதலும் இல்லை. கல்லூரியில் கிளாடலின் நாடகங்களை, ரேசினின் நாடகங்களை, ஐசென்ஸ்டீனைப் படித்தேன். அவர்களின் பாணி எனக்குப் பிடித்திருந்தது, அவ்வளவுதான். கல்லூரியில் அல்லது விடுதியில் எவரையும் நண்பராக்கிக் கொள்ளவில்லை. எப்போதும் படித்துக்கொண்டே இருந்தேன். எனவே, மற்றவர்கள் நான் எழுத்தாளராக விரும்புவதாக எண்ணிக்கொண்டனர். ஆனால் நான் அதை விரும்பவில்லை. உண்மையில், நான் எதுவாகவும் விரும்பவில்லை.

இந்த உணர்வுகளைப்பற்றி பலமுறை அவளிடம் சொல்ல முயற்சி செய்வேன். அவளால் மட்டுமே அதைப் புரிந்துகொள்ள முடியும். ஆனால் நான் எவ்வாறு உணர்ந்தேன் என்பதை ஒருபோதும் என்னால் வெளிப்படுத்த முடியவில்லை. அவள் கூறியதுபோலத்தான்—ஒவ்வொருமுறையும் சரியான வார்த்தைகளுக்காகப் போராடவேண்டியிருந்தது, அவை என்னுடைய பிடியிலிருந்து நழுவி இருண்ட ஆழங்களுக்குள் மூழ்கிப் போயின.

சனிக்கிழமை மாலைநேரங்களில் விடுதியின் முன்னறையில் தொலைபேசிகள் வைக்கப்பட்டிருக்கும் இடத்திலமர்ந்து அவள் அழைக்கக் காத்திருப்பேன். சிலசமயம், தொடர்ந்து மூன்று வாரங்களுக்கு அழைக்கமாட்டாள். சிலசமயத்தில், தொடர்ந்து இரண்டு வாரங்கள் அழைப்பாள். எனவே, முன்னறையில் நாற்காலியில் அமர்ந்தபடி காத்துக்கொண்டிருப்பேன். சனிக்கிழமை மாலை நேரத்தில் மற்ற மாணவர்கள் வெளியே சென்றுவிடுவர், விடுதி முழுக்க அமைதி கவிந்திருக்கும். அமைதியான வெளியில் வெளிச்சத்தின் துகள்களைப் பார்த்தபடி, என் உணர்வுகளைப் புரிந்துகொள்ளத் தடுமாறிக் கொண்டிருப்பேன். எல்லோரும் யாரிடமாவது எதையாவது தேடுகிறார்கள். எனக்கு அது உறுதியாகத் தெரிந்தது. ஆனால்

அடுத்து வரப்போவது என்ன என்பதுகுறித்து எந்தப் புரிதலும் இல்லை. எனக்கு முன்பாக, எட்டாத தூரத்தில் மங்கலான காற்றுச்சுவர் எழுந்து நின்றது.

குளிர்காலத்தின்போது எனக்கு ஷிஞ்சுகுவில் உள்ள இசைத்தட்டு விற்பனை செய்யுமிடத்தில் பகுதிநேர வேலை கிடைத்தது. கிறிஸ்துமஸுக்கு ஹென்றி மான்சினியின் இசைத்தட்டு ஒன்றை அவளுக்குப் பரிசளித்தேன், அவளுக்குப் பிடித்த "டியர் ஹார்ட்" எனும் பாடல் அதிலிருந்தது. கிறிஸ்துமஸ் மரத்தின் படமுள்ள தாளில் அதைப்பொதிந்து, இளஞ்சிவப்பு நிற ரிப்பனையும் சேர்த்தேன். அவளே பின்னிய கம்பளிக் கையுறைகளை எனக்குப் பரிசளித்தாள். கட்டை விரல் பகுதி மிகச் சிறியதாக இருந்தது, என்றாலும் அவை கதகதப்பாக இருந்தன.

புதுவருடத்திற்கு அவள் தனது வீட்டுக்குச் செல்லவில்லை, நாங்கள் இருவரும் தனியாக அவளது இருப்பிடத்தில் புது வருடத்திற்கான இரவுணவைச் சாப்பிட்டோம்.

அந்தக் குளிர்காலத்தில் நிறைய விஷயங்கள் நடந்தன.

ஜனவரி மாதத்தின் முடிவில் என் அறைத்தோழன் இரண்டு நாட்களுக்குப் படுக்கையில் கிடந்தான், உடலின் வெப்பநிலை 104ஐ தொட்டது. இதனால் அவளுடனான சந்திப்பை ரத்து செய்யவேண்டியிருந்தது. அவனை அப்படியே விட்டுவிட்டுப்போக என்னால் முடியவில்லை; அவனைப் பார்த்தால், எந்த நிமிடத்திலும் இறந்துவிடுவதுபோல் இருந்தான். வேறு யார் அவனை கவனித்துக் கொள்வார்கள்? நான் கொஞ்சம் ஐஸ்கட்டிகளை வாங்கி பிளாஸ்டிக் பை ஒன்றில் வைத்து ஐஸ்பேக் தயாரித்துக்கொண்டேன், ஈரமான, குளிர்ந்த துவாலையால் அவனது வியர்வையைத் துடைத்துவிட்டேன், ஒருமணி நேரத்திற்கு ஒருமுறை உடல் வெப்பநிலையைச் சோதித்துப் பார்த்தேன். ஒரு முழுநாளைக்கு அவனுடைய காய்ச்சல் குறையவில்லை. இருப்பினும் இரண்டாம் நாள் படுக்கையிலிருந்து எதுவுமே நடக்காததுபோலத் துள்ளிக் குதித்து எழுந்தான். அவனுடைய உடல் வெப்பநிலை இயல்புக்கு வந்திருந்தது.

"இது விந்தையானது, என் வாழ்க்கையில் இதற்குமுன்னால் எனக்குக் காய்ச்சல் வந்ததேயில்லை," என்றான்.

"நல்லது, இந்தமுறை வந்துவிட்டது," என்றேன். அவன் காரணமாகப் பயன்படுத்த முடியாமல் போய்விட்ட இசை நிகழ்ச்சிக்கான இரண்டு இலவச நுழைவுச்சீட்டுகளை அவனிடம் காண்பித்தேன்.

"பரவாயில்லை, இலவசமாக கிடைத்ததுதானே," என்றான்.

பிப்ரவரியில் பனிப்பொழிவு அதிகமாக இருந்தது.

பிப்ரவரி இறுதியில், விடுதியில் தங்கியிருந்த மற்றொரு வயதில் மூத்த மாணவன் ஒருவனிடம் முட்டாள்தனமாகச் சண்டையிட்டு அவனைக் குத்தினேன். அவன் கீழேவிழுந்து கான்கிரீட் சுவரில் தலையை மோதிக்கொண்டான். அதிர்ஷ்டவசமாக, அவனுக்கு எதுவும் நேரவில்லை, ஆனால் விடுதியின் காப்பாளரால் அழைக்கப்பட்டு எச்சரிக்கப்பட்டேன். அதன்பிறகு விடுதி வாழ்க்கை முன்புபோல இல்லாமல் மாறிப்போனது.

எனக்கு பத்தொன்பது வயதாகியது. ஒருவழியாக இரண்டாமாண்டுக்கு வந்து சேர்ந்தேன். ஒன்றிரண்டு பாடங்களில் தோல்வியுற்றிருந்தேன். சில பாடங்களில் இரண்டாம் தரம், மற்றவற்றில் மூன்று மற்றும் நான்காம் தரம் கிடைத்தது. அவளும் இரண்டாமாண்டுக்கு வந்திருந்தாள், ஆனால் நல்ல மதிப்பெண்களோடு—அனைத்துப் பாடங்களிலும் தேர்ச்சி பெற்றிருந்தாள். நான்கு பருவங்களும் வந்து சென்றன.

அந்த ஜூன் மாதம், அவளுக்கு இருபது வயதானது. அவளை இருபதுவயதில் சித்திரப்படுத்திக் கொள்வது சிக்கலானது. நாம் எப்போதும் பதினெட்டு மற்றும் பத்தொன்பதுக்கு இடையிலிருப்பதே சிறந்தது என்று எண்ணுகிறோம். பதினெட்டுக்குப் பிறகு பத்தொன்பது வரும், பத்தொன்பதுக்குப் பிறகு வருவது பதினெட்டு—அதை நம்மால் புரிந்துகொள்ள முடியும். ஆனால் இவள், இருபது வயதில் இருக்கிறாள். அடுத்த குளிர்காலத்தில் எனக்கும் இருபது வயதாகிவிடும். இறந்துவிட்ட எங்கள் நண்பன் மட்டுமே, எப்படியிருந்தானோ அப்படியே

எப்போதும் இருக்கப்போகிறான்—நிரந்தரமாக, பதினேழு வயதில்.

அவளது பிறந்தநாளன்று மழை பெய்தது. நான் ஷிஞ்சுகுவில் கேக் ஒன்றை வாங்கிக்கொண்டு ரயிலில் அவளது இருப்பிடத்திற்குச் சென்றேன். ரயில் மிகவும் நெரிசலாக, மிகமோசமான முறையில் அங்குமிங்கும் ஆடிக்கொண்டு சென்றது; அவளது இருப்பிடத்திற்குச் சென்று சேர்ந்தபோது கொண்டுசென்ற கேக் ரோமானிய இடிபாடுகளைப்போலக் காட்சியளித்தது. இருப்பினும் நாங்கள் அதில் இருபது மெழுகுவர்த்திகளை ஏற்றிவைத்தோம். திரைச்சீலைகள் அனைத்தையும் மூடி விளக்குகளை அணைத்தவுடன் உண்மையான பிறந்தநாள் கொண்டாட்டம் உருவாகிவிட்டது. அவள், ஒயின் பாட்டிலைத் திறந்தாள், நசுங்கிப்போன கேக்குடன் குடித்தோம், பிறகு சாப்பிடுவதற்கென சிறிதளவு உணவைத் தயார்செய்து கொண்டோம்.

"ஏனென்று தெரியவில்லை ஆனால் இருபது வயதிலிருப்பது முட்டாள்தனமாகத் தோன்றுகிறது," என்றாள். இரவுணவை முடித்தபிறகு பாத்திரங்களைச் சுத்தம்செய்து வைத்துவிட்டு இருவரும் தரையிலமர்ந்து மிச்சமிருந்த ஒயினைக் குடித்தோம். நான் ஒருகோப்பையை முடிப்பதற்குள் அவள் இரண்டு கோப்பைகளை முடித்திருப்பாள்.

அன்றிரவு அவள் பேசியதைப்போல வேறெப்போதும் பேசியதில்லை. அவளது குழந்தைப்பருவம் குறித்த நீண்ட கதைகளைக் கூறினாள், அவளது பள்ளி, அவளது குடும்பம் குறித்துப் பேசினாள். ஒன்றோடொன்று தொடர்புடைய கதைகள், ஒன்றில் ஆரம்பித்து இன்னொன்றுக்குத் தாவி அது பிறகு வேறொன்றை நினைவுபடுத்தி எனத் தொடர்ந்து போய்க்கொண்டே இருந்தது. முடிவே இல்லை. ஆரம்பத்தில் தேவையான இடங்களில் அவள் பேசுவதைக் கேட்டுக்கொண்டிருக்கிறேன் என்பதற்காக சத்தங்களை வெளியிட்டுக் கொண்டிருந்தேன். ஆனால் சீக்கிரமே அவற்றை நிறுத்திக்கொண்டேன். இசைத்தட்டு ஒன்றைச் சுழலவிட்டேன், அது முடிந்ததும் அடுத்தது, அத்தனை இசைத்தட்டுகளும் பாடி முடிந்ததும் மீண்டும் முதலாவதைச் சுழலவிட்டேன். வெளியே இன்னமும் மழை பலமாகப் பெய்தது. அவள்

முடிவின்றி பேசிக்கொண்டேயிருக்க, நேரம் மெதுவாகக் கடந்து கொண்டிருந்தது.

முதலில் நேரமாவது குறித்துக் கவலைப்படவில்லை என்றாலும் சிறிதுநேரத்தில் யோசிக்கத் தொடங்கினேன். திடீரென மணி பதினொன்றாகிவிட்டது என்பதை உணர்ந்தேன், அவள் நிறுத்தாமல் நான்குமணி நேரமாகப் பேசிக்கொண்டே இருந்திருக்கிறாள். நான் உடனே கிளம்பவில்லை என்றால் கடைசி ரயிலை தவறவிட வேண்டியதாகும். என்ன செய்வது என்று எனக்குத் தெரியவில்லை. அவள் பேசிமுடிக்கும் வரை அனுமதிப்பதா? அல்லது இடையில் புகுந்து நிறுத்துவதா? வெகுநேரத் தயக்கத்திற்குப் பிறகு இடைமறிப்பது என்று முடிவு செய்தேன். நான்கு மணி நேரம் போதுமானது.

"சரி, நான் கிளம்புகிறேன்," என்றேன். "மன்னித்துவிடு நான் வெகுநேரம் இங்கே இருந்துவிட்டேன். மீண்டும் சீக்கிரமே உன்னைச் சந்திக்கிறேன். சரியா?"

என்னுடைய வார்த்தைகள் அவளைச் சென்றடைந்தனவா என்று எனக்கு உறுதியாகத் தெரியவில்லை. சிறிதுநேரம் அமைதியாக இருந்தாள். ஆனால் மீண்டும் பேச்சைத் தொடர்ந்தாள். நான் முயற்சியைக் கைவிட்டு சிகரெட்டை பற்றவைத்துக் கொண்டேன். இதேரீதியில் போனால், நான் மாற்றுத்திட்டங்களை செயல்படுத்த வேண்டியிருக்கும். நடப்பது நடக்கட்டும்.

ஆனால் சிறிதுநேரம் கழித்து அவளாகப் பேச்சை நிறுத்தினாள். அவள் பேசி முடித்துவிட்டாள் என்பதைத் திடுக்கிட்டு உணர்ந்தேன். பேசுவதற்கான அவளது விருப்பம் முடிந்துவிட்டது என்றல்ல: அவளது வார்த்தைக் கிணறு வறண்டுவிட்டது. சொற்களின் மிச்சங்கள் காற்றில் மிதந்துகொண்டிருந்தன. அவள் மீண்டும் தொடர்வதற்கு முயற்சி செய்தாள் ஆனால் எதுவும் வரவில்லை. ஏதோ ஒன்று தொலைந்துவிட்டது. அவளது உதடுகள் லேசாகத் திறந்தன, ஒளிபுகாத சவ்வு ஒன்றின் மூலமாகப் பார்த்து, எதையோ புரிந்துகொள்ள முயற்சிசெய்வதுபோல என் கண்களுக்குள் உணர்ச்சியின்றிப் பார்த்தாள். எனது குற்றவுணர்வை என்னால் தடுக்க முடியவில்லை.

"உன்னை இடைமறிப்பது என்னுடைய நோக்கமல்ல," ஒவ்வொரு வார்த்தையாக யோசித்து மெதுவாகக் கூறினேன். "ஆனால் மிகவும் தாமதமாகிக் கொண்டிருக்கிறது. எனவே, கிளம்பலாம் என்று நினைத்தேன்..."

அவளது கண்களிலிருந்து கண்ணீர்த்துளிகள் கன்னத்தில் வழிந்து, இசைத்தட்டு உறை ஒன்றில் விழுந்து சிதற, விநாடிக்கும் குறைவான நேரமே தேவைப்பட்டது. முதல் துளி விழுந்ததும் மடை திறந்துகொண்டது. கைகளைத் தரையிலூன்றி முன்னால் குனிந்தபடி தேம்பியழத் தொடங்கினாள், மிகப்பலமாகத் தேம்பியதால் குமட்டுவதைப் போல ஒலியெழுப்பினாள். நான் மெதுவாக அவளது தோளைத்தொட்டேன்; மிகமெலிதாக அதிர்ந்துகொண்டிருந்தது. அநேகமாக சிந்தனையற்று அவளை என்னருகே இழுத்துக்கொண்டேன். நெஞ்சில் தலையைப் புதைத்து அமைதியாகத் தேம்பியபடி என்னுடைய சட்டையை அவளது கண்ணீர் மற்றும் சூடான மூச்சினால் ஈரமாக்கிக் கொண்டிருந்தாள், பத்து விரல்களும் எதையோ தேடியபடி எனது முதுகில் அலைந்தன. இடது கையால் அவளை ஏந்திக்கொண்டு வலதுகையால் அவளுடைய கூந்தலின் மெல்லிய இழைகளைக் கோதினேன். வெகுநேரம் அதேநிலையில், அவள் அழுதுமுடிக்கக் காத்திருந்தேன். ஆனால் அவள் நிறுத்தவில்லை.

அன்று இரவு நாங்கள் ஒன்றாக படுக்கைக்குச் சென்றோம். அந்தச் சூழ்நிலைக்குச் சரியான எதிர்வினை அதுவாகவே இருக்கமுடியும் அல்லது இல்லாமலும் இருக்கலாம். இதைத்தவிர வேறு என்ன செய்திருக்கமுடியும் என்று எனக்குத் தெரியவில்லை.

நான் ஒரு பெண்ணோடு இருந்து பலகாலம் ஆகிறது. அவள் ஒரு ஆணோடு இருப்பது அதுவே முதல்முறை. நான் முட்டாள்தனமாக ஏன், இறந்துவிட்ட நண்பனுடன் படுக்கைக்குச் செல்லவில்லை என்று கேட்டேன். அந்தக் கேள்விக்குப் பதில் சொல்லாமல் என்னிடமிருந்து விலகி திரும்பிப்படுத்து வெளியில் பெய்துகொண்டிருக்கும் மழையை பார்க்கத் தொடங்கினாள். நான் விட்டத்தை வெறித்தபடி சிகரெட்டை புகைத்தேன்.

காலையில் மழை நின்றுவிட்டது. அவள் இன்னமும் எனக்கு முதுகைக் காண்பித்தபடி உறங்கிக் கொண்டிருந்தாள். அல்லது ஒருவேளை, அவள் உறங்காமல் விழித்திருந்திருக்கலாம், என்னால் சொல்ல முடியவில்லை. ஒரு வருடத்திற்கு முன்னால் இருந்ததுபோல மீண்டும் மௌனத்தால் சூழப்பட்டிருந்தாள். வெளுத்திருந்த அவளது முதுகுப்புறத்தை சிறிதுநேரம் பார்த்துக் கொண்டிருந்தேன், பிறகு படுக்கையிலிருந்து எழுந்தேன்.

இசைத்தட்டு உறைகள் தரை முழுதும் சிதறிக் கிடந்தன; சிதைந்த நிலையிலிருந்த பாதி கேக், மேசையை அலங்கரித்துக் கொண்டிருந்தது. காலம் வழுக்கிச்சென்று நின்றுவிட்டதுபோல் உணர்ந்தேன். அவளுடைய மேசைமீது அகராதியும் பிரெஞ்சு வினைச்சொல் இணைவுகளுக்கான அட்டவணையும் இருந்தன. மேசைக்கு எதிரேயிருந்த சுவரில் நாள்காட்டி ஒட்டப்பட்டிருந்தது, எவ்விதமான குறிப்புகளோ, எழுத்துகளோ அற்ற தூய வெண்ணிற நாள்காட்டி.

படுக்கைக்கருகில் சிதறிக்கிடந்த உடைகளை எடுத்துக்கொண்டேன். என்னுடைய சட்டையின் முன்புறம் இன்னமும் குளிர்ந்து அவளது கண்ணீரோடு ஈரமாக இருந்தது. அதில் முகத்தை வைத்து அவளது கூந்தலின் மணத்தைச் சுவாசித்தேன்.

அவளது குறிப்பேட்டிலிருந்து தாளைக் கிழித்து குறிப்பு ஒன்றை எழுதிவைத்தேன். சீக்கிரமே என்னை அழை என்று எழுதினேன். பிறகு கதவை மூடிவிட்டு அறையிலிருந்து வெளியேறினேன்.

தொலைபேசியழைப்பு ஏதுமில்லாமல் ஒருவாரம் கடந்தது. அவள், எனது அழைப்புகளுக்கும் பதிலளிக்கவில்லை, எனவே, நீண்ட கடிதமொன்றை அவளுக்கு எழுதினேன். இயன்றவரை நேர்மையாக எனது உணர்வுகளை அவளுக்கு விளக்க முயற்சி செய்தேன். நிறைய விஷயங்கள் நடக்கின்றன அதுகுறித்து எனக்கு எந்தப் புரிதலுமில்லை என்று எழுதினேன்; என்னால் முடிந்தவரையில் அவற்றைப் புரிந்துகொள்ள முயற்சிசெய்கிறேன், ஆனால் இம்மாதிரியான செயல்களுக்குக் காலம் தேவை என்பதை நீ புரிந்துகொள்ள வேண்டும். நான்

எதைநோக்கிச் செல்கிறேன் என்பதே எனக்குத் தெரியவில்லை— எனக்குத் தெரிந்ததெல்லாம் விஷயங்களைக் குறித்து அதிகமாகச் சிந்தித்து குழப்பிக்கொள்ள வேண்டியதில்லை என்பது மட்டுமே. அதற்கு இவ்வுலகம் மிகவும் நிலையுறுதியற்றது. குறிப்பிட்ட ஒன்றைக் குறித்துச் சிந்திக்கச்சொன்னால், மற்றவர்களுக்குப் பிடிக்காத விஷயத்தைச் செய்ய கட்டாயப்படுத்துவதில் அது முடியலாம். என்னால் அதைத் தாங்கமுடிவதில்லை. உன்னை மீண்டும் சந்திக்க மிகவும் விரும்புகிறேன், ஆனால் அதைச் செய்வது சரியானதா என்று எனக்குத் தெரியவில்லை...

நான் எழுதிய கடிதம் இவ்வகையிலாக இருந்தது.

ஒரு வாரம் கழித்து ஜூலை மாதத்தின் தொடக்கத்தில் பதில் வந்தது. சிறிய கடிதம்.

தற்காலிகமாக கல்லூரியிலிருந்து ஒருவருட விடுப்பு எடுத்துக்கொள்வதாக முடிவு செய்துள்ளேன். தற்காலிகமாக என்று குறிப்பிடுகிறேன், ஆனால் மீண்டும் செல்வேனா என்பது சந்தேகம், விடுப்பு என்பது நடைமுறைக்காக. நாளை என்னுடைய வீட்டைக் காலி செய்கிறேன். நிச்சயமாக, உனக்கு இது திடீரென்று எடுத்த முடிவாகத் தோன்றும், ஆனால் இதுகுறித்து வெகுகாலமாக யோசித்துக்கொண்டே இருந்தேன். இதுபற்றி உன்னுடைய அறிவுரையைக் கேட்கவிரும்பி பலமுறை அதைப் பேசத் தொடங்கியிருக்கிறேன், ஆனால் ஏதோ காரணத்தினால் என்னால் அதைக் கேட்க முடியவில்லை. அநேகமாக, அதுகுறித்துப் பேச பயந்தேன் என்று நினைக்கிறேன்.

தயவுசெய்து நடந்தவற்றைப் பற்றி கவலைப்படாதே. என்ன நடந்திருந்தாலும் அல்லது நடக்கவில்லை என்றாலும் அது இதோடு முடிகிறது. இது, உனக்கு வலி தருவதாக இருக்கலாம் என்று எனக்குத் தெரியும், அப்படியிருந்தால் என்னை மன்னித்துவிடு. நான் சொல்லவிரும்புவது என்னவென்றால், என்பொருட்டு நான் உன்னையோ அல்லது வேறு எவரையுமோ குற்றம்சொல்ல விரும்பவில்லை. இது, நான் மட்டுமே கையாளவேண்டிய விஷயம். கடந்த ஒரு வருடமாக இதைத் தள்ளிப்போட்டுக்கொண்டே வந்தேன், என்னால் நீ மிகவும் சிரமப்பட்டிருக்கிறாய் என்று எனக்குத் தெரியும். ஒருவேளை, நமக்கு நினைத்துப் பார்க்க இப்போது அதுமட்டுமே இருக்கிறது.

கியோட்டோ அருகே மலைப்பகுதியில் நல்லதொரு சுகாதார நிலையம் உள்ளது, அங்கே சிலகாலம் தங்கியிருக்கலாம் என்று முடிவுசெய்துள்ளேன். இது, வழக்கமான மருத்துவமனை போல் அல்லாமல் நமக்கு விருப்பமானதைச் செய்ய சுதந்திரமுள்ள இடம். என்றாவது ஒருநாள் அதுகுறித்து உனக்கு எழுதுவேன். இப்போது எனக்குச் சரியான வார்த்தைகள் கிடைக்கவில்லை. பத்தாவது முறையாக இந்தக் கடிதத்தைத் திருத்தி எழுதுகிறேன். கடந்த ஒருவருடமாக நீ என்னோடு இருந்ததற்கு எவ்வளவு நன்றி உடையவளாக இருக்கிறேன் என்பதை என்னால் வார்த்தையில் விளக்கமுடியவில்லை. நான் இதைச் சொல்லும்போது தயவுசெய்து என்னை நம்பு. இதைத்தாண்டி வேறெதையும் என்னால் இப்போது சொல்லமுடியவில்லை. நீ எனக்களித்த இசைத்தட்டை என்றென்றும் பொக்கிஷமாகப் பாதுகாப்பேன்.

இந்த நிலையுறுதியற்ற உலகில் என்றாவது ஒருநாள், எங்கேனும் நாம் மீண்டும் சந்திக்க நேர்ந்தால், இப்போது நான் எழுதுவதைக்காட்டிலும் அதிகமாகச் சொல்லமுடியும் என்று நம்புகிறேன்.

விடைபெற்றுக் கொள்கிறேன்.

அவளது கடிதத்தை குறைந்தது சிலநூறு முறையாவது படித்திருப்பேன், ஒவ்வொருமுறை படிக்கும்போதும் மிக மோசமான துயரத்தால் ஆட்கொள்ளப்படுவேன். அவள் எனது கண்களை உற்றுப்பார்த்தபோது எனக்குள் உணர்ந்த அதே கலங்கவைக்கும் துயரம். என்னால் அந்த உணர்வைத் தவிர்க்கமுடியவில்லை. அது உருவமற்ற, எடையற்ற காற்றைப்போலிருந்தது, அதற்குள் என்னைப் பொதிந்துகொள்ள என்னால் இயலவில்லை. என்முன்னே காட்சிகள் மாறிக்கொண்டிருந்தன. மனிதர்கள் பேசினார்கள் ஆனால் அவர்களது வார்த்தைகள் என் காதுகளை எட்டவில்லை.

இன்னமும் சனிக்கிழமை இரவுகளில் விடுதியின் முன்னறையில் அதே நாற்காலியில் அமர்ந்திருக்கிறேன். தொலைபேசியழைப்பு வரப்போவதில்லை என்பது எனக்குத்தெரியும், ஆனால் வேறென்ன செய்வது என்று எனக்குத் தெரியவில்லை. தொலைக்காட்சியில் பேஸ்பால் விளையாட்டைப் பார்ப்பதான

பாவனையில் எனக்கும் தொலைக்காட்சிக்கும் இடையேயுள்ள தீர்மானிக்கவியலாத இடைவெளியை வெறித்தபடி அமர்ந்திருப்பேன். அந்த இடைவெளியை இரண்டாகப் பிரிப்பேன், பிறகு மீண்டும் இரண்டாக. இவ்வாறு மீண்டும் மீண்டும் பிரித்து என் உள்ளங்கைக்குள் அடங்கக்கூடிய அளவுக்கு மிகச்சிறிய வெளியை உருவாக்குவேன்.

பத்து மணிக்குத் தொலைக்காட்சியை நிறுத்திவிட்டுத் தூங்குவதற்காக அறைக்குச் செல்வேன்.

அந்த மாதக்கடைசியில் எனது அறைத்தோழன், உடனடி காஃபி ஜாடிக்குள் அடைக்கப்பட்ட மின்மினிப்பூச்சி ஒன்றை என்னிடம் கொடுத்தான். அதனுள்ளே சில புற்களும் கொஞ்சம் தண்ணீரும் இருந்தன. மூடியில் சிறிய துளைகள் இட்டிருந்தான். இன்னமும் வெளிச்சமிருந்தது என்பதால் மின்மினி பார்வைக்கு கடற்கரையில் பார்க்கக் கிடைக்கும் கருப்புநிற வண்டுபோல இருந்தது. ஜாடிக்குள் கூர்ந்து பார்த்தேன், நிச்சயமாக மின்மினிதான். மின்மினி வழுக்கலான கண்ணாடி ஜாடியின் சுவர்களில் ஏறமுயன்று ஒவ்வொருமுறையும் கீழே விழுந்தது. மின்மினி ஒன்றை இவ்வளவு நெருக்கத்தில் பார்த்து வெகுகாலமாகிறது.

"முற்றத்தில் இதைக் கண்டுபிடித்தேன்," என்று அறைத்தோழன் கூறினான். "தெருக்கோடியில் உள்ள தங்கும் விடுதி விளம்பரத்திற்காக நிறைய மின்மினிகளை விடுவித்தனர், அதிலொன்று இங்கே வந்திருக்கவேண்டும்." பேசிக்கொண்டே உடைகளையும் நோட்டுப்புத்தகங்களையும் சிறிய சூட்கேஸுக்குள் திணித்தான். கோடை விடுமுறை தொடங்கி ஏற்கனவே பல வாரங்கள் ஆகிவிட்டிருந்தன. நான் வீட்டிற்குச்செல்ல விரும்பவில்லை, அவனுக்கும் களஆய்வுக்காகச் செல்லவேண்டியிருந்தது, விடுதியில் கிட்டத்தட்ட நாங்கள் மட்டுமே மிச்சமிருந்தோம். களஆய்வு முடிந்தது என்பதால் அவன் வீட்டிற்குக் கிளம்பத் தயாராகிக் கொண்டிருந்தான்.

"நீ ஏன், இதை யாராவதொரு பெண்ணுக்குக் கொடுக்கக் கூடாது? பெண்களுக்கு இதுபோன்ற விஷயங்கள் பிடிக்கும்," என்றான்.

“நன்றி, நல்ல யோசனை,” என்றேன்.

சூரியன் மறைந்தபின் விடுதி அமைதியாக இருந்தது. கம்பத்தில் கொடியில்லை, உணவகத்தின் ஜன்னலில் விளக்குகள் எரியத் தொடங்கின. ஒருசில மாணவர்களே எஞ்சியிருந்தனர். எனவே, பாதி விளக்குகள் மட்டும் எரிந்தன. வலதுபக்கம் இருந்த விளக்குகள் அணைக்கப்பட்டு இடதுபக்கம் உள்ளவை எரிந்துகொண்டிருந்தன. இரவுணவின் மெல்லிய வாசனையை நுகர முடிந்தது. பாலேட்டுக் கஞ்சி.

மின்மினி இருந்த உடனடி காஃபி ஜாடியை எடுத்துக்கொண்டு மொட்டைமாடிக்குச் சென்றேன். மாடி ஆளரவம் இல்லாமலிருந்தது. யாரோ எடுக்க மறந்து விட்டுவிட்டுப்போன வெள்ளைச்சட்டை மாலைக்காற்றில் கழற்றிப்போடப்பட்ட தோலென அசைந்துகொண்டிருந்தது. மாடியின் மூலையிலிருந்த, நீர்த்தொட்டிக்கு மேலே செல்வதற்கான துருப்பிடித்த உலோக ஏணியில் ஏறினேன். உருளை வடிவிலான நீர்த்தொட்டி பகலில் இழுத்துக்கொண்ட வெப்பத்தினால் இன்னமும் கதகதப்பாக இருந்தது. நெரிசலான அந்த இடத்தில் கம்பிக் கைப்பிடியில் சாய்ந்து இன்னும் இரண்டொரு நாளில் முழுமையாகப்போகும் நிலவைப் பார்த்துக்கொண்டிருந்தேன். வலதுபக்கம் ஷிஞ்சுகுவின் விளக்குகளைப் பார்க்கமுடிந்தது இடதுபக்கம் இக்கிபுகுரோ. கார்களின் முன்விளக்குகள் நகரத்தின் ஒருபகுதியிலிருந்து மற்றொன்றுக்குச் செல்லும் பிரகாசமான ஒளிவெள்ளம்போலத் தெரிந்தன. தெருக்களின் மேலே மிதந்துகொண்டிருக்கும் மேகமென, நகரத்தின் கலவையான ஒலிகள் மெல்லிய, தாழ்ந்த ரீங்காரத்தைக் கொண்டிருந்தன.

ஜாடியின் அடியில் மின்மினி மெலிதாக ஒளிர்ந்தது. ஆனால் அதன் ஒளி மிகப்பலவீனமாக, அதன் நிறம் மிகமங்கலாக இருந்தது. எனக்கு நினைவிருக்கிற வகையில், மின்மினிகள் கோடைகால இருளைத் துளைத்துச் செல்லுமளவு துல்லியமான, பிரகாசமான வெளிச்சத்தை வெளியிடக்கூடியவை. மின்மினி ஒருவேளை பலவீனமாகிக் கொண்டிருக்கலாம் அல்லது இறந்துகொண்டிருக்கலாம் என்பதாகப் புரிந்துகொண்டேன். ஜாடியை அதன் வாய்ப்பகுதியில் பிடித்துக்கொண்டு

ஓரிருமுறை குலுக்கிப் பார்த்தேன். மின்மினி, ஒரு வினாடிக்குப் பறந்து கண்ணாடிச் சுவர்களில் முட்டிக்கொண்டது. ஆனால் அதன் ஒளி இன்னமும் மங்கலாக இருந்தது.

ஒருவேளை, சிக்கல் அதன் ஒளியில் இல்லாமல் என் நினைவில் இருக்கலாம். ஒருவேளை, மின்மினிகளின் வெளிச்சம் அவ்வளவு பிரகாசமானதாக இல்லாமலிருக்கலாம். நான் அப்படியாகக் கற்பனை செய்துகொள்கிறேனா? அல்லது ஒருவேளை நான் சிறுவனாக இருந்தபோது என்னைச் சுற்றியிருந்த இருள் அடர்த்தியாக இருந்திருக்கலாம். எனக்குச் சரியாக நினைவில்லை. கடைசியாக, மின்மினியை எப்போது பார்த்தேன் என்பதையும் நினைவுக்குக் கொண்டுவர முடியவில்லை.

என் நினைவில் உள்ளது, இரவு நேரத்தில் ஓடிக்கொண்டிருக்கும் நீரின் ஓசை. பழைய செங்கல் மதகின் வாயில், அதிலுள்ள கைப்பிடியை திருகுவதன்மூலம் அதைத் திறக்கவும் மூடவும் முடியும். குறுகிய ஓர் ஓடை, அதன் மேற்பரப்பு தாவரங்களால் மூடப்பட்டது. சுற்றிலும் கருமையான இருள், நூற்றுக்கணக்கான மின்மினிகள் அசையாது நிற்கும் நீரின்மேல் பறந்துகொண்டிருக்கின்றன. தூள்போன்ற மஞ்சள்நிற ஒளியின் கொத்து நீரோடைக்குமேல் ஒளிர்ந்து தண்ணீரில் பிரதிபலிக்கிறது.

இதை எப்போது பார்த்தேன்? எங்கே பார்த்தேன்?

எனக்குத் தெரியவில்லை.

அனைத்தும் ஒன்றுகலந்து குழப்பமாக இருந்தது.

என்னை அமைதிப்படுத்திக்கொள்ள கண்களை மூடி சிலமுறை ஆழ்ந்து மூச்சுவிட்டேன். இறுக்கமாகக் கண்களை மூடிக்கொண்டிருந்தால், கோடையின் இருளுக்குள் என் உடல் எந்தக்கணமும் உறிஞ்சிக்கொள்ளப்படலாம். இரவில் அந்த நீர்த்தொட்டிக்கு வருவது இதுவே முதல்முறை. முன்னெப்போதையும்விட துல்லியமான காற்றின் ஓசை. காற்று பலமாக வீசவில்லையென்றாலும் கடந்து சென்றபோது தெளிவான தடத்தை விட்டுச்சென்றது. மெதுவாக, தேவையான நேரத்தை எடுத்துக்கொண்டு இரவு பூமியைச் சூழ்ந்தது.

நகரத்தின் விளக்குகள் அதன் அதிகபட்ச பிரகாசத்துடன் எரியலாம். ஆனாலும் இரவு மெதுவாக, மிக மெதுவாக, வெற்றி பெற்றுக்கொண்டிருக்கும்.

ஜாடியின் மூடியைத் திறந்து மின்மினியை வெளியே எடுத்து இரண்டு அல்லது மூன்று அங்குலங்கள் வெளியே நீட்டிக் கொண்டிருந்த நீர்த்தொட்டியின் முனையில் வைத்தேன். தான் எங்கிருக்கிறோம் என்பதை மின்மினியால் அறிந்துகொள்ள முடியவில்லை என்பதுபோல குழப்பமாக, ஒருமுறை திருகாணியைச் சுற்றியபின் பெயர்ந்து பொருக்காகியிருக்கும் சுண்ணாம்பின்மீது ஒரு காலை நீட்டியது. வலதுபக்கம் திரும்பிச்செல்ல முயன்று வழியில்லை என்று தெரிந்ததும் மீண்டும் இடதுபக்கம் திரும்பியது. திருகாணியின் உச்சிமீது சிரமப்பட்டுத் தொற்றியேறி உயிருடன் இருப்பதைக் காட்டிலும் அதிகமாக இறந்ததுபோன்ற தோற்றத்தில் அங்கேயே அசைவற்றிருந்தது.

கம்பிக் கைப்பிடியில் சாய்ந்தபடி மின்மினியை பார்த்துக் கொண்டிருந்தேன். வெகுநேரம் நாங்கள் இருவரும் அசையாமல் அங்கிருந்தோம். காற்று நீரோடைபோல எங்களை தழுவிச் சென்றது. ஸெல்கோவாவின் எண்ணற்ற இலைகள் இருளில் ஒன்றுடனொன்று உராய்ந்து சலசலத்தன.

என்றென்றைக்குமாகக் காத்திருந்தேன்.

வெகுநேரம் கழித்து மின்மினி பறந்தது. ஏதோவொன்றை நினைத்துக்கொண்டது போல திடீரென தனது சிறகுகளை விரித்து அடுத்தகணம் கம்பிக் கைப்பிடிக்கு மேலே சூழ்ந்துகொண்டிருக்கும் இருளில் பறந்துசென்றது. இழந்த நேரத்தை மீண்டும் பெற முயற்சிப்பதுபோல சீக்கிரமே ஒரு வளைவை நீர்த்தொட்டியின் அருகில் கண்டுகொண்டது. ஒருகணம் நின்று—அதன் ஒளிப்பாதை மங்கலாகப் போதுமான அளவு நேரம்—பிறகு கிழக்கு நோக்கிப் பறந்துசென்றது.

மின்மினி மறைந்து வெகுநேரம் ஆனபிறகும் அதன் ஒளியின் தடங்கள் எனக்குள்ளே தங்கிவிட்டன. மூடிய கண்களில் அடர்ந்த இருளுக்குப் பின்னே அந்த மங்கலான ஒளி, வழிதவறி அலைந்துகொண்டிருக்கும் ஆவிபோல சுற்றத் தொடங்கியது.

மீண்டும் மீண்டும் இருளுக்குள் கைகளைத் துழாவினேன். ஆனால் விரல்கள் எதையும் உணரவில்லை. அந்தச் சிறிய மினுமினுப்பு எப்போதும் கைக்கெட்டாத ஒன்றாகவே இருந்தது.

***